AF496738

# LEIFAR

## fornra kristinna frœða íslenzkra:

### Codex Arna-Magnæanus 677 4$^{to}$

auk

annara enna elztu brota

af íslenzkum guðfrœðisritum.

Prenta ljet

**þorvaldur Bjarnarson.**



Kaupmannahöfn.

Hjá H. Hagerup bóksala.

Prentað í prentsmiðju Thieles.

1878.

# HERRA PROFESSOR P. G. THORSEN,

## HÁSKÓLABÓKAVERÐI.

RD. AF DBR. P. P.

MEÐ EINLÆGRI VIRÐINGU

OG HJARTGRÓNU ÞAKKLÆTI.

Brot þau, sem hjer eru prentuð, eru öll skrifuð upp eptir handritum í hinu auðuga handritasafni Árna Magnússonar. Sumt úr brotum þessum er áður prentað og skal eg síðar gera grein fyrir því, hvar það er, og hvað það er, svo að menn geti haft það til samanburðar, með því að eg tel það víst að mörg ónákvæmni kunni að finnast í bók þessari, sem mjer hefir sjezt yfir, og er þó helzt til of margt misprentað er eg hefi sjeð og til tínt.

Meiri hluti handrita þeirra, sem bókin er prentuð eptir, er í tölu hinna elztu handrita, sem til eru með íslenzku, og eitt brotið að öllum líkindum úr elztu íslenzku bók, sem til er. Mjer þótti því sjálfsagt að láta prenta brot þau svo, að sem minnstu væri breytt frá því, er í handritunum stendur; að vísu hefi eg í meginhluta bókarinnar leyst úr öllum böndum, en það sem bundið var hefir verið prentað með skáletri; sumt hefir verið prentað þannig, að ekki hefir verið leyst úr neinu bandi; sumt hið yngsta þannig, að leyst hefir verið úr böndum, en ekki verið hirt um að láta það sjást, hvað bundið hefir verið, og hvað skrifað fullum stöfum, en ritháttur handritanna verið látinn halda sjer að öðru.

Eg get því fremr farið fljótt yfir að lýsa mörgum af handritunum, sem hinum elztu áður hefir verið lýst með frábærri nákvæmni af herra Konráði Gíslasyni professor í riti hans »um frumparta íslenzkrar tungu í fornöld«. Þannig er því handritinu, sem meginmál þessarar bókar er prentað eptir, lýst á XCIII—XCIX bls. í Frumpörtunum; það handrit er Nr. 677 4to. í A. M. safninu; og er sú bók að dómi herra Konráðs Gíslasonar »öll rituð með frábærri nákvæmni sjálfsagt snemma á fyrra hlut 13. aldar«. á

XCV—XCVIII bls. gerir hann glöggva grein fyrir því, hvaðan hvað eina í bókinni sje upprunnið; er því óþarfi að orðlengja það mál, allra helzt þarsem bókin nú prentuð segir til þess sjálf. Árni Magnússon sjálfur hefir i Catalogo Codicum pergamenorum quos anno 1707, 1708, 1709, 1727, possidet Arnas Magnaeus, Cod. A. M. 485 a. 4to. farið þessum orðum um þetta gagnmerkilega handrit:

*Aptan af opere theologico-morali, um tolf palla ósóma.*

*Liber S. Augustini, qui dicitur Prosper. Est, nisi fallor, Prosperi Aquitanici liber Sententiarum ex S. Augustini operibus. desunt nonnulla in calce (opus theologico-morale).*

*Evangelia quaedam dominicalia cum Homiliis Gregorii magni.*

*Ex Gregorii Dialogis nonnulla Codex pervetustus, folio minori.* þessa bok (eda rettara Bokarslitur) feck eg 1699 fra Isleifi Einarssyne syslumañe i Skaptafellzsýslu. Eñ hañ feck það à Kalfafelli i Fliotzhverfi. Var kirkiubok þar, og meinte Kalfafellzfolk það vera úr Karla Magnus Sögu, og so kallade Isleifr það. það sem i bokina vantar kañ hvergi upp að spyriast inquisivi in loco.*

Framan á fremsta blað handritsins eru límd 4 pappírsblöð; á enu fyrsta er þetta með hendi Árna Magnússonar:

*Ex charta quadam antiquâ. það er hinn mesti heimsins ósómi hvar: þiod er kenningarlaus: lýðr lagalaus: Ér illgiarn: b p orækinn, kennimaðr sinkr spakr an godra verka: gamall m* gálaus. ungr ohlydinn: kristinn maðr kappgjarn, drottinn daðlaus: konan oraðvaund. fatækr m* dramblatr: auðugr maðr än aulmusu gæda giafa. þessir XII heimsins osomar tæla miög veralldar folk ef eigi varast men̄ við með allri varúð.*

á 2. bladinu stendur:

*XII eru heimsins osomar.*

1°. *Ef spakur m* er f* utan godverk.*

2°. *Gamall maður gálaus.*

3°. *Ungur maður ohlidiñ.*

4°. *auðugur m* än olmusu.*

5°. *kona oráðvönd.*

6°. *husherra dáðlaus.*

7⁰. *Kristiñ mʳ þrætiñ og kapgiarn.*

8⁰. *Volaður mʳ drambsamur.*

9⁰. *Kongur illgiarn.*

10⁰. *Biskup orækiñ.*

11⁰. *þioð kenningarlaus.*

12⁰. *Lyður lagalaus.«*

Þessar þulur bæta oss nú að engu það sem oss vantar framan af fyrstu ritgjörðinni, sem nú stendar í A. M. 677; en eitt með öðru sýnir það ljóslega, hversu hugleikið Árna hefir verið að komast fyrir sporð og höfuð á hverju því, er honum þótti einkennilegt og merkilegt, og það hefir honum að maklegleikum þótt þessi bók vera.

Bókin er á hæð 27 cm., á breidd 16 cm., þarsem blöðin eru ósködd.

Af annari ritgjörðinni í bókinni vantar niðurlagið; en nokkuð af því sem vantar hefi eg getað bœtt upp eptir kverinu:

*A. M. 685. C. 4to.*

það er kver í litlu 4 blaða broti, á hæð 15,4 cm. en á breidd 11,4 cm. þarsem blöðin eru ósködd: sex blöð og tvö blaðslitur. 3 öptustu blaðsíðurnar með hendi ekki óáþekkri þeirri sem er á Hauksbók á Fóstbrœðrasögu; í þessu kveri eru brot af sama ritinu, og því er stendr þýtt á 11 blaðsíðunum 2—12 í 677; og er það að nokkuru leyti svo sem Árni Magnússon þegar hefir sagt: Prosperi Aquitani liber sententiarum excerptarum e scriptis Augustini; en að nokkuru leyti eptir: Sancti Prosperi Aquitani ex Sententiis Sancti Augustini Epigrammatum liber unus; eru þau epigrammata ekki nema 106 alls, en Liber sententiarum miklu lengra rit alls 338 Sententiae; er því alveg rjett til fundið það sem herra K. G. segir á XCV bls. í Frumpörtunum, að efnið í því sem stendr á 2—12. bls. í 677. »sje líkt því sem stendr í Libro Sententiarum, en annað ólíkt, niðurröðun efnisins og öll orðasetning«, því að mestu leyti mun allt vera þýtt eptir libro Epigrammatum; í stöku greinum er að vísu steypt saman úr báðum, og í fám einum tekið eingöngu eptir Sententiis. Var þetta þeim

mun hœgara, sem það að líkindum hefir verið alvenja að setja á
undan hverju epigrammati tilsvarandi sententiam; svo er gert í
Parísar útgáfunni af ritum Prospers 1711; svo er og gert í þeim
tveimur handritum af Liber Epigrammatum er eg hefi átt kost á
að sjá; eru þau bæði í handritasafni Háskólabókasafnsins: Fabr.
Saml. Nr. 43 og 86 4to.   Til dœmis um meðferðina á efninu set
eg hjer latneska frumritið sem á við 5 fyrstu greinirnar í íslenzku
þýðingunni, og það sem á við efstu greinina á 42. bls.

### Prosperi Aquit. e. l. Sententiarum & Epigrammatum.

#### 1. Quid sit vera innocentia.

I. innocentia vera est quae nec sibi nec alteri nocet, quoniam
qui diligit iniquitatem odit animam suam.   Et nemo non príus in
se quam in alium peccat.

> Perfecte bonus est, & vere dicitur insons
>> nec sibi nec cuiquam quod noceat faciens.
> Nam quicumque alium molitur lædere primum
>> ipsum se jaculo percutiet proprio.
> Et cum forte animum non sit subitura facultas
>> non dubium in cordis viscere vulnus habet.
> Nec fugit infecti sceleris mens prava reatum
>> cui nimis hoc solum, quod voluit nocuit.

#### 2. De hominibus diligendis.

Sic diligendi sunt homines, ut eorum non diligantur errores,
quia aliud est amare quod facti sunt, & aliud est odisse quod
faciunt.

> Naturae quisquis propriæ non spernis honorem
>> in quocumque hominum, quae tua noscis, ama.
> Sic tamen, ut pravos vitet concordia mores,
>> nullaque sint pacis fœdera cum vitiis.
> Namque quod artificis summi fecit manus, unumest:
>> quæque auctore bono condita sunt, bona sunt.
> Divinum in nullo figmentum despiciatur,
>> sola malis studiis addita non placeant.

### 3. *De vera æternitate.*

Æternus vere est solus deus omnicreator,
    Vita in se vivens permanet esse quod est.
Hoc Pater, hoc Verbum Patris, hoc est Spiritus almus,
    quorum natura est una eademque simul.
Non cœptum non auctum non hic mutabile quidquam est,
    quod subeat leges temporis, aut numeri.
Virtus praeteritis prior, ulteriorque futuris;
    nil recipit varium, nil habet occiduum.
Nam rerum, quas ut voluit sapientia fecit,
    multis vita quidem est præstita perpetua.
Sed quodcumque potest sese amplius aut minus esse,
    quodam fine, ipsi quod, fuerat, moritur.
Sic nihil æternum, quod commutabile factum est.
    Et quod cuncta super, semper idem deus est.

### 4. *De patientia Dei.*

Multa diu summi differt patientia Regis,
    suspendens æqui pondera iudicii.
Et dum plectendis parcit clementia factis
    dat spatium, quo se crimine purget homo,
denique committunt homines mala crimina semper,
    dat spatium, ut pereant crimina, non homines.
Verbere nonnumquam castigans corde paterno:
    ne cito consumant sæva flagella reos.
Sic pietate Dei terrarum non vacat orbis,
    et nihil est quod nos non trahat ad veniam:
Cúm Rex salvandis ipsâ quoque considit irâ,
    ut curat medicus vulnera vulneribus.

### 5.

Divina bonitas ideo maxime irascitur in hoc saeculo, ne irascatur in futuro: & misericorditer adhibet temporalem severitatem ne æternam iuste inferat ultionem.

### 42. *De impunitate peccantium.*

Nihil est infelicius felicitate peccantium, qua pœnalis nutritur
impunitas & mala voluntas, velut hostis interior roboratur.

Qui se peccatis gaudet feliciter uti
infelix nimis est prosperitate sua.

Dumque capit miseros effectus prava voluntas,
a vera semper luce fit exterior.

Sumens pestifera de consvetudine robur,
& sua complectens vincula mortis amor.

Deficiant potius vana oblectamina mundi,
subdanturque pio colla domanda jugo.

Inque putres fibras. descendat cura medentis:
ut blandum morbum, pellat amica salus.

Til dœmis um hina ágætu þýðingu á homilium Gregors mikla
set eg til samanburðar. GG. Hom. in ev. L. II. homilia XXXIII.
er samsvarar því, er hjer er prentað á 83. bls. 23. l. — 84. bls. 20. l.:

### *GG. Hom. in ev. L. II. hom. XXXIII.*

Consideremus gratiam misericordis Dei, & damnemus multitu-
dinem reatus nostri. Ecce peccatores videt & sustinet, resistentes
tolerat, & tamen quotidie clementer per Euangelium vocat. Con-
fessionem nostram ex puro corde desiderat. & cuncta quae delin-
quimus relaxavit. Temperavit nobis districtionem legis misericordia
Redemptoris. In illa quippe scriptum est: Si quis hoc vel illud
fecerit morte moriatur. Si quis hæc vel illa fecerit lapidibus
obruatur. Apparuit Conditor & Redemptor noster in carne. Con-
fessioni peccatorum non pœnam sed vitam promittit. mulierem sua
vulnera, confitentem suscipit et sanam dimittit. Inflexit ergo ad
misericordiam duritiam Legis, quia quos iuste illa damnat, ipse
misericorditer liberat. Unde bene quoque in Lege scriptum est,
quia manus Moysi erant graves: sumentes ergo lapidem, posuerunt
subter, in quo sedit. Aaron autem & Hur sustentabant manus
ejus. Moyses quippe sedit in lapide, cúm lex requievit in ecclesia.
Sed haec eadem lex manus graves habuit: quia peccantes quosque

non misericorditer pertulit, sed severa districtione percussit. Aaron
vero mons fortitudinis, Hur autem ignis interpretatur. Quem
itaque mons iste fortitudinis signat, nisi Redemptorem nostrum de
quo per prophetam dicitur: Erit in novissimis diebus præparatus
mons domus domini in vertice montium. Aut quis per ignem
nisi spiritus sanctus figuratur, de quo idem Redemptor dicit:
Ignem veni mittere in terram? Aaron ergo & Hur graves manus
Moysi sustinent, atque sustentando leviores reddunt: quia Mediator
Dei & hominum cum igne sancti Spiritus veniens, mandata legis
gravia, quae dum carnaliter tenerentur, portari non poterant, tole-
rabilia nobis per spiritalem intelligentiam ostendit. Quasi enim
manus Moysi leves reddidit, quia pondus mandatorum Legis ad
virtutem confessionis retorsit. Hanc nobis sequentis misericordiae
promissionem innuit, cum per prophetam dicit: Nolo mortem pec-
catoris, sed ut convertatur & vivat. Hinc iterum sub Judaeae
specie unicuique peccatrici animae dicitur. Si dereliquerit vir
uxorem suam, & illa recedens duxerit virum alterum, numquid
revertetur ad eam ultra? numquid non polluta & contaminata erit
mulier illa? Tu autem fornicata es cum amatoribus multis: verum
tamen revertere ad me, dicit dominus. Ecce paradigma turpis
mulieris dedit. Ostendit quod post turpitudinem recipi non possit.
Sed hoc ipsum paradigma quod prætulit per misericordiam vincit,
cum dicit fornicantem mulierem recipi non posse & tamen ipse
fornicantem animam ut recipiat exspectat.

### A. M. 237. *Folio.*

Lýst í frumpörtum K. G. bls. XVII—XVIII. Þau tvö blöð
eru á hæð 31 cm. á breidd 21 cm. um aldr þeirra og ágæti er
óhætt að trúa sögu herra Konráðs Gíslasonar »að vart muni finnast
eldra handrit íslenzkt eða norrœnt«; þau eiga varla nokkurn
sinn líka að aldri, og það enda þótt með sje taldar fyrstu línurnar
í Reykholtsmáldaga, sem víst er um, að skrifaðar eru 16 árum
fyrir lok 12. aldar. Þótt þessi blöð hafi áðr verið prentuð í
Homilíubók þeirri, er Dr. C. R. Unger gaf út, þá fannst mjer eigi við
það hvikanda að prenta þau í þessu safni þannig að öll bönd

hjeldu sjer, og allt sem einkennilegt er við stafsetningu blaða
þessara. Á steinprentuðu blaði er eptirstunga 15 efstu línanna á
3. dálki fyrra blaðsins.


### A. M. 241. Folio.

Bók 37 blöð innbundin auk mergðar af lausum blöðum, úr
ýmsum bókarifrildum bókin er á hæð 31,4 cm. á breidd. 21 cm.
þarsem blöðin eru ósködd. Bók þessi er öll á latínu, nema þessi
eina bœn, er hjer er prentuð á 182—185. bls. sem í handritinu
stendur á 31. bls. 2. dálki fram á 34. bls. síðara dálk; það í
bœninni sem hjer er prentað milli sviga hefir verið strykað út í
handritinu; bókin hefir verið að sögu Árna Magnússonar kirkjubók
í Skálholti, hafa því sjálfsagt þessi áheit á helga menn, helga
engla og Maríu mey ekki átt að hneyksla þenna siðbœtta söfnuð
biskupsstólsins, og því verið klórað yfir þau, en hlífzt við að
glata bókinni alveg; þó hefir hún eins og svo margar aðrar ekki
átt sem blíðustu að mœta, því mjög víða vantar í hana, og því
miður á einum stað, þarsem oss má vera talsverð eptir sjá að því,
nefnil. í Þorláksmessusöngnum, sem enn er óprentaður; en íslenzka
bókmenntafjelagið hefir lofað að láta prenta hann. Þorláksmessu-
söngurinn er á 37—58. bls. bókarinnar. Hvað verið hafi efni þessarar
bókar þegar hún var í heilu líki má ráða af prologo hennar er þannig
hljóðar. Suscipe sancta trinitas & vera unitas. Hos psalmos quos ego
miser & peccator & indignus famulus tuus cantare presumo ad
honorem nominis tui & gloriam sancte crucis & gloriose semper
virginis marie. sanctique michaelis archangeli. & sancti Johannis
baptiste. sanctorum quoque patriarcharum & prophetarum & bea-
torum apostolorum petri & pauli. Johannis & andree atque Bar-
tholomei & simonis & Iudae, & omnium sanctorum apostolorum. &
sanctorum martyrum. Stephani. laurentii. olaui & thome dionisii &
omnium sanctorum martyrum & sanctorum confessorum. siluestri,
Gregorii nicholai. thorlaci & Johannis & omnium sanctorum confes-
sorum & sanctorum virginum marie magdalene. cecilie. brigide.
katarine atque margarete. & omnium sanctorum uirginum & omnium

sanctorum tuorum, pro remissione omnium peccatorum meorum &
pro emundacione cordis & corporis mei & pro salute famulorum
tuorum & pro beatissimo papa nostro .N. episcopis nostris N. N. &
pro eis qui pro me orant ad dominum. & pro patre meo & matre
mea fratribus & sororibus. & benefactoribus meis & pro animabus
omnium fidelium defunctorum ut uiui bonam perseuerantiam habe-
bant & defuncti requiem sempiternam.

Bókin er að öllum líkindum frá öndverðri 14. öld, ef hún
ekki er enn eldri.

### A. M. 624. 4to.

Skinnhandrit í litlu broti 340 blaðsíður alls, skrifað öndverð-
lega á 15. öld með mjög ólíkum höndum, og að efninu hin
sundurleitasta bók.

það sem hjer er prentað er 1—14. bls. vantar af þeirri
ritgjörð bæði upphaf og endir. Það er þýðing á riti sem eignað
er helgum Bernarði af Clairvaux (Meditationes piissimæ de cog-
nitione humanæ conditionis), en vantar framan af 1. kap. byrjar
á: Teneamus eum in memoria, portemus in conscientia. — en
endar í 4. kap. á: & haec visio & delectatio totum cor hominis
implens & satians, tota erit illius beatitudinis consummatio. á
þessum 7 blöðum eru 28 línur á hverri bls. allt skrifað með
skýrri og dáfallegri hendi talsvert bundinni; en ekki er orðfærið
neitt viðbrigðagott. Þessi ritgjörð er prentuð á 188—198. bls.

Á 112—117. bls. í 624. stendur skýring á faðirvori; hvort
það er frumritað á íslenzku veit eg ekki; sama ritgjörðin er á
fremstu blöðunum í 626 4to; sú ritgjörð er hjer prentuð á 159—
161. bls. höndin í þessari ritgjörð á það fyllilega skilið, sem herra Jón
Sigurðsson segir um hana í Fornbrjefasafninu 240. bls.: að hún
sje »fremur en ekki ófögur. og mjög bundin«. Ýmist 23 eða 25
línur á bls.

Á 238—243. bls. í 624, stendur ræða á páskadaginn; ræða sú
er þýðing á Sancti Gregorii Hom. in Evang. Lib. II. homilia XXI.
Col. 1526—1529. Ed. Par. 1705; sú ræða er hjer prentuð á 151—
154. bls.

Á 243—251. bls. í A. M. 624 stendur ræða út af guðspjallinu Lúk. 10, 38. svipar þeirri ræðu í mörgu til tveggja ræðna eptir heil. Bernarð: in assumtione B. V. Mariae prentuðum í ritum hans Col. 1003—1009, en sumt í ræðunni enn líkara köflum í ræðu Gregors páfa ens mikla: Greg. in Ezechielem Lib. II. hom. II. Col. 1323—1326. sú ræða er hjer prentuð á 154—158. bls. á báðum þessum ræðum er sama höndin og á faðirvors skýringunni.

Á bókinni 624 stendur mjög góð lýsing í Diplomat. Island. 238—240. bls.

Bókin er 14,6 cm. á hæð 10,5 cm. á breidd, þarsem blöðin eru ósködd, og að öllum líkindum er óþarfi að telja neitt í henni yngra en frá miðri 15. öld; og sjálfsagt er mýmargt af því, sem á hana er skráð, að eins afskript af eldri ritum.

### A. M. 671. B. 4to.

Nákvæma lýsing á þessari bók má lesa í Íslenzku fornbréfasafni 433—434. bls.; telur herra Jón Sígurðsson alþingisforseti líklegt að hið elzta í bókinni sje frá öndverðri 14. öld, ef ekki eldra. það sem hjer er prentað er það sem stendur á 3—5. bls., ræða út af allra heilagra og allra sálnamessu; það sem í fornbrjefasafninu er talin 3. ræðan um rjetta hlýðni er ekki nema stuttur kafli úr 7. bréfi Bernarðar ábóta af Clairvaux. Col. 18—19, Vol. I. Edit. Paris. 1719, folio. Hjer er og prentuð ræða sú um heilaga kvöldmáltíð sem stendur á 22—23. bls. í bók þessari sem alls er 24. bls. Bókin er á hæð þarsem blöðin eru ósködd 20,6 cm. á breidd 15,5 cm.

### A. M. 626. 4to.

Er bók með 32 bl. á hæð 17,5 cm. á breidd 13,4 cm., á að geta skrifuð um miðja 15. öld; á henni er 1) skýring sú á faðirvori er hjer er prentuð á 159—161. bls. 2) þá tekr við á 4. bls. ritgjörð um synda aflausn. 4—23. bls. 3) á bls. 23—26. ritgjörð um rjetta siðsemi. 4) ritgjörð um dýrkaðan líkama á bls. 26—28. 5) ritgjörð um miskunn guðs og veg til hennar á 28—42. bls. Þessar 4 ritgjörðir finnast og í A. M. 672 C. 4to.

6) um skriptamál og synda játningu á 42—51. bls. 7) á 51—60. bls. flokkun á syndum. 8) á 61—63. bls. um vilja mannsins og skynsemi hans. 9) á síðustu bls. er upphaf af historia universalis samhljóða þeirri er stendr í 625 4to. og útgefin í Sýnisbók herra Konráðs Gíslasonar.

### A. M. 655. 4to.

Því safni af brotum er lýst í Frumpörtunum á LXVII—LXXXV blaðsíðu, og er hjer prentað úr því brotasafni XXI. brotið sem virðist vera þýðing á breviario; styrkist maðr í þeirri trú við það, að blaðstúfar þeir úr A. M. 686 B. 4to. sem hjer eru prentaðir annar fyrir framan en annar fyrir aptan XXI. brotið eru einmitt úr sömu bókinni; og síðari blaðstúfurinn beint áframhald þess, sem stendr í 655 XXI.; höfum vjer þá í 686 B. fyrra blaðstúf niðurlagið af Gregorslestrinum og kafla úr miðjum lestri um Cuthbertum, sem að vísu ekki er tekinn upp í breviaríum Romanum, en var dýrðlingur almennt viðurkenndr í allri ensku kirkjunni, og í öllum þeim sóknum er lágu undir erkistólinn í Niðarósi; í 655 XXI, er niðurlagið af Cuthbertuslestrinum, og upphafið af Benedictuslestrinum; á síðara blaðinu í XXI. brotinu og síðara blaðstúfnum í 686 B. 4to. koma svo í röð föstuguðspjöllin: 1) aptan af Jesús rak út djöful með stuttri skýringu 2) Jesús seðr 5 þúsundir manna; endar sú guðspjallsgrein (Joh. VI. 1—14) í næstefstu línu á 686 B. 3) þá tekur við Joh. VIII. 46—49. 4) þá á síðari bls. blaðstúfsins Mark. XIV. 3—9. þessi brot eru þannig prentuð, að hvergi er leyst úr neinu bandi; á steinprentuðu blaði er eptirstunga af efstu línunum á 655 XXI. fyrra blaðs síðari síðu. Þessi blöð eru á hæð 19,4 cm., á breidd 14 cm.

Úr 655 4to. er enn fremur prentað XXVI. brotið á 180—182. bls. þau blöð eru á hæð 11 cm. á breidd 10 cm. þessi tvö blöð eru úr þýðingu á riti því eptir Isidorus biskup frá Hispalis, sem heitir de conflictu vitiorum & virtutum; sú ritgjörð er prentuð í ritum hans Paris 1601 fol. á 709—718. bls. Það sem til er þýtt á þessum tveimur smáblöðum er það sem byrjar í 10. línu að neðan í fremra dálki 710 blaðsíðu: Qui cum in forma dei esset,

og endar fyrra blaðið á síðara dálki sömu bls.: quod intus esse
non appetis. það sem stendur á síðara blaðinu samsvarar því er
stendur á 714. bls. frumritsins fremra dálks 6. línu: non desides
sed violenti og endar á sömu bls. síðara dálks 11. línu: unguentoque
ungens ablui promeruit.

### A. M. 686. B. 4to.

Auk þess sem eg fyrr gat um úr 686 B. 4to. eru hjer enn
prentuð úr þeirri bók tvö heil blöð og einn blaðstúfur á 175—
179. bls. í kverinu eru þessi blöð skakkt brotin, þannig að það
blaðið er síðara, sem fyrr skyldi, en eg hefi látið prenta þau í
sömu röð og þeim er lýst í Frumpörtunum: er fyrra blaðið úr
ræðu á boðunardag Maríu, alveg hinni sömu og þeirri er stendur
í Stokkhólmshomilíubókinni á 138—143. bls. prentuðu bókarinnar;
byrjar þetta fyrra bl. á Stokkhb. 141. bls. 14. l. og endar á 142. bls.
30. l. Síðara blaðið er brot úr sömu ræðunni sem stendur í
Stokkhólmshomilíubókinni, á 133, bls. 15. línu — 134. bls. 27. línu;
en 12 neðstu línurnar af síðara blaðinu eru upphafið á Maríu
boðunardagsræðunni, sem fyrr var getið og samsvara þær 12 línur
því er stendur í Sthb. á 138. bls. 1—11 línu. Mjer þótti vel til-
fallið að láta prenta þessi brot línu fyrir línu og staf fyrir staf
til þess að menn hefði það óbrjálað til samanburðar við Stokk-
hólmsbókina, sem að líkindum er talsvert eldri; af efstu línunum
á 2. bls. fremra blaðsins er til dœmis um útlit handritsins hjer
sett eptir stunga þeirra. úr þessu litla brotakveri er enn fremr á
179. bls. prentaður stakur blaðstúfur; er það brot úr páskaræðu
þeirri, er í Stokkhb. stendur prentuð á 75 - 79. bls. samsvarar
fremri bls. því er stendur í Stokkhb. á 77. bls. 23—35. línu; en
síðari bls. því er stendur i Stokkhb. 78. bls. 24 - 26. l. og 79. bls.
3—8. l. neðst á þeim blaðstúf er hálf þriðja lína er auðsjáanlega
er upphaf á uppstigningardagsræðu.

Úr bókinni A. M. 672 a. 4to. eru hjer að eins prentaðar
neðstu línurnar á síðustu blaðsíðunni. Það er guðspjallsgreinin
um fernskonar sáðjörð: Lúk. VIII. 5—15. Þessi grein er skrifuð
með afarsmáu letri og talsvert bundnu, að öðruleyti líku því, sem

er á meginmáli bókarinnar, sem öll mun vera skrifuð um miðja 15. öld. á henni er 1) niðurlag á útskýringu boðorðanna. en framan af henni vantar fram í 8. boðorðið. 2) Á annari bls. bókarinnar byrjar rit um sjöfalda gipt heilags anda; endar sú ritgjörð á 20. bls. neðanverðri. 3) Neðst á henni hefst ritgjörð um 7 dauðasyndir; sú endar neðst á 40. bls. 4) Þá tekur við ritgjörð de VII. Sacramentis, og er þar undir sacramento penitenciae rætt um casus reservatos og satisfactionem bls. 41—109. 5) á bls. 109—111. er um Bartolomeus postula á 6) 111—112. bls. er um langaföstuhald. 7) og þá er guðspjallsgrein sú, er hjer er prentuð.

Meginmálið í þessu brota safni er svo sem fyrr var á vikið A. M. 677 4to. Mestur hluti þeirrar bókar er aptur þýðing á ritum eptir Gregor páfa hinn mikla, síðasta páfa, er tekinn hefir verið í tölu sannhelgra manna, og síðastan þeirra er taldir hafa verið með höfuð kennendum kristninnar. Fyrra brotið er úr homilium hans. Það yrði oflangt mál hjer að fara að gera grein fyrir, hvernig þýðandinn hefir farið með latinska frumritið á hverjum einstökum stað; þýðandinn hefir hvergi þrælbundið sig við orð, en víðast hvar heppilega náð rjettri skilningu á frumritinu. Margt er það, er styður þá ætlun, að þessi þýðing að minnsta kosti að sumu sje afarforn; fyrst er nú aldur handritsins sjálfs, sem glöggustu menn á fornbœkur telja eitt með hinum elztu; Konráð Gíslason »sjálfsagt snemma á fyrra hlut 13. aldar«, Dr. C. R. Unger í formála fyrir heilagra manna sögum X: »naumast yngra en frá ofanverðri 12. öld eða öndverðri 13. öld«. — en nú er að mínu viti vafalaust óhætt að fullyrða, að þetta er ekki frumhandrit þýðandans, heldur eptirrit, og ræð eg það af þessu. Þrátt fyrir ætlan Dr. K. J. Lyngbyes í ritgjörð hans um »Den oldnordiske udtale«, mun það vafalaust, að Stokkhólms-homilíubókin er eldri en A. M. 677. Nú vill svo vel til, að í Stokkhólmshomilíubókinni, á bls. 88. 27. l. — 92. bls. 32. l. er einmitt þýðing á miðbikinu úr XXXIV. homilíu Gregors mikla, þeirri hinni sömu sem þýdd er í A. M. 677 og prentuð á 60. bls. 27. l. — 65. bls. 27. l.; engum, sem les þessar bls. í Stokkhólmshomilíu-

bókinni og 677 mun geta blandazt hugur um það, að hjer er
þýðing eptir sama manninn; aptur á móti er varla hugsanda, að
A. M. 677 sje skrifuð upp eptir Stokkhólmsbókinni; hún hefir svo
víða rjett, það sem Stokkhb. hefir rangt, eins og hún á hinn
bóginn hefir ranglega fellt burt sumt sem Stokkhb. hefir; verður
því ekki annað úrræði, en að ætla að bæði Stokkhb. og 677, sje
skrifaðar upp eptir eldra frumriti; svo að þýðingin hljóti að vera
hóti eldri en Stokkhb. hvað gömul sem hún er, en hún ber það
með sjer en dregur ekki, að hún er eitthvað með hinu elzta; að
Stokkhb. sje ekki frumrit, heldur skrifuð eptir eldri handritum
styrkist einnig á samanburðinum við kafla þá, sem samstœðir eru
í þeirri bók við brotin í A. M. 686 B. 4to., er að mínu viti
hljóta að vera eptir sama höfund og Stokkhb. kaflarnir, en þó
ekki skrifaðir upp eptir Stokkhb. Bendir þetta allt á það, að
miklu meira, en menn ætla hefir verið skrifað á 12. öldinni, eins
og það hinsvegar sýnir, að menn þá þegar gerðu sjer far um að
fá afskriptir af því sem búið var að fœra í letur.

Síðara brotið eptir Gregor mikla er úr því riti hans, sem
hvað víðfrægast varð á miðöldunum: Dialogis; Zacharias páfi
þýddi þá á grísku, þeim var snarað á arabisku á 8. öld, og
Elfráður konungur mikli ljet snara þeim á ensku, á frakknesku var
þeim snarað á 12. öld; og jafnaldra þeirrar þýðingar er að líkum
sú þýðing þeirra á íslenzku, sem hjer er prentuð. Hjer er ekki
annað prentað en brot þau sem standa í 677, og var eg efinn í,
hvort eg ætti að láta prenta þau, þarsem Dr. C. R. Unger hafði
nýlátið prenta þau í hinu ágæta safni: »Heilagra manna sögur«; en
með því að annarsvegar var œskilegt að fá í einu lagi bókina
677 prentaða staf fyrir staf, þá ljet eg einnig prenta Dialoga
brotin, og í sömu röð og þau standa í skinnbókinni, þótt þau sje
þar öll í ringlaðri röð, til þess að mönnum geti orðið hœgra fyrir
að finna til samanburðar við prentuðu bókina það sem stendur í
handritinu. Á fám einum stöðum stendur annað hjer en í »Heilagra
manna sögum«, en það mega ekki teljast neinar öfgar, þarsem
eg hefi átt kost á að bera allt saman við handritið jafnóðum og
prentað hefir verið; aptur gegnir hitt mestu furðu, hversu miklu

Dr. C. R. Unger hefir afkastað í því að kynna almenningi vor fornu fræði; hann hefir nú látið prenta svo mikið af fornum ritum íslenzkum og norrænum, að flestir mundu ætla, að það væri ekki eins manns verk heldur margra.

Af þessu riti Gregors hafa verið til margar afskriptir á íslenzku, er sýnir hversu vinsælt það hefir verið, og það er varla efa mál, að margt af því, sem ber hinn mesta hindurvitna keim í sögum vorum bæði fornum og nýjum, á ætt sína að rekja til þessa rits, og það væri ekki ófróðlegt, ef einhver vildi bera saman jarteinarollur þær, sem vjer eigum til, við þenna jarteinabálk Gregors; eg vil að eins taka til dœmis fáeinar af sögunum í þessum brotum til samanburðar við sögur alþekktar annarsstaðar að; auðvitað er að sumir kunnu að segja, að mannlegur andi sje ávallt sjálfum sjer líkur, og því þurfi ekki það sem líkt sje að vera hvað tekið eptir öðru, en hitt verður þó aldrei hrakið að einmitt sögur og æfintýri gera sjer víðförult; en þess þarf ekki við í þessu efni; vjer vitum, að Dialogar Gregors hafa snemma orðið kunnir á Íslandi, og það er auðráðið af því, hvað mörg handritabrot íslenzk eru til af því riti, að þeir hafa snemma þokkazt vel, svo að það væri engi furða, þótt nokkrar menjar fyndust áhrifa þeirra á íslenzka sagnamyndun; þannig finnst mjer alls eigi ósennilegt, að Þorsteinn Jónsson, er vega vildi að Þorláki biskupi helga (samanb. Biskupas. II. 290) sje sniðinn aptir Langbarðanum er kjörinn var til þess að vega Sanctolum (bls. 120—121); varla getur mjer leikið nokkur efi á því, að orðin, sem í Nornagestsþætti (Ólafss. Tryggvasonar Ed. Scalh. II. 132) eru lögð í munn álfinum, er hann kom að sæng Gests: »furðu sterkr lás fyrir tómu húsi«, sje stæld eptir orðum púkans, er í blóthúsinu kom að Gyðingnum, er hafði signt sig krossmarki: »Ker es þar tómt ok læst« (í sögunni um Andreas biskup, bls. 92). Vel gæti manni og út af draumi Flosa (Njála Kmh. 1772 Cap. CXXXIV) dottið í hug sögurnar um Mellitus (bls. 136) og smalasvein Valerianus (bls. 137).

Af sjónhverfingareldi þeim er sýndist í eldhúsi Benediktsmúnka (bls. 145—146), þarsem inn hafði verið kastað skurðgoðinu, má vel hafa kviknað margur sá sjónhverfingarlogi, er leikið hefir um heimili þeirra manna, er síðan hafa verið að haugrofum á Íslandi, og svo margar sögur ganga af. Í kerlingabókum vorum bæði fornum og nýjum má finna svo ótalmargt, sem þannig svipar til hins og þessa í þessum mikla hjegiljubrunni; og það væri sjálfsagt fróðlegt og hvergi óþarft, ef einhver vildi taka sig til, og rekja saman ættir þess, sem innlent er orðið hjá oss, hvort sem það er í sögum, í jarteinabókum, í munnmælum, eða alþýðu kreddum, og frumsagnanna hjá Gregori; — frumsagna segi eg, en það kann að véra of djarft að kveðið, meðan ekki er komin nein sönnun fyrir ætlun minni. Eg veit nú að vísu, að margir munu virða þetta og því um líkt hjegómamál; en allt um það er ekki ófróðlegt nje óþarft að reyna að komast fyrir hvað miklu afbragðsmenn hafa orkað fram eptir öldunum; með mestu ágætis mönnum kristninnar var Gregorius páfi, og sjálfsagt hinn fremsti á sinni tíð; þótt hann andaðist nærfellt 300 árum fyrir en Ísland byggðist, þá er ekki ósennilegt, að það sje honum að þakka, að öll Norðrlönd og Ísland með kristnuðust jafnsnemma og þau gerðu; því af hans hvötum var það, að England var kristnað; en Englar og Saxar áttu síðan hinn bezta þátt í því að efla og útbreiða kristinndóm út frá sjer. Af Gregori páfa er á íslenzku alllöng saga nú nýprentuð í hinn ágæta safni »heilagra manna sögum« er fyrr var getið. Á íslenzku eru ekki, það menn enn til vita, önnur rit þýdd eptir hann en ræðurnar út af guðspjöllunum og Dialogi; en í mörgum íslenzkum guðfræðisritum frá miðöldunum er mjög víða vitnað til rita hans einkum til þess rits hans er kallað er: Moralia in Job; furðu má telja að ekki skuli að heita neitt þýtt á ísl. af því riti hans, er hvað merkast er, og enn er í hvað mestum metum, en það er regula pastoralis. Elfráðr Engla konungr snaraði henni á ensku, og er sú þýðing nú nýprentuð; að rit það hafi verið gagnkunnugt mönnum á Íslandi og mjög um hönd haft er auðsætt af því, að úr þeirri bók eru margar málsgreinir teknar í latínu hdr. ísl., innan um aðrar setningar kirkjufeðra og páfa um kennimannsskap og kirkjulíf.

'Algengustu bönd og skammstafanir, er koma fyrir í brotum þessum, eru öll hin sömu, sem vön eru að vera í íslenzkum forn-ritum. *a* yfir línunni = *ra* eða *va*. *e* fyrir ofan línuna = *re*. *ı* fyrir ofan línuna = *rı* eða *vı* eða *ır*. *o* fyrir ofan línuna = *ro*. *v* fyrir ofan línuna = *rv* eða *ru*. *ø* f. ofan línuna = *rø*. ⁷ = *er* eða *ır*. ʷ = *ar* eða stundum *ra*. ˜ = *or* eða *ur*. ᵁ = *us* eða *ús*. ɔ = *con*. ⁊ = *ǥ* = *oc*. ñ = *non* = *eigi*. *tˡ* = *til*. *s3* = *sed* = *helldr*. *m3* = *með*.

Fornafnið *hann* vanal. ritað ħ. kvk. ħō = hon. hvorugk. þ = þat.  
þolf. ħ = hann.   - ħa = hana.  - þ  
þáguf. ħō eða ħm = honom. - ħı = henni. - þˡ = þvı.  
eignarf. ħſ = hans.  - ħar = hennar. - þ = þeſs.

 Margtala. þ⁷ = þer eða þeır. þer. þaʼ. þeI = þeim. þ⁷a eða þ⁷ra = þeıra eða þeırra.

 ˜ yfir raddarstaf táknar að á eptir honum sje kveðið annað hvort *n* eða *m*. ˜ yfir *n* eða *m* táknar að þau sje tvöfölduð. víða kemur fyrir: Iħc = IHCOYC = Jesús. Xᶜ = XPICTOC = Cristus. Iħm = Jesúm. Iħv = Jesú. Ⴤ = maþr. í 677. eru víða dregnir saman stafir; þannig er þ og ſ dregið saman í einn staf svo að efri hluta þornleggsins hallar aptur, eins og væri það krókur á löngu ſ. á sama hátt er n og ſ dregið saman í einn staf, þannig að *N* fær skupluna af langa ſ-inu upp af aptara legg sínum. þótt þſ og nſ hafi verið dregin saman í eitt, þá hefir eigi verið gerð grein fyrir því í prentuðu bókinni; eins má vel vera að eigi hafi ávallt verið prentað með skáletri ı eða e, þarsem það var dregið saman við ð í hdr. í henni hefir og ávallt verið prentað eigi þarsem í 677 stóð ñ. og *oc* þarsem í þeirri bók stóð ⁊.

 Eg tel það fullan óþarfa, að fara að gera grein fyrir stafsetningu handrita þessara; prentaða bókin, ef hún er að nokkuru nýt, á að gera það sjálf; herra Konráð prófessor Gíslason hefir einnig í optnefndu riti sínu »Um Frumparta íslenzkrar tungu í fornöld« með þeirri frábæru nákvæmni sem honum fremur öllum öðrum af íslenzkum frœðimönnum er lagin, tekið fram hjer um til allt það, sem ein-kennilegt er í stafsetningu þeirra er rita elzt eru meðal íslenzkra;

þau brot af þeim, sem hjer eru prentuð bera sjálf með sjer í
hverju þeim ber á milli. Þannig virðist óþarfi að geta þess, að
sex fyrstu blöðin í A. M. 677 hafa bæði *d* og *ð*; og táknar *ð* í
þeim blöðum sama og *ð*, sem í síðari 36 blöðunum ávallt er
táknað með þ, nema á fám einum stöðum þarsem *ð* er ritað; *ð*
kemr á fám einum stöðum fyrir í 6 fremstu blöðunum; en þar er
það sem skammstöfun fyrir *ið* eða *eð* í *mð* og *vð* = *með* og *við*.
í síðara hluta bókarinnar kemr aptr fyrir á stöku stað *ð* til að
tákna sitt eigið hljóð t. d. í *stað* tvísvar á 61. bls. í 26. l. og
29. l. í hdr. í orðinu *rıdara* á 70. bls. 12. l. að neðan. Á líkan
hátt má og hverjum vera auðsætt, að í elzta brotinu A. M. 237
eru mjög reglubundin umskipti á c og k, sem sjálfsagt bæði eiga
að tákna sama hljóðið. *c* kemur þar hvergi fyrir, nema þarsem vjer
eptir gömlu stafrófsvísunni vitum að á að kveða að því sem *k*,
nema á alls einum stað, en þar er þá skrifað *ch* í eorenðreche;
*k* kemr aptur hvergi fyrir, nema á undan *e* og *ı*, nema í *líkama*
1. blaðs 4 d. 21 l. og vıt<sup>w</sup>c<sup>•</sup>k á 2. blaðs 1 d. 1 l. og 2. blaðs
2. d. 29. l.

Frá táknun raddarstafa í hverju handriti um sig skýrir
bókin prentuð langbezt sjálf; hefir herra Konráð Gíslason með
mikilli nákvæmni sýnt, með hve mörgu móti hvert einstakt hljóð
var táknað á Íslandi í fornöld; af hinni sundurleitu hljóða táknun
hefir nú aðvísu annar merkur frœðimaður Dr. K. J. Lyngbye, sem
því miður varð allt of skammær, leitazt við að leiða líkur að því,
hver hafi verið »oldnordisk udtale«; sú ritgjörð stendr í Tidsskrift
for Philologi og Pædagogik 2. Aarg. 1861, bls. 289—321. En af
þeim ályktunum, sem frœðimanninum Lyngbye þóttu sennilegar
um framburð á Norðurlöndum í fornöld[1]), hafa menn sem marga

---

[1]) Sá framburður sem hann getur talað um blýtur að vera talsvert eldri,
en nokkur rit voru til á Íslandi; hvert rit sem á Íslandi er ritað er
eo ipso *ekki* „oldnordisk“ heldur er það skráð á þá tungu, sem lifir
enn í dag, upprunnin af norrænni (norskri), fjarða og eyja mállýzku,
hvorumegin hafs sem var, en auðguð og fullkomnuð eptir þörfum
frjálsrar þjóðar, er frameptir öldunum var sívakandi, og hafði hin
margbreyttustu viðskipti við öll grannlönd sín; þáði auðvitað af

hverja að öllu vantar lærdóm hans og greind, viljað smíða sjer
framburð á íslenzkum ritum, og þykir það býsnum sœta, að ekki
skuli allir jafnt Íslendingar og aðrir gefa sig fangna undir get-
gátur þeirra; þeim þykir sjálfsagt miklu fyrirhafnarminna að spá
í eyðurnar um það sem *kann að hafa verið*, en að afla sjer
nokkurrar glöggrar þekkingar á því sem verið hefir og enn er,
hvort sem er í framburði íslenzkra orða, eða rjettri skilningu
þeirra; en ef þeir nýmælasmiðir óska þess, að nokkurr heilvita
maður marki nokkurt orð þeirra, þá þyrftu þeir að útvega sjer
frá skilríkum lækni vottorð um það, að þá vantaði ekki heyrn til
þess að greina hljóðin sem þeir eru að líma sig niðrí. Eg þykist
vita að það getur ekki annað verið, en einhverskonar hljóð-deyfi
samsvarandi litblindi, er meinar einum þessara hljóðfrœðinga að
heyra hjá oss Íslendingum kveðið að *h* á undan. r. l. j. v. — en
hvað skal blindur dæma um lit, hvað skal daufur dœma um hljóð.

Það er ekki meira en skylt, að eg þakklátlega minnist
þess, að ráðgjafi Íslands veitti mjer af fje Íslands 1000 króna
styrk til að geta dvalið hjer og látið prenta þessi fornu íslenzku
brot; en þetta á eg sjálfsagt að þakka góðum tillögum herra
landshöfðingja Hilmars Finsens, og meðmælum Dr. theol. P. Péturs-
sonar biskups, & last though not least herra professor P. G. Thorsen
háskólabókaverði, er jafnt fyrst sem seinast hefir gert allt, er í
hans valdi hefir staðið, til þess að greiða götu mína; má mjer
ávallt vera minnisstœð sú staka tryggð, er hann allajafna hefir
sýnt mjer frá því að mjer fyrst auðnaðist að kynnast honum, en
þá var eg nálega barn að aldri.

---

þeim mergð nýrra hugmynda, en hafði lag á því að búa þær inn-
lendum búnaði, er enn heldur sjer að kalla óbreyttur, að minnsta
kosti ekki breyttari en svo, að íslenzka — því svo heitir tunga sú
er nú mælum vjer á — er nú varla svo frábrugðin þeirri tungu, er
rituð var á 13. öld, sem danska sú, er nú er rituð, er dönskunni frá
Holbergs öld. Vilji menn ekki unna oss Íslendingum þess að láta
heita í höfuðið á oss sjálfum tungu vora, þá er vafalaust miklu
rjettara, að kalla hana þegar frá upphafi eynorrœnu, eða nýnorrœnu,
en að kalla hana „oldnordisk"; það heiti er ekki til annars en að
villa úr því rœða fer um rit skráð á Íslandi eða í Noregi.

## XX

Eg hefi opt áður í línum þessum nefnt nafn manns, sem eg hefði verið skyldur til þakklátlega að minnast, þótt eg hefði ekki haft önnur kynni af honum, en þau, er menn fá af ritum hans; vil eg sjerstaklega taka það til, er mjer hefir við þenna starfa komið einna mest að haldi, sem er ritgjörð hans »um frumparta íslenzkrar tungu í fornöld«; en eg á herra professor Konráði Gíslasyni miklu meira gott upp að inna, með því að hann með stakri velvild, hefir skýrt fyrir mjer hvað eina, sem eg hefi verið í vafa um, eða ekki getað úr ráðið, og veit sá einn sem reynir, hversu mikill munur er á því að fá skýran úrskurð sannfróðs manns, og hinu, að vera vafinn í getum og spám þeirra, sem þykjast góðu bættir, ef þeir geta gert sig gilda af getspeki sinni.

Eg á það að þakka herra Thiele prentverkseiganda, að prentaða bókin gefur að nokkuru hugmynd um hin fornu handrit, með því að hann hefir látið steypa marga nýja stafi, er ekki tíðkast annars í bókum. En kunnáttu herra hoffotografs Budtz Müllers & Co. eru að þakka handritasýnisblöð þau er bókinni fylgja.

Að endingu má eg þakka vini mínum Guðmundi Þorlákssyni stip. Arna-Magn. fyrir marga hjálp, við samanburð á hdr. og prófarkalestur, sem mjer er lítt sýnt um.

*Kaupmannahöfn 17. maí 1878.*

Þorvaldur Bjarnarson.

ti af himni. Kyrtill licams criftz er kening criftninnar. En
fa er fyr utan raðning er utlendr er fra licam Criftz. Slitom
ver eigi oc þa þena kyrtil heldr hlvto ver hann. þat er at
ver levfim eigi ifvndr boðorð guðs, heldr veri hverr fem ein
ftaðfaftr i þvi er hann er til kallaðr.                              5

En tolfti pallr ofoma er lyðr laga lavff fa er fellr i
fnoro glatunar þa er hann renr of ymfar villo gotor oc fyr
litr mal guðf oc fettning laga. þetta mankyn gærir fpa
Y[1]) vnder glicingo. mifgeranda lyðf oc męler sva. Aller
villtomc ver fva fem faðer oc hneigþifc hverr fem ein a 10
fina goto. Of þa męler fialf fpeki fyrer falomonem. Margar
gotor fynafc monom rettar þér er of fiðer leiða til glotonar.
þeffar gotor glotonar verþa gengnar þa er fyr latin verðr
ein kononglig[2]) gata, þat ero laug guðf þæ er eigi hneigiafc
til hǫgri handar ne vinftri fyrer orǫcð. Of þeffa goto méler 15
drottinn criftr fa er er ender oc fylling laga til retletiff.
Ec em gata oc fanyndi oc lif. Engi comr til fauðor nema
fyr mic. Til þeffar goto laðaði hann alla menn faman. þa·
er hann méler. Comið er[3]) til min aller er ftarfið oc hafið
erfiði. Engi er virþing tignar fyr guði quað poftulin. þar 20
er engi gyðingr ne girczr Y[4]) heiþin ne vtlendr þrell ne
frelfingr call ne cona helldr er Criftr fva fem aller hlutir i
ollom en aller ero eitt með guði. Ef Criftr er énder lagana
þa ero[5]) þeir fyr vtan Crift er fyr vtan lag ero oc er þa
lagalaff lyðr fyr vtan Crift.                                   25

---

[1]) maðr.   [2]) k̄glig (cod.)   [3]) likara et.   [4]) maðr.   [5]) Cod. er.

En þat er ofǫmt a tiþom gvðfpiallz keningar at lyðr verði fyr vtan Crift nafn þa er poftolom er gefit levfi at kena ollom heiðnom þioþom þa er guðfpiallz rǫdd revfter yfer allar atter heims oc heiðnar þioðer gripo retleti þat er þeir viffo eigi fyr, þa er þeir nalgafc Crift er fiari voro oc 5 þeir gorafc nv heilagr lyðr i Criftni er fyr voro eigi Criftz lyðr. oc nv er tǫkilig tið oc dagr heilso oc tiþer hialpar i auglíti enf hefta oc hver þioð hever vǫtt uprifv þa er drottin fialfr vattar oc fva meler. Ec em með yðr a ollom dogom til enda heimf. Gorum ver oc þa eki ǫn Crifti a 10 þeffi ftundligri -tið at eigi verði ver fcilþer fra Crifti eða Criftr fra off i oorðno life.

<h3 align="center">lib. f... auguftini q' d'r 'pfpeʀ[1])</h3>

**2. bls.** Sa[2]) ein Y er við alla omein er hvarci gorir mein fer ne avðrom, þvi at fa hatar ǫnd fina hverr er ranglẹtit fagar Oc þvi er anan veg at engi er fa er eigi gori fyr við 15 fic illa en við anan þo at baþom of gori meinit en hitt er ftvndom at eigi nair at gora við anan þat meinit er Y in villdi oc er þo vilin fecr þa við gvð. fyr þat et eina er hann vildi illa gera ef hann nẹði fyr gvði. (Prosp. I. Quae sit vera innocentia.) 20

Sva fcal mononom vna at þevgi fe mifgorðer þeira elfcaþar. Sva at ftoþa anari hendi nauðfyniar andar þeira oc licama — þvi at þat er enf goþa gvðf fcepna — en anari hendi at vera eigi famþyccr við þat er þeir gora illa helldr hata þat oc fcilia fra þeim ef ma fem þeira ǫft fe 25 baztft halldin fialfra. (Prosp. II. De hominibus diligendis.)

En eini gvð ein er at fono eilifr oc odauðligr allz fcapare lif af fiolfom fer lifanda hann ein hellzc þat it fvlla ei at vera fem hann ei er, en þat er faþer oc fonr oc en helgi andi. þeira ǫðli er eit oc alt it fama. þat er eigi 30 orþit fva at aðr veri þat eki, ne en heldr aukit or þvi er

---

[1]) í hdr. með rauðu letri.   [2]) eyða í hdr. fyrir upphafstafnum S

aðr hefði verit oc eigi fcapafc *þat* fva at endr fe aNan veg
en endr eða ftvndom aNan veg en ftvndom. fem von er at
fa craptr er fyri er umbliðnom hl*ut*om en fremri *þeim* er
verþa mono þa hefir *hann* eki ı fer ymiflict ne evþilict. En
morgom *þeim* hl*ut*om er fcapara fpecþin fcapði fem henne  5
licaði er þo gefið fyr *þat* ofan eı at lifa. en þo hvatki er ma
meıra eða mıNa vera en verit hefr þa devr *þat* eða endifc ı
*þeıri* halfoNi fıNı er *þat* fcapafc fra. Nv verðr við þaN coft
eki eilict at heldr *þat* er brightct er fcapat. en *þat* er ıt
fama er of valt yfir hvıvetna *þat* er þa guð. (Prosp. III. De  10
vera aeternitatae. Epigr.)

Morgom. hl*ut*om freftar lengı þolınmøði enf hęfta
konongf oc letr eigi *bratt* a fecıa menn falla þunga enf
retta domf. En þa er *hanf* mılldı þyrm*ır* *þeim* monnom
er piflar verı verþer fyr*er* ill verc fin þa gefr *hann* tıl þef  15
tom at lef*ter*ner fcylı fyr farafc en eigi menıner. En *þat* er
ftvndom að gvð hırter hıorto maNaNa með foþorlıgom bardaga
tıl þef at eigi fyr farı *þeim* braðlıga en*er* grimmo bardagar
fecıom. (Prosp. Aqu. Epigr. IV. De patientia Dei.)

Sva er heimr fia fvllr g*uð*f mılldı at *þat* er allf eki er  20
 eıgı dragı off tıl licnar þarf *konongr*ıN ręðr tıl hıalpar | i
reıþıNı fialfre þegar oc lecnırıN grøð*er* far með førum. Nv
reıþıfc af þvı helft gvðf gotfka at *hann* fcylı eigi reıþafc oc
hefr við fcamma harðyðgı tıl þeff at egı fcylı *hann* afella
eilıfa hefnd. (Prosp. V. De ultione Dei. Sententia.)  25

þa ıat*er* Y at fvllo *þat* gott vera er *hann* gott lofar
ef ǫll er roddın ein mvNzenf oc hıartanf. En *þat* at mela
vel oc lifa ılla þa er *þat* ekcı aNat en at fyrdǫma fialfan fic
með fıNı roddo. en þo fe verra bęðı oc ılla at gera.
(Prosp. VI. De vera Dei laudatione.)  30

Hımınrikıff meN einer oc helg*er* meN, hafa gvðf ǫft oc
navngf. Þarf aðr*er* coft*er* all*er* mego beðı vera ı goþra
maNa farı oc vandra þvı at gvðf ǫft· er fv at lata meıR fer
ftyra *hanf* boþorð en munoð fına oc fv navngfenf ǫft at
vnna þeff allz criftnom maNe oðrom fem fiolfom fer þa  35

ftigr hon fva umb fram of oll oNor goð verc at með ongo
of flygr til himinrikiff fyrer vtan þeffa tva vengi. (Prosp. VII.
De virtute caritatis.)

Poftolana keNing er fva hialpvenlig at i heNe of feR
hverr fem nemr er til þat er fvmer of alafc a en fvmer 5
verþa feiter fva at hvarki ftendr fyrer ofca ne elli ne engi
foc oNor fyr vtan vilialevfi. (Prosp. VIII. De doctrina apo-
stolica.)

Sa er gvð vill kvNa þa vill fa fegiN vera oc ei lifa ef
haun nemr at vNa gvði þa fcal hann honom eigna hvatki er 10
hann ma rett of fcilia eða girnafc eða gera. eþa fva þatz
YiN af lifer. Ongva fcepno letr fcapariN miffa fina giafa
en i þeire eiNi bygver hann er ofvfo kaN honom þeff er
hann gaf. (Prosp. IX. De quaerendo Deo.)

Sva fem licamnom er fcaðvenlict at mega eigi taca við 15
licamligri fozlo. þa er fva ondiNi hafcafamlict at leiþafc
andligar crafir. En hvat mon þat verða er matleiþaN megi
fra þeim maNe taca er þvi hafnar at feðiafc a fiolfom gvði.
(Prosp. X. De fastidio spiritali.)

SaNa oðli gvðf oc einca oðli er ei at vera enda hvergi 20
er við hann feftifc þa verðr fa at eilifo i liofe enf eiliga
rikiff En þeir er retletino hafna þa leita þeir við þat at
vera eigi enda gera þeir a þvi fvmf coftar loc. þvi at þa
fyr farafc þeir fra þeim er alla hefr vefningina i fer. En
þeir hafa eptir miffiN goðf þat er allz enf goþa | Nv ma 25
eigi oc þa þeira lið micit fynafc oc þeira verðr engi i tolo
heilagra manna en þeir mono at fono vefa beði micler oc
marger er dyrþina eigo þar eilifa er Criftr er (Prosp.
Epigr. XI. De bonorum & malorum finibus.)

Þo at gvð hefni eþa hefna lati feciom monnom illar at- 30
ferþer þa girnifc hann eigi at heldr a pifl þeira a þa lvnd
fem hann feþi reiði fina a hefndiNi. helldr domer hann
oreiðr þat er rett er oc fcipar með rettom vilia oc fyner
fva fic vera hverfvetna drottiN at þatci fe at iner illo menn fe
fyr vtan hanf fcipon (Prosp. De tranquillitate ultionis Dei XII.) 35

Sa ein hever goþa scilning er gorir þat er hann fcilr
at retto at gera fcal en elligar er eigi fcilningin ef eigi
fylgia verken goð þvilic fem er fpecþen an hretflo gvðf en
þar er fva umb ritit at hretfla drottinf er uphaf allar fpecþar
en þa miffir allz ef uphaff miffir. (Prosperi. XIII. De bono 5
intellectu).

Morgom helgom monom er þat gefit þeffa heimf þegar
at vna þo við anan heim ein nér fem ander en þat verðr
þeim monnom er eigi[1]) enom fallvallta heimi oc eigi lata fic
møþa ne einar girndir fcamęligra hluta bafa hugin i himni 10
þo at licama lifit fe a iorþo trva a gvð ein oc hann elfca
oc a hann ein girnafc fyr alt et goþa. (Prosp. Epigr. XIV.
De requie ad huc in carne viventis.)

Hvergi er vel hvær fyr þvi hvi hann fcal gvði heita oc
hver heit hann fcyli efna, þa heiti hann fiolfom fer oc efni. 15
Þat heimtir gvð oc þat er maðrin fcyldr at giallda honom
En fva fem at þvi er hygianda hvat þu fcallt føra oc
hveriom þv fcal føra þa er iafnfcylt at hygia fyr þvi en oc
hvar þu fcal føra føra hreina atferd i hlyðni oc i famfini
rettrar trv oc boþorða þvi at fyr vtan þa hlyðni taca ekci 20
verccaup verkin þot goð fe colloð. (P. XV. De vovendo Deo.)

Tvér ero rettar ombonar onor þa er goþo verðr gott
lavnat en onor þa illt comr fyr illt. En in þriðia ømbon er
fv er heita ma frumgiof fv verðr þa er i fcirnini verðr fyr
gefit alt it illa en veit it goþa. enda verðr við þan coft 25
fynt þat at oll drottinf verc ero anat tvegia nema beði fe
frumgiafar eða retletif giafar. En of hina ombon er omilder
menn launa illo gott þar hever gvð eki af þeire allz engi
myndi fa til verþa er gvð of lavnaði goþo gott. nema hann
drottin var lavnaði aðr goðo illt. (Prosp. XVI. De justitia & 30
gratia.)

**5. bls.** Sa er þvi heilli verðr callaðr til himinligrar foþor erfþar
at hann þigr crift laufn þa fagar hann fva þetta it fcamma

---

[1]) vantar auðsjáanlega halldasc af eða því um líkt.

lıf ſem eınar nétr gıſtıng. En meþan hann coſtar tıl heıtınar
hvılþar at fara nér ſem of okvnar brauter allz hann hyɢr eı
umbfram þa verðr hann marga haſca at þola þeſſa heımſ .
gotonar.  er hon ſtıgr yfer oſtyrcıa menn ſtundom með
hǫgındom en ſtvndom með ohǫgındom. En ſa Y of renr þa 5
ſva þo tıl ena ſono fagnaða a meþal þeıra ſnarna[1]) at
heımren of veıþer hann eıgı. hverr er epter Crıſtı gengr
ı hanſ boþorða halldı þvı at hann an at ſono gvðı oc
monnom. (XVII.  De supernae patriae civibus.)

Engı Y er ſa er eıgı þyngı hanſ ondo en brıglıgı lıcamı 10
oc þer enar lıcamlıgo gırnþer er honom fylgıa. En vıð þat er
.coſtanda[2]) — at yfer verþı ſtıgıt of þer með andanſ aflı oc þeſ eı
bıðıanda at ın ıðrı Y er ofvalt kener ſer at motı verþa ſtaþıt
ſcylı ofvalt en oc vıð gvðſ fulltıng of ſtyðıaſc ſva at ın ıðre
andar craptr of ſtıllı enom oǫðra hlut ſınom þeım er vıð 15
lıcamen er meır rıþın.  (Prosp. XVIII.  De carnis cupiditate
vincenda.)

Þrong er ſv gata er tıl eılıff lıff leıðer. þvı at eıgı verða
lıcamſ fagnaðer að vera a hugſcotz farvegnom.  En ı vıþom
rvmum gengr ıarðlıg gırnð raðvendın letr ſer a fleırı vega 20
gegna er þo ſe þat .ſcęlegeom hvgom vıþar ſlettor er þeım
þyccıa bıartır ſtıgar er a heımſ hegoman hycıa.  En bıartr
ſtıgr oc ofotlınr verðr þo þeım auðgengr er meınletonom vno fyr
ſacar ombonarınar. (Prosp. XIX. Epigr. De angusta vitae via.)

Með þeım vılıa oc þeırı fyſt er gvð gaufgandı at Y vılı 25
fyr hanſ gofgon hann ſıalfan at vercaupıno hafa.  En ſa er
ſva gofgar gvð at hann vıll heldr anat nacqvat fyrer hafa þa
gaufgar ſa eıgı gvð nema hıtt helldr er hann gırnıſc helldr
at hafa. (Prosp. XX. De praemio Christianae religionis.)

Þat er mıoc mıcıl ſynð at dǫma of anarſ hvgſcot eða 30
levnda atferð eða raða tıl enſ verra.þat er vera ma vel Verðr
þat ofraþar rangt at en ofynı .glopr ſe ogoðgıarnlıga
tortrygðr eða ſcylı dǫma of en oraðna glop allra helſt með

---

[1]) Cod. fnarna.   [2]) Cod. cost anda.

þvi at gvð eiɴ er allt litr fem er fe til comiɴ at dǫma of þat alt er ofynt er. Er eɴ oc ogoðgiarnlict at vilia hevra illa qvitto. eɴ ofpąclict at *trva* allra helft ef þevgi er fcylt at vita þot fatt *veri*. (Pr. XXI. De occultis non iudicandis.)

**6. bis.**  Gvði fcolo *ver* þat keɴa avalt er ver of fiom við illom 5 *ver*com, en gorom en goþo *ver*cen[1]) fyr gvðf facar, *þvi* at þa er hann i hiartano oc fyfl*er* þat at *ver* of viɴim. Verken bera vitni hvaʀ aɴdeɴ hvgfcoteno ftyri *þvi* at eɴ helgi andi gorir meɴina helga *fem* liof kycni af liofi. en[2]) þaɴ eɴ goþa anda verðr engi goðr. (Prosp. De adiutorio Dei. Epigr. XXII.) 10

fra piflom heilagra[3])

Af rettom gvðf domi verðr illom monnom oft velldi gefit mein at gera eða at viɴa a goðom moɴɴom eða helgom hanf til þeff at þeir bęði ftyrcifc af piflar erfiðino oc taci meire lavn af gvði en þeir metti af goþom vilianom aðr oc miðr revndom. (Prosp. XXIII. De passionibus ꞩ<sup>ct</sup>orum.) 15

fra foɴom kvnleic[4])

Engi er faðr froðleicr at eino goþa nema *til* þeff fe numiɴ at uɴiɴ verði. Eigi nemr fa til micillar nytfemi lavg guðf. ef *hann* hev*er* mioc micit erfiþit fyrir at mvna. en þa er hann man þa vill hann eigi fer nyta er þevgi fe til þeff meltr at eigi fcyli nema helldr til hinf at nema 20 fcyli oc nyta alengr er nvmit er. (Prosp. XXIV. De scientia boni.)

aft logmalf[5])

Sa er gvðf logom þvccifc hallda þa faɴi *hann þat* fva at *hann* hati *þat* eitt i ranglat*ra* manna fari er þeir gera i gegn logonom. (XXV. De amore legis.)

fra raɴfacan boþorða[6])

Gvðf boðorð ma necqvi hellft eɴ roe hvgr of raɴfaca. 25 Nv *til* þeff oc þa at fremia megi trvfaft nam þa er navðr

---

[1]) í hdr. v'c en.  [2]) en (þannig í hdr.) en er líklega misritað fyrir ǫn = án; í epigr. Prosp. sendr: sanctus enim sanctos facit & de lumine lumen exoritur: nullus fit bonus absque bono.  [3]) Fyrirsögn rauð mjög máð: fra piflo hra.  [4]) Fyrirs. rauð mjög máð: fra fono kvnleic.  [5]) Fyrirs. aft logmals.  [6]) Fyrirsögn með rauðu: fra raɴfacan boþorða.

at ſcilia fra *ſer* ogoðgiarnra ma*nn*a ſeɴor eða ſcǫrvr enda
ma ı þvı hlıoðı oc eno helga rolıfı með gvðſ boþorðom of
ſmıþa langett mvſt*ere* þeı*m* gvðſ afthvga er *yſer* ſtıgr of
allar hollıgar gırnðır. (Prosp. XXVI. De scrutandis mandatis Dei.)

Engı ᛘ er ſva vel lęrðr ne ſva froðr at eıgı þvrfı hverr 5
at gvð gefı betr at ſcilia eð*a* *gera* þvı at ı enſcıſſ maɴz fari
of vaxſa ſva mıoc enar goðo gvðſ gıafar at eıgı ſe tıl framaʀ
en þat er eɴ ſcynſamaſtı ᛘ mettı eɴ betr ſcilia eða gora.
Nv cycnı hoſ af hoſı eɴ coſtr af coſtı eða hvı ſcylı egı
manzınſ vıt fvſlıga ſǫcıa tıl þeſ er gvð retter at motı. 10
(Prosp. XXVII. Epigr. De proficiendo.)

Vıð alla ſcepno ſına ſama*n* hev*er* gvð fra*m* ı tveɴo alt v*er*c
ſıtt ſva at aɴat tveɢıa er alt þatz ha*nn* gorır frv*m*gıoſ eð*a*
retletıſ gıoſ. En þ*e*r baþar gıafar coma ſama*n* or hımnı
ofan ı þeɴa heı*m* tıl þeſſ at engı hlutr þermlıſc þér baþar. 15
En af þvı at engı vaʀ er eınhlıtr at ſıɴı bıorg þa comr
avalt fyʀı frv*m*gıoſın en retletıt. þat er fyrdǫm*er* þa er mıclaſc .
vıð frv*m*gıoſ gvðſ. en bergr | þeım er gvð launar þat ıt goða
er þeır þago ıt goða. (Prosp. Epigr. XXVIII. De dupl. opere dei.)

þat er fıolþreıfı ıt algorvaſta crıſtnıhald at ᛘ ſe frıðſamr 20
vıð þa þegar er ovın*er* ero frıðarınſ ef þeſſ a von ef bǫta
mettı fyr*er* þeım ſva at þevgı v*ere* ſamþvccı vıð ıllgırnı þeı*ra*
ſcolo ver þeſſ coſta at þevgı of hati þeır oſſ fyr ſaɴar
ſacar þot hvarkı vılı þeır af dǫmo*m* ǫro*m* batna ne af aſtar
hırtıngo*m* oc holldom þo ſva frıþıɴ vıð ſıalfa þa þot ver 25
ſem ovın*er* ıllſcoɴar. (Prosp. XXIX. De observantia pacis.)

Oft recr d*rott*ıɴ alla ohǫgıa hlutı ſva fra maɴıno*m* at
haɴ v*er*ðr þa fyr ǫngrı meınſemı. en þa er allz valldara
crapt*rı*ɴ þo eɴ meır vırþaɴdı er ohǫgındın ſtıga eıgı yfır
maɴıɴ þot haɴ hafı. helldr maðrıɴ of þau. Verðı lofaðr nv 30
oc þa ſa er maɴıɴ ſtyrc*er* ſva at ſtıgr yf*er* freıſtnına þvı at
ſa ſıgr fǫrır ho*n*om alla dyrð ept*er* dauþaɴ. (Prosp. XXX.
Epigr. De custodia Dei.)

Þv ᛘ er tıl hımna etlaſc oc vılld*er* coma hygðv gorla
at hverr þıc callar eða hverſ fulltıngı þv feʀ ef þv feʀ. þvı 35

at elligar ef þv hygfc af þinom crapti mega clifa til himnefcra
hluta þa fellr þv helldr fra enom heftom i ena lęgfto. en
þv upftiger með þino enf[1]) fvlltingi. (Prosp. Aqu. XXXI. De
adiutorio Dei. Epigr.)

Of alla þa er milldliga vilia lifa i criftninni þa legfc 5
þat fialft a at þeir verþa brigzfli þola af omilldom monnom
oc olicom fér oc verþa fva fyr litler fem þeir fe heimfcer
men eða nér ꝍrir er þeir fcolo loga handberom auðreþom.
en þeir vetta fer fiþan þeira hluta goþra er ofyniligri ero
oc ocomner fram. En fia ometnoðr oc hatr mon þeim a 10
heNdr verþa er fnyfc beði auðr þeira i oregð oc metnoðr i
hnevcfl. (Prosp. XXXII. De odio mundi in Christianos.)

Oll trufaftra manna hialp oc oll ftyrcð þolinmoþiff
þeira er þeim eignandi er dafamligr er i helgoin monnom
finom þvi at vndir myndi ligia manzinf oftyrcð vndir eNa 15
vmilldo maNa grimleic ef eigi veri eN helgi andi i hiortum
þeira. (Prosp. XXXIII. De patientia fidelium.)

Sva fcal alþyðan hlyða hofðingiom oc fer hverr vNdir Y
finom yferboþa at fitia þeim fcameitt rici til þef at avðlafc
it eilifa þat er eN hefti vegr oc eN fanafti crift vina — at þeir 20
fiti vel rici þat hvert er eigi fpiller almenniligri trv þeim
drottnom þegar er illir ro eN þione með ꝍft enꝍm goþom.
(Prosp. XXXIV. De obsequiis debitis.)

Rangt ær at vaNda of hvergi ohꝍgindi er gvð legr a
hendr monnom en hitt er rett at ganga letliga vnder | þat alt 25
oc at heldr at fa fcrifar þat alt fyr fynðir orar eða til
dyrþa off ef betr metti er umb off fcal dꝍma harðan dom
ef ver rom ranglater en mifcunnardom ef ver rom retlatir.
(Prosp. XXXV. De toleranda varietate mundana.)

Sva fem gvð gorir þat at in helga criftni þroafc beði 30
át manfiolþa[2]) oc at coftom Sva gorir hann oc at hon fcyli
of halldafc i coftonom allz þvi at einf comr at halldi ftiorn
yfermaNaNa ef gvðf andi letr fer fama at varðveita eigi at

---

[1]) Cd. ens = eins eða ritvilla.   [2]) Cd. fiolþa.

einſ hꞮorþꞮna helldr beðꞮ oc hꞮrþana.  (Prosp. XXXVI.  De
aedificatione domus Dei.)

EꞮlꞮgrar borgar fagnaðer mono eꞮ vera þarſ eꞮ hafa verꞮt
oc eꞮ ero.  þvꞮ at ſꞮalfr gvð er þarſ oc[1] fagnaþarꞮnſ.  þar
er eꞮgꞮ vaſcevtr vꞮlꞮ ſa er ymſo vꞮɴdr fram heldr eꞮn ſpecð 5
ꞯ ollom oc eꞮɴ aſthvgi ſa er alla ſeler Ɪafnſaman af hverſ
eꞮncaſelo.  (Prosp. XXXVII.  De aeternis gaudiis.)

Sa heldr at ſoɴo crꞮſt log er at ſoɴo elſcar haɴɴ.  oc
ſa elſcar meɴena er haɴɴ elſcar at ſono.  Sa er oðrom fyr
gefr þatz vꞮð hann er mꞮſgort þa levser ſa ſꞮnar mꞮſgorðꞮr 10
af ſꞮolfom  ſer  VeꞮtꞮ ſynda ⅄ ſyndamaⱱe mꞮſcuⱱ oc ſettꞮ
ſva drottꞮnꞰ vꞮð ſꞮc at eno ſama lagꞮ.  Gvðſ domr bꞮðr þeſſ
hve ver revnꞮmc dǫmt hafa oc letr oſſ þaɴ acr ſcera er ver
hofom tꞮl ſaꞮt.  (Prosp. XXXVIII.  De lege caritatis.)

[EꞮgꞮ byðr guð nakkvat][2]
fyr þeꞮm ſocom at hoɴom ſtoþꞮ þat oc eꞮgꞮ þarf eɴ ſaɴꞮ
drotteɴ þrelſ·þꞮonoſto eɴ hꞮtt er helldr at ſa vex er haɴſ
boþorþom þꞮonar en ſa þverr er hafnar  Gvð eɴ almatkꞮ 15
hann er ſꞮalfr ſer ꞯt ǫzſta oc it eꞮlꞮga gott.  þarf hann gefr
hvatkꞮ er betra er at hafa en on at vera oc þat eꞮtt þꞮꞬr
hann er hann ſꞮalfr hever gefꞮt.  (Prosp. XXXIX.  De ius-
sionibus Dei.)

Alt þatz a umblꞮðnom tꞮþom hever verꞮt eða nv er eða 20
verða hyꞬr þat er alt ſeɴ nylꞮga oc eꞮlꞮga oc hꞮaveſandlꞮga
fyr gvðſ augom  þyccꞮr af þvꞮ gvðꞮ nyraðlꞮct þatſ fram
comr a tꞮþonom þot meɴ vndrꞮſc þat, er ſꞮaldan comr fram
oc þyccꞮ lꞮtꞮl von at verðꞮ ſva þat er moɴnom þyccer vꞮſt
oc raþꞮt vera oc ma aɴaⱱ veg vera fyr þeſſ augum ·er eꞮⱱ 25
ſtyrer með ſꞮno ſꞮalfdǫmꞮ ollom hlvtom hvart ſem ſꞮalfrǫðꞮ
hafa eða eꞮgꞮ.  (XL.  De intemporali scientia Dei.)

OhverfraðlꞮga oymꞮſlꞮga ſcꞮpar gvð ollom ſeɴ þeꞮm
hlutom er brꞮgþlꞮga oc ſcꞮptꞮlꞮga oc a ymſom tꞮþom comꞮ

<hr>

[1] þannig i hdr. en á auðsjáanlega að vera ſoc fagnaðarins
= cauſſa gaudendi.  [2] Máð út hálf lína en þeſſum orðum bœtt við
eptir 685 C. 4to.

fram þvi at eigi coma allar tiþer seɴ fram.   (Prosp. XLI. De providentia Dei.)

Ekı er ofęligra en fela fynþogra *manna* *þvı* at omaclıg fela evcr vefolðına oc hefndar freftın[1] auca hefndına ver|þı nıðrfelld nv oc þa en tomo freft[2] en framfọrð hęilfo famlıg meınletı.  oc þav vıl er fvnat hafa af fellıfef crọfom ate nv harðr dryccr tıl faðrar heilfo.   (Prosp. XLII. De impunitate peccantium.)

Froðleıcrıɴ eıɴ faman ef eıgı fylgır ọft boþorþana fv er lıfıt gefr þa vegr *hann* helldr en qvecqvı er *þaɫkı* er at fa fe faclavff er af þvı eıno gorır eıgı ılla at *hann* vɑır hefndına nema þa er *hann* alogat ofecr ef *hann* aɴ eno helga oc eno retta boþorðı.   En þaɴ afthvga gefa eıgı laugın hellðr er *þat* gvðf gıof at elfca oc vılıa þatz logın bıoþa. (Pr. XLIII. Epigr. De legis litera.  Cfr. Pr. CXVII.  Quod sint vitanda peccata non timore pœnae sed amore iustitiae.)

Eıgı þıonar hollz mvnuþın boþorþonom logaɴa oc eıgı ma hon ftıga yfer fyndarfreıftnına   Nu af þvı at hanraða hvgfcot þolır freıftnı enf oftyrcıa lıcama.  þa verðr *þat* ner nevt tıl at bıðıa fer gvð fulltıngf.  þat *gera* laugın nv oc þa ı vaɴdendom fınom at þaurf fcylı þyccıa at bıðıa fulltıngf af crıftı þeff er með þvı fvlltıngı megı fyld verða en orðgv boþorð lagaɴa oc at þeır megı yfırftıga of hollfzıɴf hygıandı er fıalfr fcaparı enf retta logmalf fvlltıngır.   (Prosp. XLIV. De lege & gratia.)

Sva fem eıgı of ftanda retlatom maɴe fyrır eno eılıfa lıfı nacqvarar fma fyndır þęr er travt ma vıð of fıa ı þvıfa lıfı.  þa ftoþa fva ekı enom eılıga *manne* tıl eılıgrar hıalpar noccor goð *verc* þav er fva fma ero at tratt fıɴıfc fva vaɴdr Y at eıgı hafı.   (Prosp. XLVI.  De fidelium culpis, & infidelium bonis.)

Þat er gvð heıtr at gefa off ı auðrom heımı ef *ver* megom tıl comafc.  þa hagar *hann* fıalfr fva oc gorır at

---

[1] í hdr. stendr: freistnin auca freistnina hefndina; yfir freistnina hefir verið dregið strik.   [2] líkast því sem feest væri.

*ver* fcylım *tıl* comafc. en eıgı ver eða aNaR nacqvaR þvı at
þat vere[1]) fyrır at heıta heldr fyrır at fegıa er af þvı eıgı
hıalpın fva mıoc af þvı vercıno. Þot gvð fe myclu meıR
etlandı af þeım er *tıl* callar meNena *tıl* enf goþa at eıgı
þvccı af manna valldı helðr en gvðf þatz þeır hıalpafc enda 5
þyccı þa verccavpıt varla fem fe gıof helldr ner fem vıta[2])
fcyld fe oc fe eıgı þat gıof er gıof er. (Prosp. XLV. De
promissione Dei.)

þa er eN rangı vılı naer þvı er *hann* gırnıfc a þa comr
þat af gvðfdomı retto*m*. en þat eptır letı er hefnd ıllz vılıa. 10
þvı at vex hefndın ıafnt fem fecþın ef eıgı ftendr gvð fyrır
framfor olofaðra vercaNa. Nv er meıR ranglatom manne þat
uGanda at *hann* nae eıgı hneckıngo eptırlıfıffınf en fram-
for þeS. (Prosp. XLVII. De malae voluntatis effectu.)

Allır lefter verða þa gorver er ılla er *gert* nema ofmetnoðr 15
eıN vıð honom fcal ıafnt ı goþom vercom fıa eN oc fem
ıllom. (Prosp. XLVIII. De superbia.)

Mıcıt er a · mıllı hve hverıgır meN nyta fer beðı þa
hlutı er farfelıgır ero talþır oc þa er meın þyccır at þvı at
en retta vırþıng caN þo fıc | meta þott høgyNdın hafı. en þa 20
er eıgı naır (au)ðro[3]) her en ohøgıNdonom þa vner *hann* þo
vıð aNarf heımf hogındı þav er fyrır fcal hafa. en fa er
þeffa heımf fegrðonom aN þa vnır *hann* ılla er *hann* fer
eıgı en hann gorır fer at meırı vefolð ef hann fer oc caN
þa fer eınom ofofo. (Prosp. XLIX. De impari usu fortunae.) 25

Engı bana fcal ıllan etla þaN er gott lıf feR fyrır þvı at
ekcı gorır ıllan dauða nema ıllz lıff hefnd comı eptır davðaN.
Egı er allmıcıt vndır þeım monom er gvð vıll at deyı hvat
þeım verðr at bana. helldr vndır þvı hv(ernı)gat[4]) þeır hverfa
eptır banaN. (Prosp. L. De morte sanctorum.) 30

þot lıcamnom verðı navðgat *tıl* favrlıfıff oc fe fra allr
vılı manzfınf þa er hvarci fect at helldr ǫndın ne lıcamın eN

---

[1]) hèr vantar í eigi: quod iam non est promitterė sed prae-
dicere. [2]) í hdr. evita. [3]) gat á bókfelli. [4]) máð en mótar fyrir
leggjum af · nı.

ef alhvgı maɴzenſ er eıgı hreıɴ þa er þo hvarcı hreıɴt
ondın ne lıcamıɴ þot allra helſt hafı hann ekı verıt vıð hafðr.
(Prosp. LL. De puritate quam non perdit invitus.)

Mıclo meıra er þat vert fyr gvðı at Y vılı helldr hafa
her erfıðſamlıc lıf en flǫıa oc ſva hafa þolınmǫðı vıð arendoma 5
alþyþoɴar hvarz hverfa tıl loſſ eða loſtonar alengr er hann
helldr ı hvg ſer tryɢrı atferð beðı vıð gvð oc meɴ. (Prosp. LII.
De fortitudine tolerantiae.)

Hvergı meınſemd er ranglatır drottnar leɢıa a hendr
retlatom moɴom þa er þat eıgı fyr þvı ·at gvðı mıſlıkı þeır 10
helldr ·tıl þeſſ at þa vıll gvð ſyna oc auca coſtı þeıra. En
goðı Y þot hann þıonı auðrom þa er hann þo frıalſ. en ıɴ
ıllı Y þot hann hafı koɴoɴgſ rıcı þa er hann þo þrell faſtr a
fotom eıgı ſem eınſ maɴz ſe hellðr ıafnmargra drotna ſem
hann a‾loſto marga. (Prosp. LIII. De libera servitute & do- 15
minio servili.)

Þat eıtt of gefr gvðı at retto er gvð hevır aðr gefıt.
þat er up maclıct at fara er ofan er comıt. (Prosp. LIV. De
oblatione votorum.)

Hver veſnıng ſv er eıgı er gvð ſcepna er hver þeıra en 20
ſv er eıgı er ſcepna gvð er ſv Engı mıſmvnı er nv oc þa
a goddomı þreɴıngarıɴar þvı at þat allt at mıɴa er en gvð
þa er þat eıgı gvð. (Prosp. LV. De essentia Deitatis.)

Slıca elſcar gvð oſſ ſem ver erom gorvır eða verþa
monom af hanſ gotſco en eıgı flıca ſem ver erom af orom 25
verðleıc Lǫrı oſſ nv oc þa eɴ almatcı gvð oc ſtaðfeſtı ı
goþo groðrſetı oc vevqvı fagı oc pryðı oc gerı ſva at honom
lıcı at eılıfo. (Prosp. LVI. Quales nos diligat Deus.)

Fyr vtan tıð er ſcıpan tıþaɴa ı eılıfrı gvðſ ſpecð enda
ero ongver lvter nyraðlıger fyr þeım ſem von er at er ſcapþa 30
hever þa hluſı þegar er en ero ocomnır fram oc coma muno.
(Prosp. LVII. De intemporali opere Dei.)

11. bls. Ef retletı gengr tıl þa ma hata ſva ſcynſam|lıga at þat
er fvllt hald gvðſ laga en þa er ſva ef hvarcı er at þv hater
meɴena fyr þeſſar ſacar. þot þv hater lᴀ́ſto þeıra ne þv 35

elſcer laꝩſto þeꞃra fyr þeſ ſacar þot þu elſcer þa ſialfa  Nv
verðr at retto oc þa at ver hatım ıllſco ıllra maɴa en ver
elſcem ſcepno gvðſ þat er Yıɴ. (Prosp. LXV.  Quo odio odiendi
sint mali.)

Gvð er heımſenſ uphaf ſa er aller hlꝩter taca hrǫrıng 5
af oc gera þa hlꝩtı alla er aɴat tveɢıa byðr ſcaparıɴ eða letr
na at gorver verðı  Heðaɴ er þat at en obrıgðılıga ſcıpon
ſcıptılıgra hlꝩta þıonar laꝩgom enſ eılıfa hofoðſmıðſ. oc þat
at hverr vılı beðı goðr oc ıllr vera comr tıl ſıɴa loca. en ſa
eɴ retdǫmı eınvalldı ſcıꞃıſc ekı vıð at dǫma of olıca verðleıca 10
ſa er ſtyrır hıortonom tıl goðſ vılıa. oc aꝩflen gefr tıl goþra
verca en fyrgefr ın ıllo hann er hǫgr vıð hlyðna meɴ en
odǫll enom ohlyðnom ſva at gvðı ſe beðı lof oc vegr
hvartveɢıa at pıſl enſ vanda oc at dyrð enſ goða. (Prosp.
LVIII. Epigr.  De principali omnium rerum causa.) 15

Þv ſa Y er vıta‧vılldır ı hvarn ſtað þv ſcyler coma eɴ
goþa eða eɴ ılla Pa raɴſacaðu hvı þv hafnar eða hvat þv
elſcar þvı at af þeım tveım hlꝩtom goraſc allar atferðer. oc
verðr groðrıɴ glıcr ſıno free oc þat er hverr vıll ſer tıl
handa velıa ı þeſſom hemı þat ſcal hann taca ı oðrom hemı 20
at enſ heſta koɴongſ dome.  (Prosp. Agn. Epigr. LIX.  De
finibus bonorum & malorum.)

Latı eıgı þeır meɴ holldſenſ munoð ſer ſpılla er crıſt
lıðer hafa gorzc ı ſcırnını oc engla ſamvıſto meɴ Marga
ʼhlꝩtı mıoc goða groþer hemr ſıa tıl vaꞃa nytıa. en þo 25
ſcylldo[1]) þeır meɴ ıarþar blıþındın fyr lıta er a hımna up‧er
boþıt allz þeır er eıgı vılıa erfıða ſer tıl eɴa heſto hlꝩta þa
mono þeır hlıota ena lǫgſto hlꝩtı ſem þeır agırnaſc. (LX.
Epigr.  De gaudio Christiani.)

Goddomſenſ hǫð gengr umb fram eıgı at eınf of orðſımı 30
ora helldr beðı oc of þat ver megom ſcılıa.  En þo ma
necqvı retlıgaꞃ hyɢıa of gvð en rǫþa oc er þo myclo meıra

---

[1]) í hdr. depill yfir l-inu til merkis um að tvöfalda skuli það.

goðſ umb en hyɢɪa megɪ.  En þat verɪ lɪtɪll lvtr kvɴleɪcſenſ
vɪð gvð ef ver mettɪm þat fyrſt vɪta hvat eɪgɪ er gvð fyʀ en
ver vɪtɪm hvat gvð er.  (Prosp: LXI.  De ineffabili excellentia
Deitatis.)

Ofmetnoðr dɪofvlſinſ *com* ofmetnaþar maɴenom *tɪl* 5
dauþanſ.  en Crɪſtr lɪtɪllatr leɪddɪ *tɪl* lɪffɪnſ aptr hlyþɪɴ maɴ
þvɪ at ſva ſem fɪaɴdɪɴ mɪcɪllatr fell nɪðr oc varp nɪðr
hverɪom ſɪnom ſamhyɢɪanda þa reɪſ ſva þar ɪ gegn Crɪſtr up
af dauða ſɪðan er *hann* hafðɪ lǫgðan ſic oc reɪſtɪ up hvern
er a hann trver.  (Prosp. LIX.  De superbia Diaboli & Christi 10
numilitate.)

Eɪgɪ ero aller þeɪr þegar ſeler er hafa þatz vɪlɪa er
**12. bls.** þe|gar ero þeɪr veſalɪr er aɴat tveɢɪa hafa þeɪr eɪgɪ þat er
þeɪr vɪlɪa eða þeɪr hafa þat er þeɪr vɪlɪa ranglɪga.  Syno nǫʀ
er nv oc þa ſeloɴɪ eɴ rettɪ vɪlɪ þot haɴ hafɪ eɪgɪ þatz ha 15
gɪrnɪſc en eɴ rangɪ vɪlɪ þot haɴ hafɪ þat er hann gɪrnɪſc.
(Prosp. LXII.  De vera beatitudine.)

I velldɪſhrɪng gvðſ er locɪt hvotvetna þatſ nacqvat er
þeɪm er þaɴ fyr vtan ma ekɪ vera ne halldaſc.  En ef Ψɪɴ
þɪonar gvðɪ retlɪga.  þa feſtɪſc haɴ navɪſtlɪga vɪð gvð eɴ ef 20
haɴ ſcɪlſc vɪð hanſ þɪonoſto þa lɪfer ſa ɪ veſalɪgrɪ vtlegð
Sva dǫmer drottɪɴ alla hlvtɪ með reſtrɪ ſcɪpon at ener goþo
ſcylɪ hafa ena heſto hlvtɪ en ener ɪllo meɴ þa er lǫgſtɪr ro.
(Prosp. Epigr. LXIV.  Quid sit esse cum Deo.)

Goddomr ſonar er alɪafn foþor oc enom helga anda ha 25
er orþɪɴ hlvttacarɪ dauðlɪgſ maɴſcapar varſ.  eɪgɪ af hanſ
helldr af oro *tɪl* þeſſ at ver yrþɪm eɴ oc hlvttaceɴdr.
goddomſ hanſ eɪgɪ af oro heldr af hanſ, at ver ǫxem en
ha þyʀɪ ekcɪ.  (Prosp. LXIV.  De incarnatione Verbi Dei.)

Torvellt oc erfɪðſamlɪct er fram at fǫra gorningar mal 30
lygɪnar en ſa er ſatt vɪll ſegɪa þa þarf ſa lɪtt orþaɴa at
leɪta eða gera ſer þat of vɪɴ ſem mɪclo ero roarɪ goþer meɴ
en ɪller oc hlɪoþarɪ.  oc gora ſcyʀa ſitt mal ſaɴſoglɪr meɴ ɪ
ſom orþom en lygner.  (Prosp. LXVI.  De labore fingentium
mendacia.)  

Er er upp eroð callaðer yr myrcom dal til enf hofa liff
þa clifið er þangat cofta fotom epter ene biorto monvitf
. goto. Biartr oc ofotlinr ftigr leiðir til liff oc himinf dyrþana
manin. en forbrecc oc breið gata leiðir til davþanf. fv· er
epter gengr ohlyþina mana fpecð 'oc fellr telld i fini etlon. 5
enda verðr þa vtlend lanct fra fono viti. hon orvita þa er
hon fylger illom fognoþom licamligrar hygiandi. oc ma eigi
hialpafc við litin ein coftana. hvatci er en dvlþa hygia gorir
þo at gott fe callat þa tyner hon þvi ollo. Cofti en fpaci
maðr at cvna gvð oc vna honom of ollom hvg oc vni hann 10
þa fiolfom ser. Vefi goðr Y oc retlatr veri haɴ fanfogull
·oc goðgiarn veri haɴ licnefci gvðf oc døma Y oðrom
monom. (Prosp. Epigr. LXIX.)

Þot mart fe her vaɴt i þeim helgom bocom er þv leitar
at fcilia þa lattv þevgi orcafc at viftarinar. þvi at þaþan af 15
mondo þo drivgt fpeciafc þott eigi fpecifc þv fva bratt
þeff at meire.


Cod. Arna. Magn. 685. C. Qu.

Þeff at meire a·fvfu kann maðr at fá gott, fem hann
hefir lengr beðit. ok þat er allt þvi dýrra fem torfengra er'.
Nv leitaðv at helldr at fkilia helgar bækr. þvi at guð kennir 20
þer at leita fa hinn fami kennir þer at finna. (Prosp. Aqu.
Sent. LXVII. De divinis Scripturis.)

Þat er holldzinf meydómr at óbrugþit fe likamanum til
faurlífif. Enn andar meydómr er þat at trúan elfki ekki
ferlikt. (Prosp. L. 6. Sent. LXXIX. De virginitate.) 25

Mikil fynð er óftillt eigingirni at vilia meira eiga en
fiálfr komi nytiom á. Enn þat verþr eigi at byrþi þótt maðr
hafi slíkt er til klæða fkylldra þarf. eða annaɴar atvinno ef
eigi girniz hugrinn á þat er ófkyllt er. Enn ef maðr á
meira þá er fkyllt at þat verþi at gagni vanheilom ok 30
a·reigom. þvi at hverr fá maðr, er ágiarnliga hirðir a·ðæfi
fva at hann ætlar eigi at neyta. þá er fem a·llo ræɴi hann

því auma menn ok olmoſor. (Prosp. Aqv. Epigr. LXXIV. cfr.
Lib. Sent. LXXX. De modo habendi.)

þá er hinn rangláti hinn voðgi maðr fagnar iarðligum
voðæfom þá fagnar hann því at hann veit eigi hverr hann er.
því at hann er veſaligr ok andvani ſannra góðinda. enn 5
hvat er þat her i þeſſum heimi er eigi megi nær á einu
vgabragði fyr faraz ſem vani er heimſinſ til. þar dvðinn
ſkal þó taka frá mönnum vll þeſſa heimſ vðræði. þótt allir
ſcaþarnir hlífiz við. Enn vðæfi réttlátra manna megv alldri
eyþaz hvarki þarf þv at hirða við þeſſa heimſ víkingum. 10
þiófum né 'elldi né vatni þvíat hin ſanna ſpekt. fær vrvet
halldit fé ſínu við vllom ſcvðom. ok týnir alldri ſínum
værleikum áſt ok trúa ok rétt ván. Avll koſta eign
er ávallt halldin ok tekr engi maðr Kriſtz giafar af vðrom
nvðgom. (Prosp. Epigr. LXXVIII. De divitiis cfr. Lib. Sentent. 15
LXXXV.)

Mikelſ loff er ſá verðr er vel ſér við ſynðom. enn
milldin lætr ſig eigi í því marki ſtöðva ok eigi þikkir
réttlátom mönnom þat nógt at varna við því er firi boðit er.
meira góðſ er þat vert at létta erfiði bræðra eða feðra. fæða 20
matlvſa menn. enn klæða nvkta. leyſa þa er at rvngo ero
bundnir. ſætta þá er ſundr þykkir ero. Enda veita þat allt
til huggonar veſolom monnom við góðan hug er þu mátt við
comaz. Sá er bæði er réttlátr ok góðgiarn. ſá ſkal bæði nú
ok þá flýia hit illa. enn giora hit góða. (Prosp. Epigr. LXXIX. 25
De vera bonitate.)

Sá maðr er miſgiorir ſkal eigi þat ætla at Guð ſiái eigi
hvat hann gerir. þótt hefndin freſtiz. helldr verðr þeſſ at
þungligaʀ um hann dæmt ſem hann fær ſiðaʀ hirtingina.
(Pr. Aqu. lib. Sent. LXXXVII. De mali impunitate.) 30

Sá má alldregi fagnaðarinſ miſſa er Criſt hefir at fagn-
aði. því at ſú gleði er eilíf er eilífo góðo fagnar. (Prosp.
Aqv. Sent. XC. De gaudio recto.)

Guð er hvervetna. þótt vær ſém honum annat tveɢia
nær eða fiarri. eigi at ſtvðom at virða helldr at vercom. því 35

at fva fem mannınn fcılr óhlýðnı guðf boðorða fra guðı. þá
famtengır fva hlýðnın hann við guð. (Prosp. Aqv. Sentent. XCI.
Quid hominem deo iungat.)

Allt 'líf ótrúfaftra manna er fynð. ok eccı er gott. nema
hıt hæfta gott. því at þar fem eıgı er kunnleıkr á hınum 5
eılífa ok hınum óbrıgðlega fannleık. þá ero þat falfkoftır
eınır er unnıt verðr þótt hın bezta fé atferþın. (Prosp.
Sent. CVI. Quod tota infidelium vita peccatum sit.)

Sá maðr helldr eıgı retto halldı lavghelga daga er á
þeım etlar bavnnot vera góð verk. Engı dagr er fá er eıgı 10
fé bannat at vınna rong verk á. Enn á avllom tíðom famır
vel at gera góð verk. Alldrı ero helgar tıþır at veʀ halkdnar
þótt koftaverkın fe unnın. (Prosp. Aqu. Epigr. 84. Sent. 81.)

Brot úr homilíum Gregors páfa enſ mikla.

**13. bls.** .. ꜹgo. haft .helðr kvnıg en tru. Thomaſ ſo ok þ°faþı
... fvr ....... at ħ t'þı þ' at ħ ſa. mz þ' at n̄ þurfı t' t'
þeſ eſ ſia ma .. t' .. caɴat ſa ħ. ꟁaɴ ſo ħ en ħ ıatı Gvþ ı
manı. ðꜹþlıg. ꟁ. ma n̄ god .. ð°tıɴ mıɴ ⁊ Gvþ mıɴ q. ħ.
Sıandı t'þı ħ þ' at ħ. ſa ſaɴā ꟁ. en ħ. ıatı ſaɴā ɢvþ . vaþ . 5
er ħ matı n̄ ſia.˙ En þ gleþr oS mıor er ept' feʀ. Sęl' ero
þ',[1] t'þo ⁊ ſǫ n̄. ı þeſſo .. q̃þe erō v' m'cþ eſ t'ō a ħ. ⁊ ſǫ ħ
n̄ at lıcā. Ver erō m'cþ'. ef v' fylgıō ... ſ.a t'ır ſaɴlıga eſ
fyll' ı v'cı þ eſ ħ t'ır. En þ͂ ıgeɴ m. poll pʜ . of þa eır
hafa rettr t'. þ' lataſc kuɴa Gvþ er neıta ħō ı v'cō. En 10
męlır ıacob; Dꜹþ er trva or on goþom vercom. Sva męltı
ðrottıɴ vıð helgan ıob. oc ſagþı fra enom forna fıanða.
Svelga mon hann ǫ. oc unðraſc hann þat eıgı.[2] oc tróſtıſc
hann at ıorðon˙mónı falla ı muɴ honom. Hvat mercer ǫ
nema flıotandı rǫſ maɴcvnſ þeſſ eſ ſva reɴr fra upruna 15
ſınom tıl ðꜹþa ſva ſem ǫ · tıl ſęvar. En ıorðon mercer
ſcırþa meɴ. þvı at lꜹſnerı vaʀ ˙helgaþı fvrſt ſcırn ora ı þvı
vatnı þa eſ hann let ſcıraſc ı ıorðon. In fornı fıande
ſvolg ǫ. þvı at hann ðro allt maɴcvn ıqvıþ ıllzco ſıɴar fra
uphafı heımſ allt tıl hıgatqvomo lꜹſnera varſ ſva at faır 20
forþoþoſc. Svelgr hann ǫ oc unðraſc þat eıgı, þvı at honom
þvker eıgı of þat mıcılſ vert þott hann grıpı otrva meɴ. En
þat er þuɴt eſ epter feʀ. oc trøſtıſc hann ·at ıorðon mónı

---

[1]) *er* bætt við út á spázíu.  [2]) n̄ · = non í hdr.

falla i´ muN honom. þvı at hann þorer at grıpa trvaþa meN
fıþan ef hann grep[1] otrvaþa. þvı at hann gleper[2] meþ munı
fcaþlıgrar tevgıŋar hvern ðag þa ef fıc fcılıa fra oðvgv lıfı ı
trv þeırrı ef þeır ıata. Hreþızc er þat goþer b(róþr) af ollom
hug oc hvɢıþ at ýþr meþ ftaðfoftom athuga. Nu holðom 5
ver pafca hotıð. en of þat ef oS fvflanda at ver comım tıl
eılıfrar hotıþar. Um lıþa allar hotıþer þér ef her ero halðnar.
Coftıð er þeS at halða fva þeffar helgar tıþer at eıgı feð er
fcılþer fra eılıfrı hotıð. Hvat ſtoþar þat at halða hotıð maNa,
er fcılþr verþr fra hotıð engla. Sıa hotıð ef fcuɢı oorðınnar 10
hotıþar. Af þvı holðom ver þeffa hotıð. at ıamleŋþom at ver
comım tıl þeırrar ef eıgı er ıamleŋþar hotıð helðr ǫn enða.
þa ef ver holðom þeffa hotıð at fettrı tıð þa vacnar mıNıŋ
or. oc fvfı tıl eılıfra fagnaþa. at ver nıotım faþrar gleþı. þa
ef ver comom fram þaŋat ef fıa hotıð mercer er nu holðom 15
ver of goto. Bɵtıð er lıf ýþvart oc fıþo brɵþr mıner. oc
lıtıð er a þat at fa moN coma ogorlıgr tıl ðoms meþ[3] ollom
englafvetom oc helgom monnom. þa er hımıN oc ıorþ breN.
en oll fcepna fcelfr af hreflo hanf ognar. Setıð er. oc þa
fvr avgo ýþr þena ognar ðom oc ðag. oc hreþıfc aþr hann 20
comı. at er feð þa ohreððer ef hann cɵmr. Nu fcolom ver
hreþafc at þa hreþımc ver eıgı. Uecı off ogn hans tıl goþra
verca oc ftoþvı hrezla hans lıf vart fra synþom. Truıþ mer
brɵþr þvı órvɢrı verþom ver ðomf ðegı. fem ver verþom nu
hreððrı vıð fvnþer orar. Ef necqveR yþvaR fcvlðı a morgın 25
facıŋol hevıa vıð ovın fıN under mınom ðomı. þa mónðe
hann vaca þeffa nott alla oc hyɢıa at hvat hann fcvlðe mǫla
eþa hvı hann fcvlðe fvara. oc mónðı hann hreþafc at fına
mıc reıþan. eþa verþa fecr fyr mınom ðomı. En hvat em
ec nema maðr nu: eN maþer oc molð a fcommo bragþı. Ef 30
er hreþıfc með mıcıllı ahyɢıo þeff ðom ef molð fcal verþa.
þa hvɢıt er at. hverfo með mıcıllı hrezlo er fcoloþ oafc ðom
gvþlıgf veldıf. þeır ero fumer er ıfa of lıcamf uprıfo. en ver

---

[1] i hdr. gᶜp   grep   greıp.   [2] glep⁷.   [3] mꝛ.

eigom ret*t*a kenig at fetia a mot hugrennigom þeirra[1] þvi
at marg*er* miftrua at licamr móni uprifa or moldo. þa er
þeir fia hold funat en bein licia i grofom oc mæla þeir fva
i hug finom. Hverfo ma maðr or moldo rifa eþa moldin
fiolf[2] lifna. þeim mon*n*om verþr fvara: at gvþi er mina at 5
endrbøta þat ef var. en fcapa þat er eigi var.

**1. bls.**  H*v*at er (un)ðarlic(t) at fa (r)eifi ma*n* or moldo ef allt
fcapaði (or øngo. vndarligra)[3] er at fcapa (hi)mi*n* oc iorþ or
øngo. en endrbøta ma*n* or iorþo. En lifandi hv ...[3] berte*r*
eigi at þapa*n* mégi lifandi licamr uprifa. Af þvi mæler hugr 10
þetta at ha*nn* hvgr eigi at hverfðagligom iartenom guþf. þvi
af litlo corni faþf renr up et mefta *tre* (Setiom)[3] ve*r* oc þa
fvr øgo oS micilleic trefenf oc hvgiom at hvaþa*n* þat ra*n* up.
En hvar matti levnafc i litlu corni afl trefenf. oc fnarpleicr
nefrar. gnot*t* aldinf. oc grønt læf. Cornit ef eigi hart hvaþan 15
com harþleicr trefinf. Cornit ef eigi føt*t* ne ilmar vel ne
fagrt. hvaþan com treno føtleicr oc ilmr aldinf eþa fegrþ
læff. Alle*r* þeSer hlut*er* fama*n* levnafc i corninu. þot*t* þe*ir*
fari eigi al*l*er fe*n* fram af cornino. Af cornino vex rot en
vondr af rotini, en af vendi aldin. en corn faþf ef i aldinf 20
vexti. En h*v*at er undarlict þot*t* fa leiþi til liff or moldo
bein oc finar oc hold oc har. ef hvern ðag endnviar or litlo
corni faþf micit *tre* oc aldin oc læf. En ef ifandi hugr
leitar fcvnfemi of uprifu. Þa ero þe*ir* hlut*er* fetiandi a mot
ho*n*om er hvern[4] ðag verþa. oc þo þat þevgi fcilia með 25
menfcr*i* fcvnfemi hverfo verþa mega. at ha*nn* trvi þvi ef
ha*nn* hevrer fact *fra* fvrerheiti gvþf matt*ar*. þa ef ha*nn* ma
þat eigi fcilia hverfó þat verþr er hann fer hvern ðag.
H*v*eit at er með ýþr goþe*r* brøþr at þeffom fvrerheitom Gvþf.
en fvr litið þat er eldifc með tiþ. Scvndit er t*il* uprifo 30
ðvrþar þe*ir*ar ef ðrotti*n* fvndi a fiolfom fer. oc fl*i*it iarþligar
girnðer þer er ýþr fcilia *fra* Gvþi, þvi at er monoð þeff at

---

[1] þ͛ra. [2] fiolf in margine með óglöggri tilvísuneptir moldin.
[3] gat á bókfelli. [4] í hdr. hvn; gleymt bandinu⸍— ⹀ er.

héra up hefiafc ı ꜳglıtı Gvþf, fem er elfcıð meır[1] af ollom
hug χ. d. v.[2] þaɴ ef lıfer oc rıcer með feþr, oc anða h. of
allar a. alða aṁ.

## MARCŪ.

IHC vıtraþıfc upfıtıonðom xı. lerıfveınom oc avıtaþı þa of
otrv oc harþleıc hıarta. þvı at þeır trvþo eıgı þeım er þeır  5
fꝍ hann up hafa rıfıt. Oc mꝍltı hann vıð þa. Farıt er of
allan heım oc boþıt guþfpıallf orþ allrı fcepno. Sa moɴ
hıalpafc er trvır. en fa fvr ðꝍmafc er eıgı trvır. Jarteıner
mono fvlgıa þeım er trua. J naṁnı mıno mono þeır a brꜳt
reca ðıofla oc mela nvıom tuɴgom oc taca hoꜹorma. oc þeım 10
moɴ eıgı graɴða þott þeır ðrekı ðꜳþfꜵranða etr. henðr
mono þeır leꜹıa ẏfer fıvca meɴ oc muno heıler verþa. En
er ðrottıɴ ıHC hafþı þetta mꝍlt. þa var hann up munıɴ tıl
hımıɴf oc fıtr hann tıl hꜵgrı handar Gvþf. En þeır foro oc
kenðo trv horvetna. en ðrottıɴ vaɴ með þeım ꝍc ftyrcþı mꝍl 15
þeıra at fylgıonðom tocnom. G.̄G.[3]

Eıgı var þat ıamnmıoc af uftẏrcþ lerıfveına Crıſtz[4] er
þeır trvþo feınt uprıfo hanf. fem þat var gort tıl ftvrcþar
trv vaɴar. þvı at þeım er ıfoþo var fvnð a marga vega uprıfa
hanf. en ver lefom þat oc fcıhom þa ftvrcıom ver af oftvrcþ 20
þeıra. Mıɴa vettı oS Maʀıa Magðalena ef fvrft trvþı en
Thomaf er leɴft ıfaþı. þvı at þrefaþı of ꜵʀ fara ðrottınf. en
hann oll otrv fꝍr af brıoftı oro. En oS er þat mercıanða
tıl foɴonar uprıfo ðrottınf[5] er lucaf mꝍler. At hann með
þeım oc bꜳþ at þeır fórı eıgı or ıhrl'm[6]). En fıþan var 25
hann uphafıðr at þeım fıonðom oc toc fcv hoft hann af
ꜳglıtı þeıra. Munıþ er orþın oc fcılıð tocn orþaɴa. Át
hann oc up fte. at hann fẏnðı fıc faɴan maɴ. þa er hann
át. oc faɴan Gvþ þa er hann fte up. En Marcus feger at hann
avıtaþı lerıfveına aþr hann ſtıgı up. Tıl þeS avıtaþı ðrottıɴ 30

---

[1] m'r Cod.  [2] Crist drottin varn.  [3] G.̄G. —, Gregorius. útlegging
Gregors páfa á guðspjallinu.  [4] χ Cod.  [5] dni̅ == domini Cod.  [6] ıhrlm
= - ıherufalem.

lerıſveına ſına þa er *hann* ſcılþıſc vıþ þa at lıcamſ navıſto.
at orþ *þa* verı ſtaðfoſt ı hıortom *þeı*ra eſ *hann* mẹltı ſıþarſt
vıð þa. Farıð er of al*l*an heım *quað* ɪʜᴄ oc boþıt Gvþſpıal*l*z
orþ al*l*rı ſcepno. Hvat þvrptı at boþa ovıtondom h*l*vtom eþa
ðumbom cvqvendom. er *ð*ro*tt*ın baþ þa boþa gvþſpıal*l*ſ orþ 5
al*l*rı ſcepno. Allrar ſcepno nafnı callaſc maðr ı þeSo atqveþı
**15. bls.** þvı at *hann* | .... lıa .. cıɢ[1]

 allrar ſcepno. Steınar ero oc lıfa eıgı ne c(e)ɴa ſıɴ.
Engı oc vıþer lıfa oc ceɴa ſın eıgı. Lıfa *grof* oc vıþer
eıgı fvr ǫnð. helðr fvr voxt oc hraleıc. Sva ſem poll mẹler: 10
*þat* eſ er (ſaı)ð[2] eıgı lıfnar nema fvr ðevı. Lıf*er* oc þa al*l*t
*þat* er ðóıa ma at lıfnı ı aɴat ſıɴ. Cvqvendı ero oc lıfa oc
ceɴa ſıñ. en ſcılıa eıgı ſcvnſemı. Helg*er* eɴl*ar* ero lıfa oc
ceɴa ſın oc ſcılıa ſcvnſemı. Heſ*er* maðr nacquat af al*l*rı
ſcepno. *þat* er at vera ſem ſteınar en lıfa ſem *grof.* ceɴa ſın 15
ſem cvcqvendı. en ſcılıa ſcvnſemı ſem eɴlar. Al*l*rı ſcepno er
Gvþſpıal*l* boþat þa er *man*ınom er boþat. *þvı* at fvr manz
ſac*ar* er al*l*t ſcapat. oc eſ *þeı*m ceɴıɢ veı*tt* er necqverıa
glıcıɢ heſ*er* af al*l*rı ſcepno. Allrar ſcepno nafnı callaſc (oc
mercıaſc)[3] al*l*a*r* þıoþer. Fvʀ var po*ſt*olom baɴat at fara a 20
gotor heıþıɴa þıoþa at ceɴa al*l*rı ſcepno. *þvı* at *þat* var
maclıct at þa hvrñ ceɴıɢ *þeı*rra oſſ tıl hıalpar er hıner vılðo
eıgı vıð taca eſ fvr onðver*þ*o var ceɴıɢın ſenð aſ ɢvþı. En
er *ð*ro*tt*ın ſenðı lerıſveına ſına ı heım at ceɴa trv. þa var ſem
*hann* ſerı cornı ı ıorþ oc teᴄı mıcıɴ avoxt fvr trv ora. Sa 25
mon hıalpaſc *quað* ɪʜᴄ er trver oc ſcırþr verþr. en ſa fyr
ðemaſc er eıgı trver. Uerþr at þvı at hverr yþvaʀ mẹlı ſva
ı hıarta ſıno. Hıalpaſc mon ec þvı at ec trvı. Sat*t* ſeger
*hann* eſ *hann* ſaɴar trv ı vercom. Soɴ trva er at fylla *þat* ı
ſıþom er maðr ıater ı orþom. *þvı* at ıohanneſ[4] mẹler ſva. Lvgr ſa 30
er ſegıſc uɴa Gvþı. ẹn *hann* helðr eıgı boþorþ hanſ. þa

---

[1] framan af efstu línu slitið úr -- sem svarar því að stæði:
ma telıa lıcıng. [2] fremst í 3. línu slitið úr; ð óglöggt. [3] bætt
við mıllılína. [4] ı°ꜧſ = ıohanneſ í hdr.

erom ver faɴliga trʋir ef ver fvllom þat ı vercom er ver
heıtom ı orþom. A fcırnar ðegı hetom ver at neıta ollom
vercom oc ollo glvfı eɴf forna fianða. Af þʋı lıtı hverr a
fialfan fic. oc hvɢı at ef hann halðı þat er hann het ı fcırn.
oc er hann trʋr ef hann gerır fva. En ef hann helðr eıgı 5
þat er hann het. oc hverfr hann tıl heımf glvff eþa raɢra
verca. fıom ver þa ef hann kuɴı grata þat er hann vıltıfc. þʋı
at mıldom ðomanða vırþıfc fa eıgı lvgıɴ er aptr hverfr fra
roɢo vercı tıl ıþronar. oc bøter þat er hann ló. þʋı at Gvþ
þıɢr ıþron ora oc fyr ge� off ı fınom ðomı þat er ver 10
mıfgerþom. En þeffı tocn mono fylgıa þeım er trʋa. J naᵐnı
mınɢ mono þeır braᷟt reca ðıofla. oc mela nvıom tuɢom. oc
taca braᷟt hoɢorma. Oc mon þeım ekı granða þott þeır ðrekı
daᷟþféranða etᵣ. Henðr mono þeır leɢıa ýfer fıvca meɴ oc
mono heıler verþa. Er górıt eıgı þeffı tocn brøþr mıner oc 15
hvɢ ec þo at er trʋıð rett. þeffı tocn voro naᷟþfvnlıg ı uphafı
crıftnıɴar. Føþa þarf trʋ með ıarteınom at hon vaxı. þʋı at
ver hellom vatnı a tre þaᷟ er ver. fetıom í ıorþ unz þaᷟ
rotfeftafc. En þa latom ver af at ðoɢva þaᷟ ef þaᷟ ero rótfoft.
En þo hofom ver nacquat af þeffom tocnom þat er ver 20
fcolom vanðlıga at hvɢıa. Heılog crıftnı gerır þat andlıga
hvern ðag. er þa gerþo poftolar lıcamlıga. þa ef keɴımeɴ
veıta prımfıgnıɢ oc fcırn trʋondom. oc baɴa ohreınom onðom
at byɢva ı hıortom þeıra. hvat gera þeır nema reca braᷟt
ðıofla. þeır mela nvıom tuɢom er verallıg orþ eɴf forna lıff 25
fvr lata. en þeır boþa lof fcapera fınf oc tocn mǫttar hanf.
Þeır taca braᷟt hoɢorma er ı goþom keɴıɢom fınom taca
ılzcor af aɴaʀa hıortom. En ef þeır hóra fcaþlıgar fvrertolor
oc lata þevgı at ıllra maɴa orþom. þa ðreka þeır eıtr. oc
facar þa ekı. þeır leɢıa henðr ýfer fıúca meɴ oc gera heıla. 30
er ftvrcıa með goþom ðómom verca fıɴa þeırra lıf er aðr ero
oftvrcer ı vercom. þeffar ıarteıner ero meıre. þʋı at þer ero
andlıgar. oc grøþafc þar anðer en eıgı lıcamer. þeffı tocn
megoþ er gera goþer brøþr. ef er vılıð með Gvþf mıfcuɴ.
Anðlıg tocn gera crapt (lıf)f en fvna eıgı. En lıcamlıgar 35

ıarteiner fvna ſtundom heilagleic en gera eigi. Licamlıg
tocn mego ıller meɴ hafa. en anðlıg tocn hafa goþer einer.
Sıalfr ðrottıɴ meltı ſva. Marger mono mela a enom øſſta
ðomı oc ðegı ðrottıɴ. ðrottıɴ¹) ı namnı þino recom ver ðioſla
a brⱥt oc gerþom margar ıarteiner ı namnı þino. En ec 5
mon fvara þeim. quaþ ðrottıɴ. Eigi caɴ ec ýþr. farit (brⱥt fra
mer. er gerıt ıll)ſco²). Eigi ſcolot er goþer brøþr | elſca þⱥ tocn
er fameigın mego vera goþom oc ıllom. helðr elſc³)
oc mılðı þⱥ er goþer einer mego hafa. þⱥ tocn ero þvı
øruɢrı fem þⱥ ero mıʀ⁴) levnð oc verþr þvı meira verccⱥp 10
þeira fvr Gvþı fem mın: er ðvrþ þeira fvr moɴom. En (er)
ðrottıɴ ıнc hafþi þetta mellt þa var hann up numıɴ til hımınſ
oc ſitr hann til hógrı handar Gvþſ.⁵)

J fornom bocom hofom ver hevrt at heliaſ var up numıɴ
til hımınſ. Aɴaʀ er veþr hımıɴ en aɴaʀ er lopt rıcıſ hımıɴ. 15
Veþr hımıɴ er nǫʀ iorþo. af þvı collom ver fogla hımınſ
þa er ver ſiom flvga ı loptı. Ýfer veþr⁶) hımın var Eliaſ
upnumıɴ þar eſ hann lıfer ı necqverıom levnðom ſtað
lıcamſ oc anðar allt til þeſſ er hann cømr ı enða heimſ at
gialða fculð ðⱥþanſ. þvı at hann ðvalþi ðⱥþaɴ en eigı 20
forþaþıſc. En lⱥfnerı var ſte ýfer ðⱥþaɴ en ðvalþi eigı. oc
fvnðı ðvrþ uprıſo ſıɴar þa er hann ſte up til hımınſ. En
þat eſ mercıanða er heliaſ var up⁷) numıɴ ı kerro. þvı at
fa er maðr at einſ var maltı eigı up ſtıga til veþr hımınſ
með oſtycþ⁸) øþliſ ſínſ nema hann nevltı þeſſ farar fcıota eſ 25
eɴlar fenðo honom. En · lⱥfnerı vaʀ vaf eigı up numıɴ ı
kerro ne af eɴlom þvı at fa ſte up yfer alla hlutı með ſınom
craptı er alla hlutı fcapaþı. þaɴat for hann eſ hann var aþr
ſialfr. þvı at fa ſte up at maɴðomı er beþı helðr hımnı oc
iorþo at goðdomı. 'Enoc oc Eliaſ voro up numner til veþr 30

---


¹) í hdr. ðð. ²) máð miðbik línu: a me qui operamini
iniquitatem. ³) gat á efstu línu aptanv. ⁴) fvo í hdr. ⁵) í hdr.
stendr d og sem leggir af e & i dei. ⁶) Cod. rítar: v'þr. ⁷) Cod.
up var. ⁸) = oſtyrcþ.

himinſ mercþo upſtigniŋ¹) laſnera varſ *til* enſ øfra himinſ.
ðrottiɴ hafþi va*t*ta oc fvr*er* boþenðr upſtigni*ar* ſiɴar. aɴan
fvr*er* log. en aɴan und*er* logo*m*. en ſiþan com hann ſialfr er
ſaɴliga ma*t*ti up ſtiga *til* himinſ. þe*ir* voro up num*ner til*
veþr²) himinſ. en *hann* ſte up i çrapti ſinom *til* lopt riciſ   5
himinſ. oc ſvnði hann off er a *hann* *trvum* crapt ḫ*r*einliſiſ
þaɴ er *hann* let vaxa hveria tið *fra* aɴari. þaɴ voxt hrenliſiſ³)
ſvnði hann i upnumniŋo þrela ſiɴa oc i upnumniŋo ſiɴi
ſialſſ hverſo vaxit hef*er* craptr hrenliſiſ. þ*vi* at Enoc a*t*ti
bęþi cono oc born. en Eliaſ atti hvartci.   10

Uirþit er oc þa brøþr af upnumniŋo þrela gvþſ oc af
upſtigniŋo hanſ ſialſſ hverſo vaxit hef*er* hrenliſiſ craptr a hve*r*ri
tið.  Fvr*er* log var up hafiþr Enoc af munoþ bvriaþr oc af
munoð bvriandi. Und*er* logo*m* var up num*iɴ* Eliaſ af hiuſcap
bvriaþr en eigi af hiuſcap bvriande.  A miſc*uɴar* tið ſte up 15
Criſtr. eigi af munoþ bvriaþr oc eigi af munoð bvriande.
Oc ſitr *hann* til høgri handar Gvþſ.  Þat er m*er*cianda er
Stephanuſ me*l*ti: Se ec himna opna. oc ſon maɴz ſtanda *til*
høgri handar Gvþſ.  Hv*i* gegn*er* þ*at* er Marcuſ ſagþi *hann*
ſitia. en Stephanuſ ſa *hann* ſtanda. Uitoð er þ*at* brøþr, at ſa 20
ſitr er ðømer. er ſa ſtenðr er oþro*m* tór eþa berſc i oɴoſto.
La*ſ*n*er*i va*ɴ* er up ſte *til* himinſ mo*n* coma *til* enſ øſſta
ðomſ i enða heimſ at ðøma of alla.  Af þ*vi* ſagþi Marcuſ
*hann* ſitia eſſt*er* upſtigniŋ.  En Stephanuſ ſa hann ſta*n*da.
þ*vi* at milði Guþſ af himni ve*t*ti hono*m* fultiŋ at *hann* me*t*ti 25
ſta*n*daſc piſl*er* a iorþo.  En po*ſ*tolar foro oc cenðo *trv*
horvetna. en ðrottiɴ ſtvrcþi mǫl þe*ir*ra með tocnom. þ*at* er
miɴlict i þeſſo mali at hlvþni fvlgþi boþorþi. en iarteiner
fvlgþo hlvþni.  Nu hofo*m* *ver* nacq*uat* męlt of ſcvriŋ Gvþ-
ſpial*l*ſinſ. en þ*at* verþr oc ſcvlt at ver męli*m* nacq*uat* of ðvrþ 30
þeſſar hotiþar. þeſſ er off fvrſt leitanða hv*i* eŋlar ſvndoſc
helðr i hv*i*tom cleþom a upſtigniŋartiþ cr*i*ſtz. en þa er *hann*
var boriɴ. þ*vi* at ſva er ſact at ιʜc hoffc up at ſiondom

---

¹) upſtigniŋ.  ²) v꞉þ Cod.  ³) h꞉nliſɽſ Cod.

poſtolom oc toc ſcv hann af ꜹglıtı þeırra. En er þeır
ſo tıl hımınſ epter honom. þa ſtoþo ıj. eŋlar hıa þeım
ı hvıtom cleþom. Af þvı ſvndoſc eŋlar eıgı ı hvıtom cleþom
þa er ıнc var borıн. en þeır vıtroþoſc ı hvıtom cleþom

**17. bls.** þa er hann ſté tıl hımınſ | .... meſtr fognoþr er eŋlꜳ 5
er gvþ oc maðr ſte tıl hımınſ .... (kl)eþı mercıa ....[1)]
vrþar helðr en lęgıŋ. En ı burþ crıſtz ſvndıſc goððomr
lęgþr. en ı upſtıgnıgo hanſ var maнdomr uphafıðr. I up-
ſtıgnıgo hanſ ſvndoſc eŋlar ı hvıtom cleþom þvı at þa var
gvþ maðr uphafıðr ı ðvrþ ſa er lęgþı ſıc ı burþ ſınom. En 10
þat er os mıcılſ vırþanda at a þeſſom hotıþar ðegı er af
levſt ſculð fvrðømıŋar vaнar. oc af tecıt at queþı ðaꜹþa varſ.
þat øþlı maнdomſ for ı ðag tıl hımınſ. er ſva var fvн vıð
melt. Iorþ ert tu. oc ſcalðu ı ıorþ fara. Fvr þeſſa uphafnıŋ
·lıcamſ całłaþı Iob droͭtın fogl oc melte ſva of otrv gvþıŋa. 15
Eıgı kuнo þeır foglſ roððo. ðroͭtıн er retͭ całłaðr fogl þvı
at hann hof up lıcam ſıн tıl hımınſ. þeſſa foglſ gͦcto caн ſa eıgı.
ef eıgı trvır upſtıgnıŋo hanſ. Of þeſſa hotıð meltı Davıð. Up er
hafıt ðvrþ þın droͭtıн ẏfer hımna. En meltı hann ſva: Up
ſte droͭtıн a hęþ. oc leıðı aptr þat ef hernuma var. oc gaf 20
moнom gıafar. Upſtıgandı leıðı hann aptr þat ef hernuma
var. þvı at hann toc af oſſ ðaꜹþleıc varn með craptı oðaꜹþleıcſ
ſınſ. Gaf hann moнom gıafar. þvı at hann ſendı anða ſıн
ofan. oc veıttı ſumom melſco. en ſumom mıнı. ſumom
ıarteıнer. en ſumom at mela a margar tuŋor. en ſumom boc 25
ſpecı. Of þeſſa upſtıgnıŋar ðvrþ meler Abbacuc ſpamaðr:
Up hoſſc ſol. oc ſtoþ tuŋl ı ſtoþo ſıнı. Sol mercer droͭtın
varn. en tuŋl Crıſtnına. Heılog Crıſtnı hreððıſc heımſ meın
aþr Crıſtr ſtıgı up tıl hımınſ. En ſıþan er crıſtnı ſtvrcþıſc
af upſtıgnıŋo hanſ. þa boþoþo ceнı meн berlıga þat er þeır 30
trvþo levnılıga. Up hoſſc ſol en tuŋl ſtoð ı ſtoþo ſıнı. þvı
at ſıþan eſſðıſc heılog Crıſtnı tıl kenıŋar er droͭtıн ſte up tıl
hımınſ. Sva meler oc Salomon of mıcılleıc verca gvþſ. Sıa

---

[1)] rıfıð framan af efſtu línu og fyrir aptan mıðja.

mon coma ftórfetr ı fiollom hlaypandı ýfer hola. Vılıt er vıta
goþer brøþr hver voro fcref hlayp hanf. af þvı at hann·com
af hımnı ı mevıar (quıþ)[1] en af mevıar quıþı ı heım. ór heımı
a croS. af croffı ı grof. or grof fte hann up tıl hımınf. þeffı
fcrefhlayp fyndı hann off at ver mettım reNa þaɴat hug orom. 5
fem ver· trvum hann hafà upftıgıt at lıcam. Fløıom ver
ıarþlıgar gırnder. þvı at ver eıgom ðrottın a hımnı. Þat er
með mıcıllı ahvɢıo vırþanda. at fa mon ogorlıgr aptr coma
er up fte hóglvndr. oc mon heımta at off með gløɢom ðomı
þat er hann bayþ off með hogverı. Glómı engı veıttrı tıþ 10
ıþronar. oc orøcı engı varþveıtflo fına meþan hann ma vel
gera. þvı at layfnerı vaʀ mon·þvı gøʀ heımta allt at off ı
ðomı fem hann hefer þolınmoþarı verıt vıð off fvrer dom. Hvɢıt
er at þvıfa·goþer brøþr oc latıt ýþr opt ı hug coma. oc fetıþ
akerı vanar ýþvaʀar a eılıfrı foftrıorþo. oc feftıð athuga 15
ýþvarn ı fonno[2] hofı. þott hugr reıcı ftundom ı ocvʀleıc
þeffa heımf. Uer hevrþom nu fact at ðrottın fte up tıl hımınf.
holðom ver þvı opt ı hug orom er ver trvum. oc fvlgıom
honom með oft olhuga: þott ver fem ı hemı at naybfvnıom
lıcamf En fa mon eıgı legı ðvelıa fvfı ora þeffa. ef off gaf
hıolp oc heılfo. Iefuf crıftr ðrottın vaʀ[3] fa er lıfer oc
rıcer með feþr oc helgom anða of allar aldır veralða. amen. 20

### Iohm.

IɴC mǫltı vıð lerıfveına fına. Sa ef elfcar mıc mon
halða mǫl mın. Oc mon faþer mıɴ elfca hann. oc monom
vıt coma tıl hanf oc hafa vıft með honom. Sa er eıgı elfcar 25
mıc. eıgı helðr hann mǫl mıɴ. þetta er eıgı mıtt mal ef er
hørþot helðr foþor mınf er mıc fenðı. þetta mǫlı ec vıð vþr
nu er ec em með yþr. En huɢarı heılagr[4] anðı. ef faþer mon
fenða ı mıno nafnı. hann mon vþr keɴa allt oc mıɴa ýþr a
allt þat er ec fagþa yþr. Frıþ let ec epter með vþr. frıþ 30

---

[1]) quıþ vantar auðsjáanl.   [2]) foɢ°no Cod.   [3]) ıʜc χ. ð. v. ı
Cod.   [4]) heılag[7].

mın gef ec vþr. oc gef ec eıgı fva fem heımrıɴ gefr. Eıgı
fcal hıarta ýþvart hrvɢvafc ne oafc. Hevrþot er at ec fagþa
yþr. at ec fer oc moɴ ec coma tıl ýþvar. Ef er elfcıt mıc.
þa móndot er fagna þvı er ec fer tıl foþor. þvı at faþer er
meırı en ec. Nu fegı ec ýþr þetta aþr verþı. at er trvıþ þa 5
bls. er verþr. | Eıgı moɴ (ec nu fleıra)[1] vıð ýþr męla. Hofþıɢı .
heımſ mon coma ......[2] ı mer. At heıɴr fcılı þat at ec
elfca foþor oc gorıc fva fem faþer gaf mer boþorþ (tıl). (G.G.)

Fvſer mıc at fara fcvndılıga ýfer goþſpıalz orþ. at ɴega
dvelıafc leɢr talıt mıcıllar hotıþar. þvı at ı ðag com heılagr 10
andı yfer poſtola Crıſtz. oc cvndı aftar elð ı brıoftom þeırra.
oc urþo hıorto þeırra gloandı ıɴaɴ. þa er þeım vıtroþofc
elðlıgar tuɢor utan. oc bruɴo þeır ı gvþſ oft þa ef þeır toco
vıð Gvþı ı elðz alıtı. þvı at heılagr andı er fıalfr óft fem
Iohannef męllı. Gvþ er oft. Sa er með hrenom hug aɴ 15
Gvþı. þa hefer hann þegar þaɴ er hann elfcar. En ef necqveʀ
ýþvaʀ ef fpurþr ef hann elfcı Gvþ. þa moɴ hann fvara með
ollo travftı at hann elfce. En er hevrþot ı upbafı Gvþſpıallſınſ
hvat Crıftr meltı. Sa er mıc elfcar fa helðr mol mın. Soɴ
elfca er fram hofn vercaɴa fva fem Iohannef męler. Lvgr 20
fa er uɴa lętſc Gvþı. ef hann helðr eıgı boþorþ hanſ.
Sanlıga elfcom ver Gvþ ef ver hırtom oS at munoþom orom
þeım ef ı geɢ ftanda boþorþom hanſ. En fa elfcar eıgı
Gvþ er ı geɢ honom górer ı vılıa fınom oc olofoþom
gırndom. Oc mon faþer mıɴ elfca hann oc monom vıt 25
coma tıl hanſ oc gera vıft með honom. Vırþıt er goþer
broþr hverfo mıcıl fıa hotıð er at hafa Gvþ fıalfan a gıftıɢo
hıarta fınſ. Ef necqveʀ gofogr vınr ýþvaʀ qvęmı tıl huſ
yþvarſ. þa móndot er hreınfa huſıt með allrı fcvndıngo. at
ekı verı þeff þar ıɴı ef gofogr vınr ýþvar ftvgþıfc vıð. þerrı 30
fa af fer farr ıllra verca er fvrer bvr almattcom Gvþı huſ
hugar fınſ. Coma monom vıt qvaþ ðrottıɴ oc hafa vıft með

---

[1] slitið úr efstu línu. [2] (oc hefir hann eki): et in me non
habet quicquam.

honom. I necqueʀa hiorto cømr drottiʀ oc hefir eigi vift
með þeim. þvi at þeir ero fumer er við comafc i bønom. en
þeir glevma þvi a tið freftonar oc hverfa aptr til uniʀa
fvnþa. fem þeir hafi eigi iþrafc þeira. En fa ef elfcar fanliga
Gvþ oc helðr orþ hanf. þar cømr Gvþ i hiarta hanf oc hefer 5
vift með honom. þvi at fva fvller Gvþ oft hug hanf at hann
hverfr eigi fra þeirri oft a tið freftonar. oc fa elfcar fanliga
Gvþ er eigi tevger fvnþa fvfi hug hanf til afgørþa allt til
anðlatf. En fva firifc hverr Gvþf elfco. fem hann gleþfc
meirr i iarþligom hlvtom. Sva fem Criftr męlti i Gvþfpiallino. 10
Sa er eigi elfcar mic[1] helðr eigi møl min. Hveit at er vþr
brøþr miner oc rónið ef er elfcit Gvþ fanliga. oc tróftifc
eigi þvi eino er hugriʀ fvarar ǫn vitni vercaʀa. Syni hugr
oc tuʀa oc atferþ maʀz elfco ðrottinf. þvi at alðregi er tom
Gvþf oft. Micla hlvti viþr Gvþf oft þar er hon ef. en eigi 15
ef oft ef eigi vill viʀa. þetta er eigi mitt mal ef er hevrþot.
helðr foþor minf er mic fenði. Vitoþ er brøþr at eingetiʀ
fonr Gvþf er orþ foþor. oc er af þvi mal þat er fonr męler
helðr foþor mal en fonar. þvi at fialfr fonr Gvþf er orþ foþor.
þetta męli ec nu við vþr. er ec em með ýþr quaþ drottiʀ. 20
Hvenęr var hann eigi með þeim. þar ef hann het þvi aþr
hann ftigi up til himinf at hann mønði með þeim vera allt
til enða heimf. En þat er fva at fcilia at hann var með
þeim avallt at metti Goðomfinf þoT hann fcilþifc við at
licamanom. En hann fagþifc þa með þeim vera. oc þaþan 25
braʈ fara. þvi at hann fcilþi bratt við þa at licamf fvn en
hann var þo avallt með þeim i ofvniligom męti. En hugari
heilagr anði er faþer mon fenða i nafni mino feger ðrottiʀ.
hann mon ýþr keʀa alla hluti oc miʀa ýþr alt þat er ec
fagþa ýþr. þat er ýþr mercianða goþer brøþr. er poll póftoli 30
męlir. Sialfr heilagr anði biþr fvr oS oumrøþiligom tǫrom.

 | (Sa er mi)[2]ʀi er biþr en fa ef beþiʀ er. hverfo biþi helagr
anði .... eigi er miʀi en faþer eþa fonr. Af þvi fegifc h. a.[3]

---

[1] mic elfcaȑ.   [2] slitin göt á efstu línu.   [3] h. a. = heilagr andi.

bıþıa. at h*ann* eɢıar al*l*a t*ıl* bóna. þa er h*ann* vıtıar. Af þv*ı*
callafc h*ann* huɢarı at h*ann* gleþr hug varn þa ef h*ann*
heıtr off von mıfcu*nn*ar fı*ɴ*ar ef ver *gratom* gorvar fvnþer.
En þa ef ret*t* m*ę*lt at hann mo*n* ce*ɴ*a alla hl*uı* þv*ı* at tomt
er mal ke*ɴ*ıma*ɴ*fınf, ne*m*a hıarta hevrandanf le*ı*rıfc af helgo*m*   5
a*n*ða. Ma*ɴ*ɢ*ı* fcal ke*ɴ*ıma*ɴ*ıno*m* eıgna, þot*t* hann fcılı ke*ɴ*ıɢar
af mu*ɴ*ı ha*ɴ*f. þv*ı* at to*m*t ef tuɢo erfıþı ce*ɴ*ımanf uta*n* ef
eıgı er ce*ɴ*anðı ı*ɴ*a*n* fa er l*ę*rı hıartat.. Nu hevrıt er al*l*er
eına roð ke*ɴ*andanf. en er tacıt eıgı al*l*er með eıno*m*
hug. vıð ce*ɴ*ıɢo. Fvr hv*ı* er mıfıomn fcılnıɢ ı hıortom  10
yþro*m*. nema af þvı at ı*ɴ* ıþrı l*ę*rıfaþer ce*ɴ*er fumo*m*
anðlıga þat er ce*ɴ*ımaþr mı*ɴ*er a al*l*a fama*n*. Of þeffa
fm*urı*rnıɢ heılagf a*n*ða meler ıoan po*f*tolı. Smurnıɢ hanf
ce*ɴ*ner off alla hl*uı*tı. Engı ma af orþom l*ę*rafc nema hugr
hanf l*ę*rıfc af helgom anða. .En hvat þurfom ver m*ę*la of  15
ke*ɴ*ıɢar ma*ɴ*a þar er fıolf orþ Gvþf ftoþa eıgı t*ıl* l*ę*rıɢar
ef helagr anðı l*ę*rer me*ɴ* eıgı. þvı at Gvþ m*ę*ltı fva vıð Kaın
aþr h*ann* v*ę*gı broþur fı*ɴ*. Mıfgerþer þu. fevafc þu. En
h*ann* fvrleıt orþ Gvþf þa*r* ef h*ann* heyrþ*ı*. þv*ı* at h*ann* var
orþom eıno*m*. mı*ɴ*tr en eıgı fm*urı*rnıɢo heılagf anða. Frıþ  20
mı*ɴ* gef ec vþr fagþ*ı* ðrottı*ɴ*. Frıþ mı*ɴ* l*ę*t ec epter með
vþr. Sva fem h*ann* m*ę*ltı þetta. Her ı heımı¹) l*ę*t ec frıþ
epter en a*ɴ*arf heımf gef ec frıþ. þetta m*ę*lom ver fcvnðılıga
fóm orþom of fcvrıɢ gvþfpıal*l*fı*ɴ*f. e*ɴ* nu fórom ver hug
varn t*ıl* athuga þeffar hotıþ*ar*. Er hevrþot nu lefıt þat er  25
heılagr anð*ı* fvnðıfc ı elðlıgom tuɢo*m* oc gaf mo*ɴ*om fcılnıɢ
al*l*ra tuɢna. oc mercþı h*ann* þat ı þv*ı* at heılog crıftnı
mø*n*ðı al*l*ra þıoþa roððo Gvþ lofa. þe*ı*r glotoþo eı*ɴ*ar tuɢo
malı. ef forþom vılðo ftopul fmıþa ıgeɢ Gvþı. en þeffom
gaffc nu al*l*ra tuɢna mal er lıtıl*l*atlıga hreððofc Gvþ. Her  30
naþı lıtıl*l*eıtı craptı en þar fec offtopı hnekıɢ. En þeff er
off leıtanða fvr hv*ı* heılagr anð*ı* fvnðıfc ftu*n*ðom ı ðufo lıcı
én ftu*n*ðom ı elðı. eþa fvr hv*ı* fvnð*ı* ı ðufo lıcı ýfer fønı

---

¹) í hdr. hēı = hemı.

Gvþf en ı elðı ýfer poſtolom hanſ.  Heılagr anðı fameılıfr
feþr oc fønı fvnðıfc ı elðı.  þvı at hann er ofvnılıgr oc
olıcamlıgr elðr fva fem P␣luſ męler.  Gvþ vaʀ er elðr
br␣ɴanðı.  Gvþ callaſc elðr þvı at hann breɴır af oſſ fvnþa
ím.  Of þeɴa elð męlır Crıſtr fıalfr.  Ec mon elð fenða a 5
ıorþ.  oc vıl ec at hann breɴı.  Iarþlıg hıorto callaſc ıorþ
meþan ohreıner anðar troþa þ␣ ı vonðom hugreɴıɢom.  En
ðrottıɴ fenðı brenanða elð a ıorþ.  þa ef heılagr anðı brenðı
ı Gvþf oft lıcamlıgt hıarta þat ef aþr var callt ı gırndom
heımſ þeffa.  Retlıga fvnðıfc heılagr anðı ı elðı.  þvı at hann 10
elðır ı Gvþf oft hvert hıarta er hann vıtıar.  oc recr a br␣t
þaþan fvnþa culþa.  I tuɢom fvnðıfc heılagr anðı.  þvı at
orþ ferr fram af tuɢo.  oc ıater hverr þeırra orþı ɢvþf er
hever tuɢo heılagſ anða.  I elðlıgom tuɢom fvnðıfc hann þvı
at hann gerer alla þa ef hann vıtıar malfmıalla oc breɴanðı 15
ı øft vıð fıc.  Ellıgar tuɢor hafa keɴımeɴ.  þeır er boþa Gvþf
nafn með øft.  oc elða fva hıorto heyranða.  þvı at tomt er
mal ceɴımaɴz.  ef þat veıtır eıgı aftar hıta.  þeɴa hıta toco
lerıfveınar af ceɴıɢo hanſ þa ef þeır męlto fva.  Hıarta vart
var breɴanða ı oſſ.  þa er ıʜc męltı vıð oſſ of goto oc l␣c 20
up rıttnıɢ␣r fyrer oſſ.  Hıtnar hugr maɴz at hevrþo orþı Gvþf.
oc flør culþı fvnþa.  oc fcılfc hann vıð ıarþlıg␣r gırnðer oc
breɴır fıc ı faþrı oft hımnefcra hl␣ta.  En er hugrıɴ breɴ ı
þeffom elðı þa fvfıfc hann at høra hımnefc boþorþ.  oc
kvnðıfc fva morgom br␣nðom fem boþorþom.  oc hıtnar hann 25
avallt ı ɢvþf øft.  fva fem Moyfeſ męler.  Elðlıg log ero ı
hógrı henðı Gvþf.  høgrı honð gvþf ero goþer meɴ.  en ıller
en vınftrı honð.  Elðlıg log ero ı høgrı henðı Gvþf.  þvı at
goþer meɴ taca eıgı colðo hıarta vıð boþorþom hanſ.  helðr
hıtna þeır af aftar elðı.  I ðufu lıcı oc ı elðı fvnðıfc heılagr 30
anðı.  þvı at hann gerır alla þa ef hann vıtıar groml␣fa ı
gøtfco oc breɴanðı ı fvnþa hegnıɢo.  þvı at eıgı lıcar Gvþı

20. bls. almattcom varcunnın | eın faman øn hegnıɢo ne hegnıɢıɴ
eın øn varcuɴ. — — — — — — — — — [1]

---

[1] slitið aptan af efstu línu.

ormar. oc einfaldir fem ðufor. Eigi baʹþ ðrottın leriſveınom
finom at gliciafc ðufo at einſ ne orminom einom. helðr baʹþ
hann at vitra ormſinſ eflði einfelði ðufuﻦar en ðufu einfelði
(ſtılðı) fløgþ ormſinſ. Sva melır oc Paʹluſ. Uerıt eıgı er
bernſcer at vitıno helðr at ıllſconı. Hvat ſtoþar retlętı ǫn 5
huggǫþı. eþa hvat ma huꞬǫþı ǫn retlętı. Af þvı ſvnðıſc
heılagr anðı ı elðı oc ı ðufo. at hann ceﻦır bęþı huꞬǫþı oc
retlę́tı. oc verþa oll hıorto vıð hanſ til quomo kvʀ a hogveri
oc brǫþ tıl ſvnþa hegnıꞬar. þeſſ er oſſ oc letanða fvr hvı
heılagr anðı ſvnðıſc ı ðufo lıcı ẏfer laʹſnera orom en ı elðı 10
ẏfer poſtolom hanſ. Sonr Ɡvþſ er faþr ðomanðı allz maﻦkvnſ.
En hverr mętı ſtanðaſc retlętıſ ðom hanſ ef hann vılðı fvʀ
reſſa oS ſvnþer orar en calla oS tıl mıſcvnnar. Maþr gǫrþıſc
hann fvr maﻦa facar. oc ſvnðı ſıc moﻦom hoglvnðan. oc vılðı
eıgı glata mıſgⸯronðom helðr bıarga. Af þvı atı heılagr anðı 15
at ſvnafc ı ðufo lıcı ẏfer hoﻦom. at hann com eıgı at reſſa
ſvnþer. helðr at ſıtıa þolınmoþlıga. En þar ı geꞬ ſvnðıſc
hann ẏfer poſtolom ı elðı. þvı at þeır otto at reſſa ſıolfom
ſer fvr ıþron ſynþer þę́r er Gvþ fat þeım fvr þolınmǫþı. þvı
at þeır matto eıgı vera ſvnþa laʹſer. þot þeır fvlgþı Crıſtı. ſva 20
ſem Iohanneſ męlır. Ef ver ſegıomc ſvnþa laʹſer. þa hugom
ver oc tęlom oſſ ſıalfa. I elðı com h(eılagr) a(nðı) ẏfer meﻦ.
en ı ðufo lıcı ẏfer Crıſt. þvı at Gvþ hefer þolınmǫþı vıð
ſvnþer orar en ver ſcolom ſıa vıð þeım oc brena þę́r ı
ıþronar elðı. I ðufo lıcı ſvnðıſc h(eılagr) a(nðı) vfer ðrottnı 25
en ı elðı vfer poſtolom. þvı at þvı meırr ſcal hverr hegna ſic
at ſvnþom ſem Gvþ er þolınmoþarı vıð hann. En nu eıgo
ver goþer brøþr at lıta a gıpter h(eılagſ) a(nða). þvı at ſva er
of hann rıtıt. anðı Gvþſ prvðı hımna. Hımna prvþı eſ craptr
keﻦımaﻦa. þeſſa hımna prvþı talþı pal poſtolı oc mę́ltı. 30
Sumom geffc ſpecı mál fyr h. a. en ſumom vitra fvrer en
ſama a(nða). en ſumom geffc grøþıꞬ oc trua ı þeſſom anða.
Sumom geffc grøþıꞬ fotta. en ſumom crapta verc. ſumom
ſpaleıc. ſumom anða greın. ſumom ſcılnıꞬ tuꞬna. ſumom
mala þvþıꞬ. þeta allt vıþr eıﻦ h(eılagr) a(nðı) oc ſcıptır ſva með 35

hveriom fem hann vill. En fra morg er prvþi himna fem
craptar ero kenimana. Orþi ðrottinf ero himnar fefter quaþ
Davið i falmi. oc allr craptr þeirra af anða munz hanf. Orþ
ðrottinf ef fonr foþor. en helger poftolar ero himnar. Af
h(elgom) a(nða) hoffc himna craptr. þvi at poftolar mónðo 5
eigi þora at gaɲa i geɲ hofþiɲiom veraldar nema h. a.
ftvrcþi þa. Uitom ver hverir þeir voro. aþr h(eilagr) a(nði)
cømi til þeirra. oc fiom ver hve ftyrcer þeir urþo við til como
ſpc ſci [1]). Sialfr hirþer Criftninar var fva oftvrcr oc hreðr við
orþ einar ambattar at hann þorþi eigi at iata Gvþi. oc neitti 10
Petruf þa Crifti. en þiofrin iati hanom a croffi. En nu
hevrom ver hverfo ftvrcr hann varþ eptir til como h(eilagf)
a(nða). Margr lvþr gyþiɲa com faman oc borþo þeir poftolana
oc bonnoþo þeim at boþa nafn ihc. En Petruf fvaraþi þeim
með miclo trafti. Gvþi famir helðr at hlvþa en monom. 15
Eþa fvnifc ýþr þat rett fvr Gvþi. at ver hlvþim helðr vþr en
ðrottni. En ver megom eigi þegia of þeim ef ver fóom oc
hevrþom. Siþan foro poftolar glaþer af moti oc fognoþo ef
þeir toco piſler fvr Gvþf nafni. Nu fagnaþi Petruf i piſlom
oc mɛlti i geɲ hofþiɲiom. en hann hreðifc orþ einar am 20
battar aþr h(eilagr) a(nði) cómi til hanf. Renom ver hug
orom ýfir fleiri feþr ora þa er voro i fornom logom oc
nviom oc litom a crapt þeffa enf hefta fmiþf. Lucum up
ver a‍gom hugar varf. oc litom ýfir Davið eþa Amof profeta
oc Danielem. Petrum oc Palum oc Matheum. oc hvaiom at 25

**21. bls.** hvilicr heilagr a(nði) er. oc megom ver | (þe)vgi  — — [2])
hanf fem vitiaþi harpflaganf Davið. oc gørþi (falmafcalð)
(Vi)tia(þi) hann natamanz Amof oc gerþi ſpaman. Uitiaþi
hann faftanða fveinf Danielf oc gerþi ðomanða (gamal)la mana.
Uitiaþi hann fifcimanz Petri oc gerþi poftola. Uitiaþi hann 30
offtopamanz Pali (oc gerþi) keniman þioþa. Uitiaþi hann
fvnþogf Mathei. oc gerþi gvþfpiallaman. Hvilicr er fia (hei)-

---

[1]) ſpc ſci = spiritus sancti = heilags anda. [2]) Slitið úr efstu
línu og framan af 4 línum þar fyrir neðan.

lagr anði lẹrıfaþır. Engı er ðvol at namı ef hann vıll ceɴa.
allt er feɴ er hann cømr oc er fa þegar lẹrþr er hann
ceɴer. þvı at þegar fnvfc hugr ef h(eılagr) a(nðı) vıtıàr hanf
oc hafnar hann þegar vanþa fınom oc gerıfc fer olıcr.
Hvɢıom at ver hvılıca h(eılagr) a(nðı) faɴ poftola Gvþf a 5
þeffom ðegı. eþa hvılıca hann gerþı þa. þeır fato ı eıno hufı
hreðður vıð Gyþıɴa oc cuɴo a fına tuɢo eına at mẹla. oc
þorþo þevgı berlıga at røþa of Crıft a þa tuɢo ef þeır kuɴo.
þa com h(eılagr) a(nðı). oc cenðı þeım allar tuɢor at mela.
oc ftvrcþı hug þeırra. Sıþan toco þeır aɴaɴa þıoþa tuɢor at 10
mela er aþr þorþo eıgı mela a fına tuɢo. oc fvr lıto þeır
lıcamf pıflır þẹr ef þeır hreðofc aþr. þvı at oft Gvþf va fıgr
a lıcamf pıflom oc hretflo. En fa ef þa hof tıl fva mıcıllar
crapta heþar. þa vaf fem hann gerþı ıarþlıgra maɴa bugı at
hımnefcuın hugreɴıɢom. Uırþıt er goþır brøþr hvılıc er hotıð 15
þeffa ðagf af tıl qvamo h(eılagf) a(nða). þvı at fıa tıð ef ıafn
gofog ı fını helgı. fem burþar tıð gvþf fonar. fva fem h(eılagr)
a(nðı) er ıafn fem fonr. A þeırrı tıð toc Gvþ maɴðom a fıc.
en a þeffı tıð toco meɴ goððom comanða ýfer fıc. þa gerþıfc
Gvþ maþr. en nu glıcþofc meɴ Gvþı. Ef ver vılıom eıgı 20
ðevıa goþer brøþr. þa elfcom ver þeɴa anða ef allt lıfgar.
Heılagr a(nðı) ef ofvnılıgr lıcamf aˊgom. af þvı ma ıarþlıg
hugreɴıɢ fva mela. Hverfo ma ec þan elfca. er ec ma eıgı
fıa. Þat fegıom ver at fa hugr ma eıgı fıa ofvnılıgan anða.
er opt hvɢr at fvnılıgom hlutom þeffa heımf. Oc ma hann 25
þvı ogløgra fcılıa anðlıga hlutı. fem hann hýgr gøɴ at
verallıgom hlutom. oc ef honom þvı ocuɴarı fcaparı fıɴ fem
honom ero ıarþlıgır hlutır kuɴarı. En ef ver megom eıgı
Gvþ fıa. þa hofom ver þo raþ þat er off vıfar goto tıl Gvþf.
fva at aˊgo fcılnıɢar vaɴar mego coma tıl hanf. þvı at ver 30
uıtom vıft at Gvþ bvɢvır ı hıortom þeırra þa ef ver fıom þa
gera agẹta hlutı. þott ver megım eıgı Gvþ fıa ı fıolfom off.
þa megom ver þo fıa møtt hanf ýfer vınom hanf. Af
fvnılıgom hlutom megom ver ðraga ðømı tıl ofvnılıgra hluta.
Engı vaɴ ma fıa lengı ıgeɴ upreɴanðı folo. þvı at oftvrc 35

a͞go mego eigi ſtandaſc ſcin henar. En þo megom ver lita
fioll ·eſ ſol ſcin a. oc vitom ver þa at ſol eſ up runin. Ef
ver megom eigi ſia i gegn ſialfri goðdomſ ſolo ðrottinſ. þa
litom ver a fioll þar eſ birtaſc af lioſi hanſ. þat ero helgir
poſtolar þeir eſ ſcina i tocnom oc birtaſc af Gvþſ ſolo. þeirri 5
eſ oſvnilig er i goðdomſ lioſi oc gerþiſc ſvnilig vſer ſcinondom
fiollom. Goðomſ craptr er i ſer ſva ſem ſol a himni. en vſer
monnom eſ hann ſva ſem ſol ſcin a iorþo. Litom ver oc þa
retꞁletiſ ſol Gvþſ a iorþo. þa eſ ver megom eigi ſia a himni.
oc gongom ver þa retletiſ goto eptir þeſſo lioſi a iorþo at 10
ver megim eigi of ſia villigotor. helðr megim ver of ſiþir
hefia up a͞go ór at ſia þeſſa ſol a himni. En þa megom ver
talmala͞ſt· gaga þeſſa gǫto. ef ver elſcom með hrenom hug
Gvþ almattcan oc ſva nogana. þvi at engi ma ſanliga Gvþi
una nema hann elſci nǫg. oc ma egi retꞁ elſca nǫg nema 15
hann uni Gvþi. Af þvi finſc þat at Criſtr gaf tvíſvar h(elgan)
a(nða) poſtolom ſinom. fvr þa eſ hann var a iorþo. en ſiþan[1])
ſenðe hann af himni. A iorþo gaf hann h(elgan) a(nða) at
ver elſcim nog varn a iorþo. En hann ſenðe hann af himni
til þeſſ at ver elſcim Gvþ a himni. Fvr gaf hann h(elgan) 20
a(nða) a iorþo. en ſiþan ſenði hann af himni. þvi at Iohanneſ .

**22. bls.** mǫlir ſva. Sa er eigi elſcar broþor ſin | (þan eſ hann ſer
hverſo m)[2])on hann elſca Gvþ þan er hann ſer eigi. Elſcom
nu oc þa (brøþr nog varn þan er með oſſ) eſ at ver megim
coma til aſtar Gvþſ þeſſ eſ ýfer oſſ eſ. Ef ver elſcom ſva 25
Gvþ oc nǫg þa m(onom) ver coma til himneſcrar gleþi oc
fagna ǫn enða. þar eſ ſon gleþi er oc hotið oc ørvg
(hvilð oc)[) ] friþr. ſa eſ gefin er fvr ðrottin varn IHM. X. þan
er lifir oc rici· með feþr oc h. a. of allar alðir (veralða.
amen) 30

**IHC** ſagþi leriſveinom ſinom ðómiſogo þeſſa. Maþr nacquaꞃ
var a͞þigr oc ſcrvðiſc purpura oc ſilci cleþom oc hafþi

---

<sup>1</sup>) hdr. ſiþā͞ꞃ; depill undir ꞃ táknar að ꞃ se ofritið. <sup>2</sup>) slitið
úr það sem milli sviga er i efstu línu á bls. 22 í cd. <sup>3</sup>) rifið aptan
af línu.

ıtarlıga føtſlo hvern ðag. En valaþr m(aþr) nacquɐʀ heʇ
Lazaruſ ſa er la fvr ðurom hanſ ſaraſvĺlr. oc vılðı føþaſc af
mola þeım eſ fell af borþı enſ aʳþga oc ·gaf eqı honom. En
hunðar como oc ſlecþo ſǿr hanſ. En eſ ın valaþı ðó. þa
vár hann laþaþr af eqlom ı faþm Abrahamſ. Ľa ðó oc ın 5
aʳþgı oc vaſ grafıɴ ı helvıtı. þa hof hann up aʳgo ſın er
hann var ı pıſlom. oc ſa hann Abraham of laqt oc Lazarom
ı faþmı hanſ. oc callaþı hann oc m(ęltı). Faþır Abraham
mıſcuɴnaþu mer oc ſenð Lazarum. at hann ðrevpı ı vatn
enom mınſta fıngrı ſınom oc kólı tuqo mına þvı at ec quelıomc 10
ı loga þeſſom¹). Abraham ſv(arar). Sonr mınſtu at tú toct
goþa hluʇı ı lıfı þıno en Lazaruſ ılla. Nu er hann huɢaþr
en þu qualıþr. En torleiþı er ſeʇ mıcıt a meþal var oc
ýþvar. Sʳa at hvarıgır mcgo coma ʇıl aɴaʀ þoʇ ſara vılĺðı.
En hın męlʇı. þa bıþ ec þıc faþır at þu ſenðır hann ı hvſ 15
ſoþor mınſ. þvı at ec a V. brøþr at hann varı þa vıþ þeɴa
pıſlar ſtað. Abraham ſvaraþı. Hafa þeır Moıſen oc ſpameɴ
hlvþı þeır þéım. En hıɴ męlʇı. Iþron mono þeır gera ef
necquɐʀ rıſſ af ðaʳþa oc cømr ʇıl þeıra. Abraham m(ęltı).
Ef þeır hlvþa eıgı Moıſı oc ſpamoɴom. þa mono þeır eıgı 20
trua þoʇ necqveʀ rıſı up af ðaʳþom. G.⁻G.

I helgom rıtnıqom er ſvrſt varþveitanðı hǫʇr ſaþrar
ſogo. en ſıþan er leıtanða anðlıgrar ſcılnıqar. þvı at þa
cømr betr ı halð anlıg ſcılnıq ef hon ſtvrcıſc af ſaþrı ſogo.
En þaʇ verþr opt at anlıg ſcılnıq eſlır tru en ſıþbot ſaga. 25
En alĺz er trvıð allır reʇ goþır brøþr. þa lıtſc mer vel falĺt
at ſnua malſheıʇı. oc róþa fvʀ of anlıga ſcılnıq Gvþſpıallſinſ.
en ſıþan of ſogona ef meırr²) cømr ʇıl ſıþbota. þvı at margır
muna betr þaʇ ef ſıþaʀ héra. Af þvı munom ver ſcvnðılıga
fara ýfer anlıga ſcılnıq at ver megıɯ ſcıotara fıɴa þaʇ er ʇıl 30
ſıþbotar cømr ı ſogoɴı. Maþr necqveʀ v(ar) aʳþıgr oc ſcrvðıſc
purpura oc ſılcı cleþom oc haſþı hvern ðag ıtarlıga føtſlo.
hvern mercer ſıa en aʳþgı m(aþrı) ef prvðr var at cleþom oc

---

¹) í hdr. stendr þéſſō löga. ²) mʳr.

fęllıfr at føtſlo nema gvþıŋa lvþ eſ hafþı prvþı rettrar trv
at ẏfırlıtı oc nevtı crafa Gvþſ laga tıl fręgþar en eıgı tıl
nvtſemı.  En Lazaruſ ſarafullr mercer heıþna þıoþ þa eſ tıl
Gvþſ ſnørıfc oc bar fǫr fın ſva ſem utan a ſcını. þvı at þeır
ſcomoþofc eıgı at ſegıa tıl ſvnþa fına. þa verþr hrvfı utan a 5
ſcını eſ út brvtſc vøqua oc ohrenvnðı fra ıþrom.  En hvat
ſe utbrotnıŋ farana nema vıþgaŋa ſvnþana. þvı at ı ſvnþa
ıatnıgo lvcfc up granð þat eſ hętlıga levnðıfc ı hug. þa
ſvnom ver oc vágſ lıt utan a ſcını er ver lucom up ıllſco
þeırı fvr fcrıptar goŋo er aþr levnðıfc ı off.  En Lazaruſ 10
vılðı føþafc af mola þeım eſ fell aſ borþı enſ aꝥþga oc gaf
honom engı. þvı at gvþıŋar ðromboþo avallt ẏfır heıþnom
m(onom). oc leto þa alðregı ná cvnıŋo laga fına.  En eſ þeır
hofþo kvnıŋ laga tıl mettnaþar en eıgı tıl nvtſemı ne aftar.
þa var ſem þeır eınır fvlðıfc af crǫfom fınom en veıttı eıgı 15
valoþom.  Spaclıg orþ þaꝥ er þeır męlto af monvıtı voro ſem
molı fellı aſ borþı. en þeır vıldo þat eıgı veıta heþnom
monom.  En hunðar como oc ſlecþo fǫr Lazarı.  I helgom
rıtnıŋom mercıa opt hunðar kenımeN. Hunðſ tuŋa grøþır fór
þat er hon ſleıcer.  En kenımeN ſnerta með tuŋo fını ſvnþa 20
for or þa er þeır fvfa off fcrıpta goŋo oc grøþa þeır fǫr or
með tuŋo þa eſ þeır tøgıa off fra ſvnþom ı kenıŋom.
Hvnðar mercıa oc aſ þvı ceNımeN. at ſva ſem hunðar gøıa ı
gęŋ þıoþom[1]. ſva eıgo oc keNımeN męla ı gegn ofıþom.

23. bls. þvı at ſva m(ęlır) Iſaẏaſ of orøcþ kenımaNa. þeır ero ðumþbır 25
(hun)ðar oc mego eıgı gøıa.  En er ceNımeN ręcıa fynþer en
lofa ıþron ſvnþa oc fvfa off at ver ſegım tıl fynþa vaRa.  oc hverr
vaR bıþı fvr oþrom.  þa eſ ſem hunðar ſlecı ſor Lazarı. þvı
at ceNımeN grøþa anðar for þa eſ þeır taca vıð ſvnþa ıþron
vanðra maNa. oc leıþretta þa.  Lazaruſ þvþıfc ſva ſem borgıN. 30
þvı at helgır ceNımeN bıarga þeım tıl laꝥfnar eſ þeır grøþa
aſ ſvnþa førom oc leıþretta fvr orþ tuŋo fıNar.  Hunða
ſlecıŋ ma oc mercıa vıðmęlta tuŋo hólbera. þeıra eſ ſlecıa

---

[1]) þannig í hdr. en á aðvera þjófom.

for or. þa ef þeir lofa omacliga þer fvnþer ef ver ettim at
fcamafc. En er hvartvegi óó. þa vaf en a'þgi grafiN i helviti
fa ef purpura var fcrvðr. en eN valaði vaf leiðr af eŋlom i
faþm Abrahe. Faþmr Abrahe ef hvilð heilagra feþra. þaþan
er þeir biþo lafnar fiNar. Of þeffa hvilþ melir ðrottiN. 5.
Marger mono coma or a'ftri oc veftri oc fitia up með
Abraham oc Ifaac oc Iacob. i rici himna. En fønir ricif
verþa út recnir i en ýtri mvrcr. Sia vaf rettcallaþr ricif fonr.
er konuŋligom cleþom vaf fcrvðr. En hann hof up a'go fin
of laŋt oc fa Lazarum. þvi at otrvir ero neþarla ftaðir i 10
piflom. En þeir mego fia necqueria rettlata i piflom vfer fer
fvrer ðomf ð(ag). en fiþan mego þeir eigi fia fognoþ þeira.
Of laŋan veg fia þeir þvi at þeir ero eigi verþir at nolgafc
þaŋat. Senttu Lazarum at hann ðrøpi af einom fiŋri
finom vatni a tuŋo mina. þvi at ec queliomc i þeffom loga. 15
Otrur Gvþiŋa lvþr hafþi laga orþ i muNi. þa' ef hann fvlði
.eigi i verci. Af þvi braN hann þar meft. er·hann fvnði fic
þat vita. ef hann vilði eigi gera. Sva fem Salomon m(elir)
of orøcna keNara oc fpeciŋa. Allt erfiþi maNz er i muNi
hanf. en onð hanf fvllifc[1]. Hverr ef þat eitt koftgefir at 20
hann verþi malfpacr. þa er onð hanf tom af føtflo faþrar
fpeci. Af enom minfta fiŋri beiði hann fer huGonar. þvi
at hverr er i quolom er øfkir fer þeff at hann verþi hlut-
tacari necqveRa eNa minfto verca rettlatra maNa. En honom
var fv(arat). at hann toc goþa hluti i þvifa lifi. þvi at hann 25
etlaþi þeffa heimf farfelo vera fullan fognoþ. Hafa mego
rettlatir i hemi goþa hluti. en eigi taca þeir þat i ombon
goþra verca. þvi at þeir girnafc enf betra. þat er eilifrar
felo. oc fvnafc þeim litt goþ a'þøfi þa' er her coma þeim
at henði. Sva fem David melti er allan veg hafþi her i hemi 30
oc a'þøfi. en þo girntifc hann avallt til enf betra. Þat er
mer gott q(vaþ) hann. at fvlgia Gvþi. En þat ef merciaNða
er melt ef i Gvþfpiallino. Minftu fonr at þu toct goþa hluti

---

[1] vantar: eigi: non implebitur anima ejus.

Abraham cal*l*aþı ſon þaɴ er ha*nn* levſtı eıgı *fra* quolom. en
þe*ır* ſıa vılta *vera fra* ſıɴı tru þot*t* þe*ır* vıtı þa ſına ſono *vera*
at lıcamlıgo kvnı. En eɴ aᵹþgı letſc eıga V. brøþr. þ*vı* at gvþıɳa
lvþr ſa eſ nu er fẏr¹) ðømþr mıɴıſc lagſmaɴa ſına þe*ır*a eſ a
ıorþo lıfa ı fım lıcamſ vıtom ’oc vılıa eıgı uprıſa t*ı*l anðlıgr*ar*   5
ſcılnıɳ*ar*. En ho*n*om var þ*vı* ſv(arat). at þe*ır* ſcvlðo hlvþa
moıſı oc ſpamoɴom. Eıgı mono þe*ır* trva q(uaþ) ha*nn*
nema necqueʀ rıſı up af ðaᵹþa. Drottıɴ mⱥlır ſva ı oþro
Gvþſp(ıallı) vıþ Gvþıɳa. Ef er t*r*vıþ Moıſı. þa mⱥnðoþ er oc
trva mer. þ*vı* at ha*nn* ſagþı *fra* mer. Þar fvlðıſc atqueþı þ*at*   10
er Abraham ſv(araþı) eno*m* aᵹþga. at þe*ır* mⱥnðı eıgı trva
þot*t* necqueʀ r(ıſı) up· af ðaᵹþa eſ þe*ır* trvþı eıgı moıſı. Crıſtr
reıſ up af ðaᵹþa. en Gvþıɳa lvþr ſa er eıgı trvþı Moıſı vılðı
eıgı trva þe*ım* er up reıſ af ðaᵹþa. þ*vı* at þe*ır* ſcılþo eıgı
anðlıga orþ Moıſı.                                                        15

Þet*t*a mⱥl*t*om ver ſcvnðılıga of anlıga ſcılnıɳ Guþſ(pıallſınſ).
eɴ nu reɴom v*er* hug orom t*ı*l ſıþþotar oc ſaþrar ſpecı³). Maþr
necqueʀ var aᵹþıgr ſa er prvðıſc p(urpura) oc ſılcı oc haſþı
hve*r*n ð(ag) ıtarlıga føtſſlo. En valaþr (maþr)²) necqueʀ h(et)
Laz(aruſ). ſa er la fvr ðurom ha*n*ſ ſaraful*l*r. ſum*ır* meɴ   20
hvɢıa ſtraɳarı *vera* en forno lⱥg | eɴ en nvıo en þe*ır* ſcılþo
eıgı ret*t*. I forno*m* logo*m* var eıgı halðſemı boɴoþ. helðr
(ran) oc (ſtul)þr. þ*at* vaſ boþıt at bⱥta ferfalt þ*at* er at
roɳo vaſ tecıt af oþrom. En (*her*) er eıgı ſact at en aᵹþgı
heſþı aɴarſ eıgın tecıt. helðr at ha*nn* ſparþı ſıt*t* eıgın. oc   25
ðrambaþı af ſınom aᵹþøfom. Paþa*n* af ma *marca* hve*r*ıa *quol*
aᵹþlaſc mo*n* ſa er aɴarſ eıgıɴ tecr. ef ſa var pıſla *ver*þr eſ
ſıt*t* eıgın ſparþı. Engı ma ørv*e*r *vera* þot*t* ha*nn* tacı eıgı oheımılt.
ef ha*nn* veıt*ır* eıgı ſıl*t* eıgın. þ*vı* a*t* ſıa en aᵹþgı var eıgı fvr
þ*at* pınðr at ha*nn* tøcı oheımılt helðr fvr þ*at* at ha*nn* var   30
galaᵹſſ ı aᵹþøfom ſınom. oc vılþı eıgı caᵹpa ſ*er* ſvnþalaᵹſn þar
er ha*nn* attı gnogt t*ı*l at gefa. þe*ır* ero oc ſum*er* eſ fat-

24. bls.

---

¹) fẏr milli lína annarlegu bleki.   ²) maðr milli lína ann-
arlegri hendi.   ³) hdr. út á spázíu: ſogo.

prvþı etıla fvnþalaſa vera.   En ef þat verı eıgı fvnþ. þa
menðı eıgı Crıſtr ſcvrt ſegıa at ſıa verı purpura ſcrvðr er
fvrðemþr varþ.   Engı hefer tıl anarſ ıtarlıg clęþı nema tıl
þeſſ at hann ſvnıſc monom þa ıtarlıgr.   Sıolf atferþ or
vattar þat at ðvrlıg cleþı ero tıl heımſcrẹtſ hoſþ. þvı at engı   5
vıll þar ſcrvþaſc ðvrlıgom cleþom er hann verþr af engom
ſén.   En ſva ſem ſvnþ ef ı mıcıllı fat prvþı ſva ef oc craptr
lıtılletı ı oıtarlıgom bunıgı. `Af þvı ſegıa gvþſpıoll fra Io-
hanne baptıſta at hann vaſ clęðr ulfalða hórom.   En ſcvrt
er mercıanðı ſcıpon orþa Gvþſ ſu er hann ſagþı fra ðram-   10
latom ẹþgom. oc valoþom lıtıllotom.   Maþr neqveR var ẹþıgr
ſag(þı) ðrottın. en valaþr maþr het Lazaruſ.   Alþvþo vanþı
er at vıta helðr ẹþıgra mana nofn en valaþra.   Fvr hvı
nemnðı ðrottın helðr valaþan en ẹþgan. noma af þvı at Gvþ
can lıtıllata. en eıgı ðramlata. ſva ſem hann męlır vıþ þa ı   15
enða heımſ.   Eıgı veıt ec hvaþan er eroþ.   Farıþ er fra mer
vınenðr ılſco.   Maþr nequerr var ẹþıgr quaþ ð(rottın).
en valaþr m(aþr) het Lazaruſ.   Sva ſem hann þetta męltı.
Lıtıllatan valaþan can ec. en ðramlatan ẹþgan can ec eıgı.
Uırþanða er oſſ með hverrı ſcvnſemı ðrottın gerır alla hlutı.   20
Valaþr Lazaruſ ſarafullr la fvr ðurom ẹþıgſ manz.   I þeſſom
eınom ¡hlut ſvnðı ðrottın tva hlutı. oc ıj. ðoma.   Hafa mettı
en ẹþgı nacqvat tıl varnar ef eıgı legı valaþr ſıucr fvr ðurom
hanſ oc verı honom okunara valað hanſ.   En en valaþı
mónðı mını freıſtnı bera ı hug ſer. ef en ẹþgı verı fiR honom.   25
En ᾽er ðrottın ſettı ſıucan valaþan fvr ðvR enſ ẹþga. þa gerþı
hann enom ẹþga omılðom øxlıg af ſvn enſ valaþa. en hann
ðvrcaþı valaþan fvr freſtnı þa er hann ſa hvern ðag en ẹþga.
Er megot oc ſıa brøþr hverıa freſtnı en valaþı mónðı ı hıarta
hafa þa er hann mıſtı bęþı føtſlo oc heılſo. en hann ſa en   30
ẹþga heılan oc hafa allz cvnſ craſer oc ẹþeſı oc ðvrlıg clęþı.
en hann var þeſſ allz anðuanı.   Hvat ętlıð er goþır brøþr
hvılıc freſtnı menðı gerafc ı hıarta enſ valaþa.   Honom mettı
mıcıt meınlętı vera ı valaþı ſıno þott hann verı heıll.   En tıl
ẹca eılıfrar ðvrþar pınðı hann beþı ſott oc valaþ oc ſa hann   35

hvern ð(ag) en a/þga fagrclęðan oc þionoþo honom margir.
en eɴ valaþi la fivcr oc com engi hanf at vitia. oc var at
þvigi varþvetr at eigi geŋi hunðar a hann. Gvþ fvnði ll.
ðoma i eino verci. þa er hann fetħ valaþan fvr ðvʀ enf
a/þga. at omilðr a/þigr feŋi hefnðar ðom af omilði fiɴi. en 5
valaþr ftvrcþifc til ðvrþar af freftni. en aɴaʀ beiþ piflar fvr
omilði. þvi at þat feʀ eptir i Gvþfpi/lino. þa ðó en valaþi
oc var boriɴ af eŋlom i faþm Abrahe. þa ðo oc en a/þgi oc
vaf grafiɴ i helviti. En hann leitaþi fer þa fulltiŋianða i
piflom þan er hann vilði eigi her mifcuɴa. þvi at hann hof 10
up ogo fin oc fa Abraham um laŋt oc Lazarum i faþmi hanf
oc ca/laþi hann oc m(ęlti). Faþir Abraham mifcuɴaþu mer
oc fenð Lazarum at hann ðrøpi af minfta fiŋri vatni a tuŋo
mina þvi at ec queliomc i loga þeffom. Gløɢr er ðomr
**25. bls.** Gvþf ýfir vercom goþra oc i/lra. þat var fvʀ fagt at | Lazaruf 15
baþ mola af borþi enf a/þga i þeffo lifi. oc gaf engi honom.
En nu er fagt at en a/þgi beiðifc i quolom vatfðropa af
minfta f(iŋri) Laz(ari). Her megot er fia hve gløɢr ðomr
Gvþf er. Sia en a/þgi m(aþr) baþ enf minfta hlu/ar i piflom.
er enf minfta hlu/ar varnaþi valoþom i heminom. þvi at hann 20
baþ vatfðropa. en hann varnaþi bra/þf mola. En þat ef mer-
cianða ef en a/þgi baþ køla tuŋo fina. Sa ef vanþi hei-
lagra ritniŋa. at opt er aɴat męlt en aɴat fcal þaþaɴ af mercia.
Eigi focoþo Gvþfpia/lf orþ þeɴa en a/þga of melgi. hęlðr of
fingirno oc of át. En ava/lt fvlgir onv́t męlgi ofati. oc braɴ 25
af þvi fia meft a tuŋo i piflom er mifgerþi i ofati. Melgi
er fvrft von at fvlgia ofati. en fiþan oftilt gleþi oc leicar.
fva fem heilog ritniŋ fegir. Lvþr át oc ðrak oc fiþan rifo
þeir up oc léco. En fvr hrørifc tuŋa til onvtra orþa en
a/lr licamr til leica. Af þvi baþ en a/þgi køla tuŋo i quolom 30
at hann hafþi i ofati meft mifgort oc i melgi er þar fvlgir.
en þat er með þuŋri hretflo virþanða er Abraham fv(arar).
Minftu fonr at þu toct ombon goþra hlu/a í lifi þino. en
Laz(aruf) i/lra hlu/a ombon. Nu huɢafc hann en þu quelfc.
Þetta atþueþi þarf helðr hretflo en · fcvriŋar. Ef er hafit 35

noccor a'þófı en ýtrı með hondom brøþr. þa fcolot er helðr
hreþafc þeffa ena ýtrı gıof. en elfca. at eıgı verþı vþr ıarþ-
lıgr vegr oc a'þøfı at ombon goþra verca. helðr at fulltıŋı
annarf heımf. oc er verþıt eıgı tomır af ombon enf ıþra vegf
þa ef ðomanðıɴ cømr. I þvı er mẹlt var vıþ en a'þga at hann 5
toc ombon goþra hluta ı lıfı fıno. en Lazaruf toc ombon
ıllra hluta ı fıno .l(ıfı). þa fvnıfc þat at en a'þgı hafþı gort
nacquat gott þat er hann toc la'n fvrır ı lıfı fıno. en Lazaruf
hafþı oc gort nacquat ıllt þat er hann toc gıolð fvrır. En
valaþf elðr hrehfaþı fvnþer Lazarı. en þeffa heımf fela vaf 10
ombon goþra verca enf a'þga m(aɴz). Ef er hafıt farfelo-
þeffa heımf. þa eıgoð er at hreþafc þat at fu farfela fe ýþr
fvr verc þa' er er goþ gerıt. En er lıtıt valaþa meɴ gera
nacquara raŋa hlutı. rẹcıt er þa eıgı ne fvr lıtıð. þvı at þat
ma vera at valaþf elðr hreınfı þat er ýfır flotanðı fvnþır 15
forgoþo. Ýþr er helðr uclıgt ef farfelo hafıt ı hemı eptır
necquer ıll verc. En þeım fcolot er vẹtta leıþrettıngar er
valaþıt pınır eptır fvnþır. En torleıþı mıcıt er fett a mıþıl
var oc ýþvar fva at hvarıgır mego comafc tıl aɴaɍa þott fara
vılðı f(varaþı) Abra(ham). Þat er ıfla'ft at allır þeır er ı 20
pıflom ero monðo fara vılıa tıl ðvrþar retlatra. En þat ma
unðarlıct þýkıa hverfo retlatır monðo fara vılıa tıl þeırra ef ı
pıflom ero. þvı at fva er mẹlt ı Gvþfpıallı. at hvargı comafc
tıl aɴaɍa þott fara vılðı. En þat er for retlatra tıl þeırra
er ı quolom ero. at reɴa mıfcuɴar hug tıl þeıra oc vılıa þa 25
levfa or pıflom. En þeır er fva vılıa fara tıl þeıra. þa mego
eıgı comafc. þvı at anðır retlatra þẹr ef ı gøtfco øþlıf fınf
hafa mıfcuɴ ero fva famlvnðar vıð retletı Gvþf. at þer reɴa
øngom varcuɴar hvg tıl þeıra ef fvr ðømþır ero af Gvþı oc
þeır mego eıgı bıarga. þvı at retlatır ceɴafc eıgı vıð þa 30
meɴ ef þeır fıa bra't recna fra fcapara fınom þeım er þeır
elfca. Eıgı fara ıllır tıl goþra. þvı at þeır ero ðømþır tıl
eılıfra pıfla. oc fara eıgı goþır tıl ıllra þvı | at þeır reɴa
eıgı varcuɴar hug tıl recnıŋa Gvþf ef up ero hafþır ı rett-
lẹtı hanf. En er en a'þgı matıı eıgı fer vetta mıfcuɴnar þa 35

ran hugr hanf til noꝩa er eptir lifþo. þvi at piflir vanðra
léra hug þeira of fiþir til aftar þott þeff megi þa eigi niota.
þvi at þeir elfcoþo her meir fvnþir en noꝩa. Ec biþ þic
faþir quaþ en aꝩgi at tu fenðir Lazarum i huf foþor minf
þvi at ec a V. brøþr. at hann vari þa viþ þena piflarftaþ. 5
þat er mercianða i þeffom hlut at en aꝩgi hafþi bæþi til
aꝩca piflar finar kenifpeki oc mini. Cenði hann Lazarum
þaN er hann fvrleit. oc mintifc hann brøþra fina er eptir
lifþo. Eigi veri allfull hefnð þeff er hann fvrleit valaþan
ef hann kenði hann eigi i ðvrþ. oc eigi alfull piniꝩ i elði 10
ef eigi vgþi hann brøþrom finom lica¹) quol. En þa er
alfull quol fvnþogra ef þeir fia ðvrþ þeira þa er þeir fvrlito
en þeir queliafc af piflom hiNa er þeir elfcoþo onvtfamliga.
En þvi er truanða at fvr ðomf ðag fia illir meN necquena
retlata i ðvrþ til aꝩca pifla fina. En retlatir fia avallt illa 15
meN i piflom. at fognoþr þeira vaxi viþ þat er þeir fia
piniꝩar þer ef Gvþf milði levfti þa fra. oc þaka þeir þat
laꝩfnara finom ef þeir motto þer piflir forþafc. En hrvꝩvifc
eigi hugr rétlatra þott þeir fe piflir þer er vanðir meN hafa.
þvi at engi mifcuNnar hugr ftenðr amot retlęti Gvþf ýfir 20
illom moNom. fa ef þverra megi fognoþ heilagra. Hvat er
unðarliet þott fenar piflir vanðra verþi at þionofto fagnaþar
heilagra. þvi at opt hefir fagrfcrifat fmiþi fvartan lit með
hvitom. at en biarti litr þiki fegri verþa þa en aþr. En þat
ef vitanða at algoR metti verþa fognoþr retlatra. þott þeir 25
fęi eigi piflir recninga. En hvat er þeff i fcepno Gvþf er
þeir megi eigi lita. ef fia mego hof fcapera finf. þvi at fva
męlti Abraham viþ en aꝩga. Hafa þeir Moifen oc fpameN.
hlvþi þeir þeim. En fa er Gvþf orþ fvr leit hugþi at vinir
hanf monði þa orþ oc eigi vilia høra. þvi at hann męlti 30
fva. Þvi at einf mono þeir trua ef necqueR rifi up af ðaꝩþa
oc feR til þeira. En honom var foNo fv(arat). Ef þeir hlvþa
eigi Moifi oc fpamoNom. þa mono þeir eigi trua þott

---

¹) slitið aptan ur línu sem svarar fyrir li.

nequeʀ rifi up af ðæþa. Þvi at þeir ef fvrlita en forno
læg mono eigi fvlla boþorþ læfnera varf ef up reif af ðæþa.
þvi at þæ ero torvelðri eɴ en forno læg. Allt er miɴa þat
er i logom er mẹlt en þat er ðrottiɴ bæþ. Log buþo at
gefa tiunðer. en læfneri vaʀ bæþ þeim ef algorvir vilði vera 5
at gefa alla eigo fina. Log fvr buþo licamf fvnþir. en læfneri
vaʀ baɴaþi oS hotar hugreɴigar. Þeir er eigi hlvþa Moifi oc
fpamoɴom muno eigi trua þott n(ecqueʀ) rifi up af ðæþa.
þvi at þeir er orøcia en miɴi log mono cigi trua þott
n(ecqueʀ) rifi up af ð(æþa) oc˙ hlyþa enom meirom boþorþom 10
grøþara varf ef up reif af ðæþa. Nu hørþoþ er brøþr ðvrþr
Lazari oc pifl enf æþgæˣ maɴz. Af þvi leitiþ er ýþr arnanða
fvr fvnþom ýþrom oc veitiþ mifcuɴ valoþom fvʀ en ðomr
Gvþf comi yfir oS. Er hafiþ marga flica liɢianði fvr ðurom
ýþrom fem Lazaruf var. oc þeira hluta þurfo er vþr verþa 15
hvern ðag at leifom. Gvþfpialf orþ miɴa oS a mifcuɴar verc.
þvi at ver fiom hvern ðag Lazarum þot ver leitim eigi. Hvern
ðag coma valaþir oc biþia. at þeir megi arnenðr orir verþa.
Uer ẹtim þeS at biþia ef þeir biþia. Seþ er oc þa hve
omaclict er at fvna þeS ef ver erom beþnir. þvi at orir ar- 20
nenðr ero þeir ef biþia. Glatið er eigi mifcuɴar tiþom oc
ðvlifc eigi við gefna hiolp: varizc er við quol aþr hon comi.
Þa er er feþ valaþa i hemi. fvr litið þa eigi. þott er feð
necquer verc þeira aletilig. þvi at þat ma verþa at valaþf
lecniɢ grøþi þa er oftvrcþ fẹrir. Ef necquer ero þæ verc er 25
hegniɢar ero verþr.[1] þa megoþ er þeim fnua til æca vercæþf
ýþvarf. ef er vilit taca øxliɢ mildi af fynþom þeira. ef er vetit
þeim føtflo licamf með ceɴigar orþom. Oc tecr þa tveɴa
føtflo fa ef eiɴar bað. ef hann føþifc utan af bræþi en iɴan
af ceɴigom. Ef vallaþr maþr ef fvnþogr þa fcal keɴa honom 30
retta hluti en recia hann eigi. En hann er gofoglIgr ef
hann er eigi fvnþogr. En ver fiom marga hluti er (ver)[2]
vitom eigi hvern verþleic hafa fvr Gvþi. Af þvi eigom ver

27. bls.

---

[1] þannig í hdr.  [2] máð.

ollom[1]) litillatliga at þiona at ver vitom eigi i hverf hugfcoti
Criftr er: Dømifogo hefi ec at fegia þa er margir (hafa
hevrþa oc)[2]) vito at fon er. Auldroþ kona oc nuna het Re-
ðempta fu er Crifti þionaþi at Gvþf moþor kirkio i Ruma-
borg. I þeiri þionofto voro leriimeviar henar tver með 5
hene; het onor Romula. en onor er eigi nemnð. Allar voro
i eini Gvþf þionofto. Allar aþgar at (olmof)om en fnaþar
at arom. En þo var Romula þeirra ózt i ollom goþom fiþom.
Hon hafþi þolinmøþi micla oc hlvþni. var omolog oc coft
géf til bøna. En þat verþr opt at monom fvnafc þeir 10
algorvir er Gvþi fvnifc nacquat vangort i lifi þeirra. þvi at
ohagir men lofa opt þat fmiþi oc hygia algort vera. er fmiþ-
nom þvkir litlo betr en halfgort. En fia Romula er ver
fegiom fra toc fott micla oc la marga vetr i kar oc matti
fic mioc fva til enfcif hrøra. En hugr henar ftvrcþifc af 15
bardogom oc óx ðvrþ henar fva fem licamr møðifc þvi at
hon var þvi coftgefri til bøna fem hon matti fiþr anat fvfla.
En a eni hverri nótt callaþi hon lerimoþor fina Reðemptam
oc m(ælti). Com þu moþir. com þu moþir. En hon com
þegar oc onor lerimér henar oc ftoþo þér fvr rekio enar 20
fiuco. þa com fva micit liof i hufit at hiorto þeirra hreðofc
er hia ftoþo oc fculfo licamir þeirra. þa hørþo þér gnv
micin oc þat at hurþ omlar[3]) fva fem in. gegi flocr mana. oc
þottofc þér kena at þrong gerþifc i hufino. En þér motto
eki fia fvr hofino oc fvr hretflo. En fva ðvrligr ilmr fvlgþi 25
hofino. at ilmrin glaði hug þeirra en liofit fcelfþi. En er
þér motto eigi liofit ftandafc. þa hugaþi Romula lerimoþor
fina oc m(ælti). Hretfc eigi þu moþir. eigi mon ec en ðøia.
En er hon m(ælti) þat þa þvar liofit fmom oc fmom. en
ilmrin var eptir. oc helt þvi þan ðag allan oc anan oc en 30
þriþia. En of not callaþi Romula lerimoþor fina oc toc hon
þa corpuf ð(omini). En aþr Reðempta gegi fra rekio henar
þa hevrþo þér a ftréti fva fem tvenir flokar fvngvi lof Gvþi

---

[1]) ógløggt.  [2]) cd. in marg.  [3]) h̃þū- lar í næstu línu.

aNaR flocr caɫla en a(NaR) qᴠeNa. Þa anðaþıſc Romula. oc
leíð þa tıɫ hımınſ flokr ſa er hørþr var ſvngᴠa a ſtretı. oc
þᴠaR þa ılmrıN ſem ſoɴrıN fıRþıſc. Hverr monðı þeſſa meᴠ́
veglıga teha meþan hoN lıfþı. Herfilıg monðı hon ollom
ſvnaſc oc oveglıg. En þar leynðıſc gımſteın ı ſorphᴀ́gı. 5
Sorphᴀ́g nemnı ec ðᴀ́þlıgan lıcam oc veralðar valaþıt. en up
var tecıN gımſteıN or ſorph(ᴀ́gı) oc hafþr tıɫ prᴠþı hımna
konungſ. oc ſcıN nu ı ðvrþ með eɴlom. En ér eſ ᴀ́þgır eroþ
eþa ᴀ́þgır þykıſc vera ı hemı. Iamnıt er eſ er megıt (ſıerþſam-
lıgom)[1] ᴀ́þøſom ýþrom vıð ſoN ᴀ́þøfı þeſſar mevıar. Ér 10
eıgoþ þat er ér monoþ tᴠ́na a þeſſı lıff goto. En Romula
gırntıſc enſcıſ a goto. en hon faN allt er hon com heım. Ér
lıfıþ glaþır en er hreþıſc hrᴠɢvan ðᴀ́þa. Er hafıt of ſtunð
þıonoſto af moɴom en Romula var fvr lıtın af moɴom. oc
faN þıonoſto eɴla. Nemıþ er brøþr at fvrlıta ıarþlıga hlᴠtı 15
oc hafna þeſſa heımſ veg. en elſca eılıfa ðvrþ. Gofgıþ er þa
eſ ér ſéþ yalaþa. oc étlıþ þa vını Gvþſ ıNan eſ er lıtıþ her-
filıga utan. Uetıþ þeım þat eſ er eıgot helðr en þeır. at
þeır veıtı ýþr þat eſ þeır hafa helðr en er. Uırþıt er þat eſ
Paulᴠ́ſ m(ǫlır). A þeſſı tıð ſcal ýþor gnotɫ huɢa valaþ þeırra. 20
at ſıþan verþı þeıra gnott huɢon ýþvarſ valaþſ. Uırþıt er oc
þat er ſialfr Crıſtr m(ǫltı). þat gofoþ er mer eſ er gofoþ
28. bls. eınom enom mınſta brøþra mıNa. | Fvr hvı eroð er trᴀ́þır
at veıta þar er er gefıt þeım er a hımnı ſıtr. þat eſ er ſelıt ı
honð þeım eſ hɢr a ıorþo ſıucr oc valaþr. Eń þat eſ ver 25
melom fvr evrom ýþrom keNı þat hugſcotı ýþro ſıalfr almᴀ́tıgr
Gvþ ſa er lıfır oc rıkır of allar alðır alða. amen.

## Lvcā.

IHO ſagþı lerıſveınom ſinom ðømıſogo þeſſa[2]. Maþr necqueR
gerþı notɫorþ mıcıN. oc bᴀ́þ morgom moɴom. oc ſenðı hann
þrel ſın a tıþ notɫorþar at ſegıa boþſm(oɴom) at þeır quemı. 30
þvı at allır hlᴠtır voro bunır. þa tólþo allır vıð forenı. Eın

---

[1]) bætt vıð á ſpázíu.  [2]) í hdr. ðø͞ıſogo ſ. þ.

þeira mælti: Bø cøpta ec oc ef mer fcvlt at fia hann. Biþ
ec þic hafþu mic unðan þegiN. ANaR mælti: Øxna oc V.
kevpta ec. oc fer ec at revna þar. Biþ ec þic hafþu mic
unðan þegiN. En þriþi m(ælti). Cono fcal ec (eiga)[1] gaga.
oc ma ec af þvi eigi fara. þa for þrell aptr oc fagþi þetta 5
ðrottni finom. þa reiðifc huf buanði (oc mælti) viþ þrælin.
Farþu a ftreti oc a þverftigo borgar. oc leiþ hiŋat valaþa oc
lamþa halta oc blinða. þrellin m(ælti): Gort ef fem þu bartt
ðrottiN oc er eN tomt rum i hufino. DrottiN m(ælti) viþ
þrelin. Farþu üt a gotor oc garþa oc névþ meN iN at gaga 10
at huf mitt fvllifc. En ec fegi ýþr at eŋi mon þeirra bergia
nottorþi minom er callaþir voro. G.¨G.

**Su** er grein a milli licamligra crafa oc anðligra goþir
b(røþr). at maN huŋrar þa til licamligra crafa er hann hefir
þer eigi. en þa feþfe hann oc leiþifc þer ef hann hefir þér 15
gnogar. En m(aþr) leiþifc þa anðligar crasir ef hann hefir
þer eigi. en þa fvfifc hann þér[2], er hann hefir þér. oc
huŋrar hann þvi meirr til þeira fem hann hefir þer fleiri.
Licamf crasir gera feþi oc leiþinði ef þér ero gnogar hafþar.
en til anðar crafa huŋrar hvern þvi meirr fem þér hefir hann 20
optaR. En þér mego eigi elfcafc ef þér ero eigi hafþar. þvi
at m(aþr) veit eigi fötleic þeira fva fem falmafcalðit m(ælir).
- Bergið er oc féþér at ðrottiN er fótr. Sva fem þetta m(æli)
h(ann). Eigi megoþ er vita fötleic Gvþf. nema er bergit
fötflo liff af gómi hiartanf. en er megoþ þa revna fötleic 25
hanf ef er revnið. þeffom liffcrafom tvnði m(aþr) þa er hann
mifgerþi i Paraðifo. oc varþ hann uti bvrgþr fra fötflo eilifrar
ðvrþar. En ver vitom eigi hverf ver fcolom fvfafc er comnir
erom i vefolþ þeffar útlegþar. En þvi meirr eflifc fott leþinða
vara fem hugr vaR venfc meirr af himnefcom fötleic. oc 30
beiþomc ver þvi fiþr til eilifra crafa fem ver bergiom þeim
fialðnaR. Ver liciom i þroti fvr leiþinði ór. þvi at ver viliom
eigi bergia liff crafom oc elfcom ver vefalir fult varn. En

-----

[1] eiga bætt við á spázíu.  [2] þ'ér í hdr.

Gvþf mılðı fvr léıt off eıgı þott ver vılðım fvr lıta hann. oc
leıðı hann fvr hugfcotf ogo off þa føtflo er ver hofnoþom.
oc laþaþı off tıl hımnefcra crafa ef ver ręcım fra off leıþvnða[1]
hunr varn. þvı at m(aþr) necqueʀ gerþı notorþ mıcıɴ oc
morgom nı(oɴom). Sıa m(aþr) mercır drottın I. X. Sva fem 5
fpam(aþ)rıɴ m(ęlır) of hann. M(aþr) er hann en hverr ma
ceɴa hann. En hann gerþı nottorþ mıcıɴ þvı at hann fvnðı
off eılıfar crafır. Hann baʀþ m(oɴom) en faır como. þvı at
þeır ero margır callaþır tıl tru er ıgeɴ mela vegf boþı hanf
með ollom vercom. En hann fenðı þrel fın a nottorþar tıð 10
at fegıa boþf m(oɴom) at þeır quemı. Hvat mercır notorþar
tıþ nema heımf enða. Sva fem Paʀluf m(ęlır). Uer erom
comnır ı enða heımf. Ef nu ef notorþar tıð er ver erom
callaþır. þa fcolom ver þvı fıþr velıa fem ver fıom meırr
nolgafc heımf enða at eıgı farıfc fvrır off mıfcunnar tıþ fu 15
ef nu er gefın. En af þvı callafc Gvþf famcunða notorþr
helðr en ðogorþr. at notorþr er en øfftı fognoþr ðagf eptır
erfıþı. en ðagf fvfla ftenðr a henðı eptır ðogorþ. Af þvı er
famcunða gvþf callaþr notorþr helðr en ðogorþr at fa fognoþr
cømr eptır allt þeffa heımf erfıþı. þrell fa ef fenðr var mercır 20
ceɴımeɴ. Af þeıra lıþı erom ver nu a þeffom ðogom þott
ver fem fvnþgır oc overþır. en þo loþom ver vþr tıl notorþar
ɢvþf. þa er ver telıom heımf hofnon fvr ýþr. Fvr fıtı engı off
þott ver fem overþır at laþa[2] ýþr. En þat verþ opt at gofogr
maþr a herfılıgan þrel. En ef hann fenðır þrelıɴ necqueʀa 25
ørınða þa fvr lıta meɴ eıgı þrelıɴ er męlır. þvı at þeır
hreþafc ðrottın hanf. oc vırþa þeır eıgı þat hverr ørınðıt beʀ
helðr þat hverr ørınðıt bvþr. Gørıt oc fva goþır b(røþr). oc
halðıt avallt hretflo ɢvþf þott er féð off overþa at reca ørınðı
**29. bls.** hanf. Ranfacıt er | hıorto ýþor oc verıt hlvþnır ef er vılıð 30
vera boþf meɴ hımna konoɴf. Recıt braʀt er fra vþr ðaʀþlıg
leıþınðı. þvı at allır hlutır ero bunır tıl famcunðo Gvþf. En
er eroð lıcamlıgır oc leıtıð lıcamlıgra crafa. Sıolf lıcamf

---

[1] leıþvnðā. [2] þvílíkast sem fyrst hafi staðið: ceɴa, en því breytt.

føtfla hef*ir* fnuitfc ı anðligar cra*f*ir.  Lamb Gvþf er fóft t*il*
þeffa not*orþar*. tocom br*æ*t *ver* (fra) off leıþınðı hugar varf.
En þ*at* fıom *ver marga gera* er ep*ir* feʀ ı Gvþfp(ıallıno). þa
toco all*ir* fama*n* vıð at telıa. Gvþ bvþr off þat at *ver* fcvlðım
bıþıa. oc vıl*l* veıta obeþıt. þat er m*ę*ttım tr*æ*tt v*ę*t*l*a at ha*nn*  5
mo*n*ðı géfa þot*t ver* b*ę*þım. En *ver* fvrlıtom eılıfar cra*S*ır þer
er *ver* fcvlðo*m* gırnafc. Setıom ver fvr *æ*go oS ena mınfto
hl*u*tı at *ver* megım þaþa*n* af vır*þ*a ena mérı. Ef rıcıf m(aþr)
necqu*e*ʀ fenðı þrel fıɴ at bıoþa valoþo*m* ma*n*ı tıl famcunðo.
hvat *ę*tlo*m ver* br*ø*þr en valaþa *gera* mo*n*ðo nema fagna vegf 10
boþı oc fv(ara) þacfamlıga. oc fcıpta bunıgı fıno*m* oc fara
fćvnðılıga at eıgı c*ø*mı aɴaʀ fvʀ t*il* famcunðoɴa*r* en ha*nn*.
Auþıgr maþr bvþr valoþo*m* oc valaþr feʀ fcvnðılıga. en *ver*
erom laþaþ*ır* t*il* Gvþf famcunðo oc telıo*m ver* vıþ at fara. En
þ*at* monom *ver* etla br*ø*þr hv*ı* hıorto ýþor mono fv(a*r*a) ı 15
levnðo*m* hugreɴıgo*m*. Eıgı vılıo*m ver* vıð þv*ı* telıa. helðr
fvfom*c* at fara t*il* Gvþf famcu*n*ðo. Hug*ır* ýþrır fegıa fat*t* ef
þe*ır* elfca eıgı me*ı*rr ıarþlıga hl*u*tı en hımnefca. eþa þe*ır*
hvɢıa eıgı optaʀ at lıcamlıgo*m* hl*u*tom en anðlıgom. Af þv*ı*
er fagt hvat þe*ır* funðo t*il* faca er eıgı vılðo fara. Eıɴ þe*ı*ra 20
m*ę*ltı. B*ǫ́* cevpta ec oc er m*er* fcvlt ut at fara at fıa la*n*ð
mıt*t*. Fvr b*ǫ́* mercıfc ol*l* ıarþlıg eıga. Sa feʀ ut at fıa b*ø*
fıɴ er ha*nn̄* hvgr at eınom¹) ýtro*m* hlutom eıno*m* oc *æ*rom
fıno*m*. Aɴaʀ m(*ę*ltı). Oxna oc V. c*ø*pta ec oc fer ec at
revna þ*æ*. Fım *ø*xna ok mercıa V. lıcamf vıt. þ*æ* er ena ýtrı 25
hl*u*tı eına mego fcılıa. oc vıta eıgı fcvnfemı enf ıþra maɴz.
ef anðlıga hlutı fcılr. Af þv*ı* mercıfc ı þeım oll ıarþlıg oc
onvtfamlıg forvıtnı. fu ef ranfacar aɴaʀa lıf. en hv*e*r ekı at
eno*m* ıþrom hl*u*tom fınf lıff. Þuɢ fvnþ er ı þeSı forvıtnı. þv*ı*
at hve*r*r caɴ fıc þv*ı* og*ø*ʀ. fem ha*nn* er forvıtnarı of aɴarf 30
lıf. oc er forvıtıɴ hugr þv*ı* ovıtra*rı* of fıc fem ha*nn* þvkıfc
vıtrarı of aɴa*n*. þ*at* er fanlıga m*ę́*lt er hıɴ letfc fara at revna
okı*n*. þv*ı* at forvıtıɴ hugr vıl*l* revna al*l*t þat er ha*nn* forvıtnafc

---

¹) réttara: enom.

at vita.  En þat er mercianða ef hvartvegi þeira er við fam-
cunðofor talþi hafþi litilletif orþ fvr fer oc m(ęlti).  Biþ ec
þic hafþu mic unðan þegiɴ.  En ef hann baþfc unðan foriɴi
oc vilði eigi coma til famcunðo.  þa fvnði hann litilleti i
orþom en ofmetnoð i vercom.  Slic dømi fiom ver verþa 5
hvern ðag vfir mifgeronðom.  þa er ver męlom viþ fvngan at
hann fnuifc til Gvþf oc fvrlati metnoþ heimf.  þa collom ver
hann til Gvþf notorþar.  En hann fv(arar) oc m(ęlir).  Biþ þu
fvr mer þvi at ec em fvnþogr.  en ec ma eigi fciliafc við veg
miɴ oc aþøfi.  Sa er þetta męlir.  þa biþr hann at hann fe 10
unðan þegiɴ.  oc hann vill eigi coma til famcunðo.  Svnir
hann litillęti i orþi oc hefir þo ofmetnoþ i veroi.  oc fegifc
hann fvnþogr oc vill eigi lata af fvnþom.  En þriþi męlir.
Cono fcal ec eiga gaɢa oc ma ec af ·þvi eigi coma.  Hvat
mercir cona fia nema licamf munoð.  Þott hivfcapr fe goþr 15
oc lofaþr af Gyþi til attar aʒca.  þa ero þo fumir þeir er
hann fremia meirr fvr licamf munoþ en til barngetnaþar.  oc
ma af þvi merciafc i þeSo mali olofaþr hlutr fvr lofaþan.
Himnefcr faþir laþaþi ýþr til eilifrar famcunðo en allir vanðir
teliafc unðan.  fumir fvr fegirni.  fumir fvr forvitni.  en 20
fumir fvr licamf munoþ.  þręll com aptr oc fagþi þetta
ðrottni finom.  þa reiðifc hufbuanði oc m(ęlti) viþ þręliɴ.
Farþu a ſtreti oc a þverſtigo borgar oc leið hingat valaþa oc
lamþa oc halta oc blinða.  þeir fvr lito anðliga famcunðo ·er
þionoþo iarþligri fegirni eþa olofaþri forvitni eþa licamligri 25
 munoþ.  | En er ðramblatir vilðo eigi coma þa voro litillatir
valþir.  þvi at Paˈluf m(ęlir) fva.  Oftýrcia hluti heimf þeffa
valþi Gvþ.  en hann ręcþi ftercia.  En þat er mercianða
hvilicir callaþir voro til notorþar Gvþf.  oc como.  Ualaþir oc
lamþir callafc þeir er fialfir þvkiafc oftýrkir vera.  En þeir 30
ero valaþir oc fva fem ſtvrkir er ðramba i valaþi.  Blinðir
ero þeir er eigi hafa fpecþar liof.  en þeir haltir er eigi
ha(f)a retta goto i verki.  Licamf vanheilfa merkir oftvrcleic
verka þeirra.  En fva fem fvnþgir voro laþaþir oc vilðo eigi
coma fva voro oc fvnþgir laþaþir oc como.  Dramblatir 35

ſvnþgır voro rȩcþır. en lıtıllatır ſvnþgır valþır. Þa velr Gvþ
helzt er heımrıɴ fẏr lıtr. þvı at ſıalfr heımſ vanþı oc vanſı
leıþır meɴ opt tıl athuga. þvı at ſa m(aþr). er brȧt fór fra
faȧþor ſınom oc evðði aᷓrom ſınom þa toc hann at ſer at
hẏɢıa er hann huɴraþı oc mȩltı hann ſva. Margır vercmeɴ 5
hafa gnogt braᷓþ ı huſı foþor mınſ en ec ſvelt her. Eıgı
mȩttı hann ſnuaſc tıl athuga ef hann buɴraþı eıgı. en þa
hugþı at hverſ hann mıſtı ı anðlıgom blutom er hann tvnðı
ıarþlıgrı eıgo. Ualaþır oc lamþır haltır oc blınðır voro
callaþır oc como. þvı at þeır er ı hemı ero fvrlıtnır hevra 10
þvı ſcıotara orþ Gvþſ ſem þeır hafa her fȩra unaþſamlıct.
Sva er ſagt í eıɴı fornrı ſogo er þıoþır þȩr herıoþo er
amalechıte heıtȧ. þa la eptır ſveıɴ þeırra ſıucr a goto
hungraþr oc þvrſtr oc hurfo þeır fra. En Davıð faɴ hann
þegar oc gaf hanom át oc ðrẏk oc ſtvrcþıſc hann þegar oc 15
gørþıſc hann ſıþan hertogı Davıðſ konoɴſ. þa com hann at
þar er amalechıte ſoto at ðrykıo oc hefnðı hann þa þeS
ſterclıga er þeır fvrleto hann ſıucaɴ. Amalechıte þẏþıſc
ſlekıanðı lẏþr. Hvat er ſlekıanðı lẏþr nema hugır ıarþlıgra
maɴa. þeır er þeSa heımſ ſȩlo hẏɢıa vera allan ſȯtleıc oc 20
fognoð. þa herıar ſıa ſlekıanðı lẏþr er elſcenðr ıarþlıgra hluta
vılıa gera ſer at avextı aɴaʀa ſcaþa. En þeır fvrleto ſıucaɴ
ſveın a goto þvı at hverr ſvnþogr verþr lıtılſvırðr af þeSa
heımſ m(oɴom). ef hann þrẏtr at veralðar aᷓþȯfom. En Davıð
veıttı honom át oc ðrvkıo. þvı at ðrottıɴ velr opt þa er 25
heımrıɴ rȩkır oc ıeıþır þa tıl ſıɴar mılðı er lıɢıa ſva ſem
ſıvkır a goto oc mego eıgı fvlgıa heımſ uɴonðom oc gerır
hann þa hertoga ſına þat ero keɴımeɴ. En ſa faɴ Amalechıtaſ
at ðrvkıo oc hıo þa meþ ſverþı Davıðſ. þvı at keɴımeɴ vega
meþ craptı orþa Gvþſ ðramblata heımſ uɴenðr. Sveın ſa ef 30
fvr latıɴ var a goto ðrap Amalekıtaſ þvı at þeır ſtıga opt
ẏfır verallıga hugı ı keɴıɴom er fvʀ møtto eıgı fvlgıa veralðar
m(oɴom) ı heımſ farſȩlom. Hevrom ver oc þa hvat þrellıɴ
mȩltı ſıþan er valaþır voro tıl notorþar leıððır. Gort er ſem
þu báut ðrottıɴ. oc er eɴ tomt rum ı huſıno. Margır voro 35

flicir kallaþir til Gvþf notorþar af gýþiga lýþ. en fa maNfiolþi
fvlði eigi allt rum i hufe himnefcf fagnaþar. IN gek fiolþi
gýþiga oc var þo tomt rum i hufeno at taca við heiþnom
fva fem her var mẹlt við þrẹliN. Farþu ut a gotor oc i
garþa oc nevþ meN IN at gaᴎa at huf mitt fvlfifc. Þeir er 5
fvR voro kallaþir af ftretom oc þverftigom til famcundo Gvþf.
þeir mercia þaN lyþ ef i gýþiga logom hvarf til tru. En þeir
er af gotom eþa gorþom voro kallaþir mercia heiþna· meN.
þeir ero or gorþom kallaþir til notorþar Gvþf er af acrcalla
lifi fnuafc til tru. þat er mercianða er mẹlt var at haN 10
**31. bis.** fcvlði | nevþa IN at gaᴎa. Sumir como er kallaþir voro. en
þat var mẹlt at fuma fcýlði helðr nevþa en kalla at þeir
qvemi. þeir ero kallaþir oc coma er fvlla i vercom þat er
þeir fciha. En fumir ero fva kallaþir at helðr ero névðir.
þeir at þat eigi gera opt er þat uito hvat gera fcolo. En 15
þat verþr opt at veralðar meN coma a mott licamligom
girnþom. þeir leita heimf ðvrþar oc fiᴎa eigi. oc er þa fem
þeir hafi anðroþa oc verþi avallt aptrreca til fomo ftranðar.
En ef þeir fia fic felða fra girnþom finom þa miᴎafc þeir
hvat þeir eigo at gialða fcapera finom. oc hverfa þa aptr til 20
hanf oc fcammafc þeS er þeir hofþo ðrambanði fcilifc við
hann fvr heimf elfco. Margir verþa møððir i fottom þa er
þeir vilia ftiga up til heimf ðvrþar. fumir verþa fvr heimf
fcoþom eþa helftriþom eþa ýmfom meinom. oc fiᴎa þeir þar
i harmi heimf at þeir fcvlðo eki elfcat hafa af munoþom 25
hanf. oc facafc þeir þa girnþa fiᴎa oc fnua hiortom finom
aleiþif. Of flica mẹlti ðrottiN fvr fpamaN. þa er haN røðði
fva of fvnþga onð. Gerþa moN ec goto heᴺar þornom oc
fetia veᴳ fvr ftigo heᴺar oc moN hoN leita uᴺaᴎða fiᴎa oc
fiᴎa eigi oc uilia fvlgia þeim oc mega eigi. Þa moN hoN fra 30
mela. Aptr moN ec hverfa til maᴎz minf. þvi at mer var
þa betra en nu. Gvþ er hverrar criftiᴎar anðar maþr.
þeirrar er honom giptifc i tru. En þa fvlgir fu onð oþrom
uᴎonðom er Gvþi var gipt i tru. er hoN famteᴎifc fionðom i
fvnþa atlati oc leitar heimf metnaþar oc livir at licamf mun- 35

oþom. En ɢvþ lıtr opt mıfcuɴar ɑ́gom a flıca onð oc fetr
meınfemı á mót gırnðom heɴar fva fem hann gerþı þornom
goto heɴar þa er fottır pına hug varn eptır fvnþır. þa fetr
Gvþ veɢ fvr ftıgo ora. er harþar meıngørþır ftanða ıgeɴ
munoþom orom fva at ver naım eıgı þvı er ver leıtom ı 5
roɢom gırnðom. þa mon hon leıta uɴanða fına oc fına eıgı
oc vılıa fvlgıa þeım oc mega eıgı. þvı at þa er Gvþf barðagı
hırtır off. þa fløıa ıllgıarnır anðar þeır er onð ora tęlðo ı
gırnðom fınom. oc ma hugrıɴ þa eıgı fram coma fvfı fıɴı.
En þat fcvrır ı þvı er eptır feʀ hverfo mıcıl nýtfemı genıfc 10
af þeffı meıngıorþ. Þa mon hon fva męla. Aptr mon ec
hverfa tıl maɴz mınf þvı at mer (var) betra þa en nu. Sıþan
er hon fa gotor fınar gerþar þornom oc matтı eıgı fına
uɴenðr fına. þa hvarf hon aptr tıl aftar enf fvrfta maɴz. þvı
at þat verþr opt at ver mınomc þa Gvþf er ver megom þvı 15
eıgı fram coma er ver mınomc ı hemı. En þeır er ı heımf
meınom hırtafc af veralðar gırnðom oc fnuafc tıl Gvþf aftar.
hvat fe þeır þa nema névðır ıɴ at gaɴa tıl notorþar Gvþf.
En þat er off hręþılıct atquęþı er eptır feʀ oc leıþıt er þat
mıclom athuga goþır brøþr at þat comı þvı fıþr fram at ðomı 20
ývır ýþr fem er uɢıð þat meıʀ nu er er hevrþot. En ec fegı
ýþr at engı mon bergıa notorþı mınom þeırra er callaþır
voro. Drottıɴ callar off fıalfr fvr fıc. oc callar hann off fvr
poftola fına. oc fvr fpameɴ. oc fvr keɴımeɴ. oc callar hann
opt fvr ıarteınır. oc opt fvr barðaga. ftunðom fvr farfęlor 25
þeffa heımf. en ftunðom fvr meıngorþır. Hafnı eɴı þa at
coma er callaþr er at eıgı verþı þat at hann megı þa eıgı ıɴ
gaɴa er hann vıll. ef hann telr þa vıð er hann ef callaþr.
Hevrıð er þat er Gvþ męlır fýr Salomonem. Þa mono þeır
mıc calla er ec mon eıgı hevra oc leıta mín þa er þeır 30
mono eıgı fına. En hvat fcolo ver vıð þvı gera goþır brøþr
nema fvrlıta allar þeSa heımf ahvɢıor oc fvfafc hımnefcra
hluta eına. En þat er fǫm gefıt. þeff vıl ec ýþr mına at er
fvrlatıð alla eıgo ýþra en ec trøftomc eıgı at męla þat. Ef
er megoþ eıgı fvrlata oll heımf ɑ́þøfı þa halðıt er þeım fva 35

at þa haldi eigi ýþr ı heımſ elſco. oc verıt ðrotnar ara
ýþvaʀa. | en eıgı þrẹlar. oc eıgı verþı hugr ýþvaʀ ývırſtıgıɴ
af elſco ıarþlıgra hluta. Hafıð er ıarþlıga[1] hlutı ı natn en
hımneſca ı gırnð. oc nøtıð er lıcamlıgra hluta a goto en
gırnıſc hımneſcra ı framquomo. Lıtom ver' ſva ſem af hlıþo 5
tıl allz þeſſ er ı hemı er. en hugr vaʀ horfı avallt a
hımneſca hlutı. Snıþo ver loſto af vercom orom oc af
hıortom. Heptı engı oſſ lıcamſ munoþ ne ıarþlıg ahvɢıa. ne
fegırnı fra Gvþſ notorþı. þıonı ſva ıarþlıgır hlutır lıcam orom
at þeır ſorgı eıgı hıorto ór. Eıgı þorom ver at' melạ at er 10
fvrlatıð alla hlutı en ef er vılıð þa megoð er fvrlata alla
hlutı þott er hafıð aþøfı meþ honðom. Ef er gerıð ſva
ıarlıga ſýſlo at hugr ýþvaʀ fvſıſc avallt tıl hımna ſva ſem
Palvſ m(ẹlır): Su tıð er nu at þeır er conor eıgo. ſe ſva
ſem þeır er eıgı eıgo. oc þeır er grata ſe ſva ſem eıgı grat- 15
enðr. oc þeır er fagna ſe ſva ſem eıgı fagnenðr. oc þeır ef
capa ſe ſva ſem eıgı eıgenðr. ,oc þeır er nevta þeſſa heımſ
ſe ſva ſem eıgı nevtenðr. þvı at umblıþr þeſſa heımſ lıcneſcı.
Sa a cono ſva ſem eıgı eıganðı er ſva fvlgır lıcamſ øþlıf
munoð at þevgı feſtıſc hugr hanſ ı gırnðom þeſſa[2] heımſ. Oc 20
ſa a cono ſem eıgı eıganðı er ſva elſcar cono ſına at hann
mıſlıcı eıgı ſcapara ſınom. Gretr oc ſva ſem eıgı gratı ſa
er ſva harmar þeſſa heımſ ſcaþa at hugr hanſ huɢıſc avallt
af eılıfom avextı. Fagnı ſva ſem eıgı fagnı ſa er ſva gleþſc
ı þeſſa heımſ farſẹlom at avallt hrýgvı forſıalıg ahvɢıa eılıfra 25
pıſla. Sa capır ſva ſem eıgı eıganðı er varþveıtır ıarlıg
aþøfı tıl nvtſemı en hann ſcılr þo þat ı hug ſer at hann ſcal
eıgı leɴı þeſſa heımſ hluta nıota. þeſſa heımſ nevtır ſva ſem
eıgı nevtı ſa ef høvır alla naþſvnlıga tıl atvıno enſ ýtra lıff
en þo lẹtr hann þat eıgı ðrotna hug ſınom ſva at eıgı hýɢı 30
hann avallt at þurptum enſ ıþra lıff.. þeır er ſlıkır ero hafa
aþøfı tıl þurptar en eıgı tıl gırnðar þvı at þeır nevta naþ-
ſvnlıgra hluta er þeır vılıa ekı eıgnaſc meþ ſvnþ. Af arom

---

[1]) í hdr. ıarlıga. [2]) í hdr. þeſſa ūblıþr, með tveimr ðeplum
yfir hvoru um sig.

fínom øxla þeir hvern ðag anðlict vercavp oc fagna meir
goþo verci en goþri eigo. Dømifogo hefi ec at fegia til
foNonar þeffa malf. en fu faga gørþifc i borg þeirri er
centumcellenfif heiter. Stephanuf het avþigr maþr necqueR.
milðr oc geftrifiN coftgẹfr til goþra verca. en hann var mioc 5
bunðiN i iarþligom fvflom. En hann gørþi þat meir af
navþfvniom en af fvfi hugar fva fem fiþan lvfti yvir. En er
nolgaþifc tið ðavþa hanf þa var hrið fva micil at meN hugþo
at eigi mønði coma mega lici hanf til grafar. þa varþ cona
hanf hrvG og m(ẹlti). Hvat fcal ec gera er ec ma eigi 10
comafc fvr ðvR ut fvR hrið þeffi ef nu þarf at fvlgia þer til
grafar. En hann fv(araþi). Grát eigi þu cona heið mon
vera þegar er ec em anðaþr. En allt var feN er hann hafþi
þetta m(ẹlt) þa anðaþifc hann oc nam þegar af hriþna. Henðr
hanf hafþi végt oc føtr. En er lici hanf var þvegit þa 15
fvnðofc henðr hanf oc føtr fva heilar fem alðregi hefþi
hrvfi a þeim verit. En hann. var lagþr i fteinþro oc grafiN.
En fiorom ðogom fiþaR gørþifc fa atburþr at up var locið
fteinþro hanf. þa lagþi fva ðvrligan ilm or fteinþroNi fem þar
veri en ðvrfto fmvrfi en eigi hrẹ; þetta fagþa ec til þeff at 20
fvna þat at necquerir mego hafa veraðliga fvflo fva at eigi
hafi veraðligan hug. Slica meN binda navþfvniar i hemi oc
hallða þeir fva veraðligom fvflom at hugr þeirra verþr alðregi
halðiN af verolðo. Hvcið at þeffom hlutom brøþr minir þot
er megit eigi fvrlata veralðar hluti alla oc fcipið vel enom 25
ytrom hlutom oc fcvnðit hug yþrom til eilifrar ðvrþar oc
**33. bls.** latið ønua | veralliga tégiN ðvelia fvfi hugar yþvarf. Ef er
vilið gott hafa þa leitið er enf eilifa Gvþf. Ef er hreþifc illt
þa varizc er við eilifar piflir. Staðfeftið eigi er i hemi hug
yþvarn þvi at aNarf heimf er þat er er fcoloð elfca. oc er 30
þat oc þar er er fcoloð. hreþafc. En ver hofom þaN hialp-
anða til þeffa hluta ef off mon veita allt þat er ver þurfom ef
ver holðomc i hanf oft oc eptir hanf vilia þeff er livir oc
ricir meþ feþr oc føni oc helgom anða of allar alðir
veralða. Amen.

### Lvcam.

**BER**ſvnðgır meɴ como tıl IHm að hevra orþ hanſ. En
ẏvır gvþıŋar mogloþo umb þat oc m(ęlto). Fvr hɪ tecr ſia
vıð ſvnðgom m(oɴom). oc etr með þeım. Eɴ ɪHc ſagþı þeım
ðømıſogo oc m(ęltı). Sa ẏþvaʀ er hevır hunðraþ ſaʏþa ef
hann glatar eınom af þeım þa mon eptırlata nıo tego oc nıo 5
a evþımorc oc leıta enſ glataþa ſaʏþar unz hann fıðr. En er
hann fıðr þa leᴇr hann ſaʏþın a axlır ſer fagnanðı. Oc eſ
hann cømr heım þa callar hann vını ſina oc nógraɴa oc
męlır vıð þa. Fagnıð er með mer þvı at ec faɴ ſaʏþ mın
þaɴ er ec glataþa. En ec ſegı ẏþr quað ðroꞇtıɴ at ſlıcr 10
fognoðr mon vera ẏvır eınom ſvngom þeım eᴛ ıþron górır ſem
ẏvır nıotegom oc ıx. retlotom þeım er eıgı þurfo ıþronar. Ef
cona necquer a x. qıngor oc glatar hon eıɴı af þeım. þa mon
hon quøcqua lıoſ ı kere oc ſnua umb ollo þvı er ı huſıno
er oc leıta vanðlıga unz hon fıþr. Sıþan callar hon vınor 15
ſinar oc cunconor oc męlır vıð þęr. Fagnıð er með mer
þvı at ec faɴ cıngo mına þa er ec glataþa. Sva ſegı ec ẏþr
at fognoðr mon vera eŋlom Gvþſ ẏvır eınom ſvnðgom þeım
er ıþron gørır.

**Hevrþot** er goþır brøþr af guþſpıallſ orþom. at berſvnðgır 20
meɴ como tıl laʏſnara varſ oc nóþo þeır male hanſ oc ǫto
oc ðruko með honom. En ẏvır gvþıŋar reıðoſc er þeır ſǫ
þat. I þeſſom hlut megoð er mercıa at ſaꞇt retletı hevır
varcuɴ ı ſer. en logıt retletı hevır reıþı. Þoꞇ retlętıð megı
ſtunðom maglıga reıþaſc mıſgeronðom. En aɴat er þat er 25
gørıſc af ofmetnaþı en aɴat af retletı. Retlatır reıþaſc oc
ero eıgı reıþır. Hegna þeır oſıþo oc halða þo ǫſt oc varþ-
veıta þeır þo elſco ıɴaɴ ı hıarta ſıno þoꞇt þeır avıtı ſvnþgan
utan ı orþom. Opt vırþa þeır þa framaʀ en ſıc ı hug ſer er
þeır avıta oc ętla þa ſer betrı ef þeır ðøma umb. En eſ 30
þeır gera ſva þa varþveıta þeır unðır meɴ ſina fvr ſꞇıorn en
ſıc ſıalfa fvr lıtılletı. En þeır eſ ðramba af oſoɴo retletı fvr-
lıta aþra meɴ oc veıta øngua varkuɴ oſtẏrcıom oc verþa þeır

af þvi meſt ſvnþgir eſ þeir þvkiaſc oſvnþgir vera. Aſ þeira
tolo voro ývirgvþingar þeir eſ fvrlito ðrottin v(arn) eſ hann
toc við ſvnðgom monom. oc loſtoþo þeir fialfan miſcunnar
bruN. En þeir voro fiukir oc kenðo eigi fialfir fottar finar.
Aſ þvi tevgþi þa himneſcr lécnir bliþom malom at þeir cenði 5
fic fialfa oc ſetti hann a mot þeim goðgiarnliga ðømiſogo oc
þrøngþi farligom þrota i hiortom þeira. oc m(elti). Ef necqueR
ýþvaR hevir hunðrat fæþi. oc glatar hann einom af þeim þa
mon hann eptir lata niotigo oc ix. a evþimorc oc fara at
leita enſ glataþa. Sva ſcipaþi ihc ðømiſogo fini at maþr 10
matti hana keNa i fiolfom ſer oc cømr þo meſt til læfnara
varſ. Hunðratſ tala eſ full fvrſt. en þa atti ðrottiN C. fæþa
eſ hann hafþi ſcapat meN oc eNgla. EiN fæþr forſc þa er maþr
miſgórþi oc tvnði liff hogom þat er ſélo paraðiſar. þa let
hann eptir niotigo oc ix. a evþi morc oc for at leita enſ 15
glataþa. þvi at hann let eptir a himni engla fina þa er hann
ſte niþr til iarþar. HimiN callaſc aſ þvi æþ eþa evþi morc.
at maþr evði oc fvrleit himin þa eſ hann girtiſc iarþligra
hluta. Eptir voro latnir nio tigir oc ix. fæþir i æþn þa eſ
ðrottiN leitaþi énſ[1] a iorþo. þvi at ſcerþ var algor tala 20
ſcvnſamligrar ſcepno þa eſ maþrin fvrforſc. En ðrottin
leitaþi enſ glataþa a iorþo at hann fvlði algorva tolo a

34. bls. himni. | En eſ hann fiþr þa leGr hann fæþiN a axlir ſer
fagnanði. Sæþ lagþi hann a axlir ſer þa eſ hann toc maN-
lict øðli oc bar bvrþi oſtvrcleicſ varſ. En eſ hann cømr 25
heim þa callar vini fina oc nagraNa oc meler við þa. Fagnit
er meðr[2] mer þvi at ec fan fæþ min þaN er ec glataþa.
Heim for hann eſ hann fan fæþiN þvi at hirþir vaR ſte up
til himinſ eſ hann hafþi leiþrettan maNN. þar fan hann vini
fina oc nagraNa. þat ero eNgla flokar þeir er vinir hanſ ero. 30
þvi at þeir gera vilia hanſ. oc þeir ero þvi nagraNar hanſ at
þeir ero nalegir hanſ liofi. En þat eſ mercianða eſ hann
melti eigi fva. Fagnit er funðnom fæð. helðr fagnið er með

---

[1] énſ með N og ſ ðregnu saman í einn staf. [2] m'ð.

mer. *þvi* at hanf fognoðr ef líf vart oc *fvllom ver* hotið hanf .
gleþi þa ef *ver comom til* himinf. En[1] fegi ýþr at flicr
fognoþr mon vera a himni *ývir* einom fvndgom fem *ývir*
miotigom oc ix. retilatom þeim ef eigi þurfo iþronar. A *þat*
er off litanða goþir b(røþr) fvr hvi *hann* fagþi *meira* fognoð 5
vera *ývir* leþrettom[2] fvnþgom en *ývir* retlatom. *þat vitom ver* opt
verþa at *þeir* er i øngom ftorfvnþom ero bunðner ftanða a retlętif
goto oc *gera* eigi olofaþa hluti. oc coftgéfa þevgi algorliga
til himnefcf liff. oc nevta *þvi framaʀ* lofaþra hluta *fva fem* .
*þeir* muna fic fiþr gort hafa olofaþa hluti. oc ero *þeir* opt 10
latir at *gera* en ózto goþ verc er evrugir ero at *þeir* hafa
eigi gorva ftora illa hluti. En *þeir* er fic vito gort hafa
olofaþa hluti cvnðafc til Gvþf aftar af harmi iþronar oc
fremia fic i enom heftom boþorþom oc fleia allar heimf
munoþir oc metnoð en fagna i meinom oc girnafc *þeir* af 15
ollom hug til himnefcrar foftriarþar. Meiri fognoðr verþr
a himni *ývir* leþrettom fvndgom en *ývir* ftanðanða retlatom.
*þvi* at hertogiɴ elfcar þaɴ riðara meiʀ i orrofto er aptr
hverfr eptir flotta oc berfc fiþan ftercliga i gegn ovinom en
þaɴ ef alðregi fløþi oc gerþi eki fterclict. En *þat* er vitanða 20
at margir ero retilatir *þeir* ef eɲi fvnþa iþron ma við iam-
nafc líf þeira. *þvi* at *margir* ero *þeir* er eigi vito ftorfvnþir
eptir fer en .þo møþa *þeir* fic *fva* i meinletom *fem þeir* fe i
ollom fvnþom bunðnir. oc fvr láta *þeir* alla þeffa hluti oc
varafc við allt þat ef til monoþar er. Hafna fvniligom 25
hlutom en girnafc ofvniligra hluta oc lęgia fic i ollo litilleti
oc grata *fva* fvnþir hugar *fem margir* grata ill verc. En
hvat ero þeffir nema retilatir oc iþrenðr er *þeir* lęgia fic i
iþron fvr fvnþir hugar oc ero þo avallt i vercom. Af *þvi*
mego *ver* fcilia hverfo miciɴ fognoð flikir meɴ *gera* Gvþi. er 30
fvnðogr maþr gerir fognoð a himni þa ef *hann* gretr *þat* ef
*hann* mifgerþi. Ef cona necquer a tio qingor oc glatar hon
eini. þa mon hon quøqua liof i kere oc fnua umb þvi ef i

---

[1] þannig í hdr.  [2] uppafl. ritað retlatō en breytt.

hu/ino ef. oc leita vanðliga kingo finar unz hon fiþr.  Sa
mercifc fvr kono þeSa fem fvr farþa hirþiN.  þvi at Criftr
callafc fpeci Gvþf fem þvþifc cona[1]).  En licnefci ef merct a
kingo.  þa glataþifc .l. kinga ef m(aþr) mifgørþi oc tvnði þeim
veg ef hann var fcapaþr eptir licnefci Gvþf.  Conan quocþi 5
hof i kere þa ef gvþf fpeci fvnðifc i maxðomi.  Liof i kere
er goðomr i licam.  Of þetta lvfiker melti fiolf fpeci fvr
fpamaN.  Harðnaþi craptr miN fva fem grvto ker.  Sem grvto
ker harðnar við elð.  fva eflðifc licamr Criftf til uprifo ðvrþar
eptir pifl.  At quecþo liofi fnøri conan umb þvi er i hu/ino 10
var þvi at margra hugfcot fnørifc þa ef goðdomr (viitraþifc[2])
i licam.  þa er umb fnuit þvi er i hu/i ef.  er maxligr hugr
hreiþifc[3]).  þa ef hann hvɢr at fvnþom finom.  Kinga fanzc er
umb var fnuit þvi ef i hu/i var.  þvi at þa enðrbøtlifc í mani
licnefci Gvþf ef hugr hanf hreþifc við fvnþir.  En er hon 15
fiþr kingona | þa callar hon vinor finar oc kunconor oc melir
við þer.  Fagnið er meþ mer þvi at ec faN cingo mina þa ef
ec glataþa.  þeffar vinor oc kunconor himnefcrar fpeci ero
engla fvetir nalɢgar liofi Gvþf.  En þat fcolom· ver eigi lata
eptir lɢia ofcilit fvr hvi fia cona ef fpeci merkir atli nio 20
kigor oc glataþi hon eini af þeim oc leitaþi oc faN.  Drottin
fcapaþi eptir glicigo fini til eilifrar ðvrþar engla oc meN.  Tio
kigor atli fia cona þvi at nio ero engla fvetir en maþr var
fcapaþr eN tiunði at fvlla algorva tolo.  En ef hann mifgerþi
þa vitiaþi hanf himnefc fpeci oc fvnðifc i licam oc enðrbøtli 25
hann at quɢcþo liofi.  þat er at fvnðom goðdomf iarteinom
fvr menfcan licam.  Nio ero engla fvetir þer er helgar ritn-
igar nemna.  þat ero ɢrir oc hofuð ɢrir craptar oc velðif
englar.  hofþigiar ðrotnar oc ftolar cherubim þat er fvlliɢ fpeci
oc feraphim þat ero breNenðr eþa logenðr.  Allra boca vitni 30
faNar at ɢrir ero oc hofuð ɢrir.  En fpamaNa bøcr nemna
opt fvr off cherubim oc feraphim.  En Pavluf apoftoluf

------

[1]) i hdr. oa.  [2]) bætt við á spazíu en rifið framan af vi.
[3]) h‘iþifc == perturbatur.

m(ǫl*ı*r) ſva.  All*ır* hl*ut*ır ero af Gvþı ſcapaþ*ır* a h*ım*nı oc a
iorþo ſvnılıg*ır* oc oſvnılıg*ır* ſtolar oc *ð*rot*t*nar hofþı*ı*ıar oc
velð*ı*ſ eɲlar oc craptar.  A ſpamaɴa boco*m* ero nem*n*ðar
fiorar eɲla ſvet*ır*. en P*a*l*v*ſ nem*n*ðı aþrar fim. þa ero nıo er
ſu tala cø*m*r ·oll ſamaɴ.  En t*ıl* hverſ nemno *ver* þeſſar eɲla 5
ſvet*ır* ·nema *ver* ſcvrım gøʀ þıonoſto þ*eı*rra. þ*vı* at þ*at* er
vıtanða at eɲla nofn ero af þıonoſto þ*eı*ra en eıgı af øþlı.
þ*vı* at helg*ır* eɲlar[1] ero aval*lt* anðar en þ*eır* mego eıgı
aval*lt* ę*r*ır heıta. ſva ſem ſalma ſcalð męltı.  Gvþ ger*ır* anða
ǫro ſına. ſva ſem h*ann* þetta męltı.  þ*eır* er aval*lt* ero anðar 10
þ*eır* geraſc[2] ę*r*ır Gvþſ þa ef h*ann* vıll.  þ*eır* heıta ę*r*ır ef ena
mıɴı hl*ut*ı boþa. en þ*eır* hofuð ę*r*ır ef eɴa heſto hl*ut*ı boþa.
Af þ*vı* var Gabr*ı*el hofoð engıll ſenð*r* ·t*ıl* Marıa*m* helðr en eıɴ
hverr aɴaʀa at hofoð ǫʀ var maclıgr at boþa et heſta ørınðı.
En þ*eır* ero af þ*vı* eıgınlıgo*m* nofno*m* nem*n*ð*ır* at þ*eır* mercı 15
ı nofno*m* hvat þ*eır* mego ı *ver*com.  Eıgı hafa eɲlar af þ*vı*
eıgınlıg nofn at eıgı megı hverr þ*eı*ra vıta aɴarſ vılıa ǫn
nofn.  En er þ*eır* coma t*ıl* var. þa taca þ*eır* her nofn af
þıonoſto fıɴı.  Mıchael þvþıſc ſva.  Hverr er ſem Gvþ.
Gabr*ı*el kallaſc ſtvrcþ Gvþſ.  En Raphael lęcnıɲ Gvþſ.  Mı- 20
chael er t*ıl* þeſſ ſenðr at *ger*a agętlıga crapta· at þ*eır*[3] megı
ſvnaſc ı nafnı h*ann*ſ oc ı verkı at .l.  Gvþ ma þ*at* *ger*a ·er
eɲı ma aɴaʀ.  Af þ*vı* er ſagt ı hı*m*na ſion Iohann*ı*ſ at en
fornı fianðı mønðı ðrepıɴ verþa ı enða heım*ſ* af Mıchaelı ẏv*ır*
eɲlı.  Sıa fianðı ef ſvr metnoð fin vılðı glıcıaſc Gvþı oc 25
ſetıa ſętı ſıt*t* ẏv*ır* ſcv hım*ın*ſ oc ſetıa ſtol fın ı geɲ Gvþı.  ·
þat ef maclıct at ſa eɲıll brıotı crapt h*an*ſ er þat ſvn*ır* ı
nafnı ſıno at eɲı ef ſlıcr ſem Gvþ.  þ*vı* at eɲı ma glıcıaſc
Gvþı fvr ofmetnoþ.  En Gabr*ı*el var ſenðr t*ıl* Marıa*m* eſ
call*a*ſc ſtvrcþ Gvþſ. þ*vı* at h*ann* co*m* þa*n* at boþa er ſt*v*rclıga 30
barþıſc ı geɲ fianðano*m* oc ſte ẏv*ır* h*ann* ı lıtıll*ę*tı ſv*a* (ſem) ſalma
ſc*ald* męltı: Drott*ı*ɴ er ſtẏrcr oc mǫtogr ı oʀoſto fialfr
*ð*rott*ı*ɴ crapta.  H*ann* eſ crapta *ð*rott*ı*ɴ oc ſtẏrcr at berıaſc

---

[1] hdr. eɴglar helgïr.  [2] þ᛫g᛫aſc. tvítekıð.  [3] þ⁷í hdr. réttara þ.

1 geŋ anðligri ilzco. Raphael þvþifc lęcniŋ Gvþf. þvi at hann toc blinði mýrcr af ogom tobie fvr lecniŋar embętti[1]. þat var maclict at Gvþf lecniŋ callaþifc fa ef fenðr var at grøþa fivcan. En nu hofom ver þýðð nofn eŋla af þvi fcolom ver oc nacquat røþa of þionofto þeira. ·þeir anðar 5 callafc craptar er optaft fvna hiŋat iarteinir. Uelðif eŋlar

**36. bls.** callafc þeir er þat hafa i mętti finom at ftoþva ðioffla fva at eigi megi þeir fréfta mana. fem þeir vilia. Hofþiŋiar callafc þeir ef aþra goþa engla fenða til Gvþf þionofto. Drottnar callafc þeir ef þat (hafa)[2] umb fram of aþra ·eŋla at oll eŋla fvlci 10 hlvþa þeim oc þiona framar en oþrom. Stolar callafc þar fvlci ef ðrottin fvnir fvrir þar ðoma fina oc fitr yvir þeim fva fem ðomanði a ftoli fem falma fcalð męhr. Þu ðrottin fitr yvir ftoli oc ðømir rettan ðom. Fvlliŋ fpeci callafc þar fvlci ef þvi fullara vito alla Gvþf fpeci at þvi ef fcepnan ma 15 fcaparaN fcilia fem þar ero nalęgri Gvþf liofi fvr hęþ verþlecf finf. BreNenðr oc logenðr callafc þar fvlci er af nauifto fcapara finf breNa i ofvniligri óft. oc ero þvi heitari i elfco Gvþf fem þeir fia hann gioR en aþrir þvi at eŋi ero fvlci a miþli Gvþf oc þeira. En oft er logi þeira. þvi at þeir 20 glóa þvi meirr i aftar hita fem þeir fia geoR goðomf liof. En hvat ftoþar off at hafa þetta fagt fra englom Gvþf nema ver ðragim ðømi þionofto þeira til batnaþar varf. En þvi er truanða at iamn micill fiolþi maNkvnf fcal coma til himinf ðvrþar fem þar ero eŋlar Gvþf fvrir fva fem ritið er. Gvþ 25 fetti enðimorc þioþar eptir tolo engla. Af þvi fcolom ver ðraga ðømi af þionofto þeira til varrar atferþar oc kvnða aftar elð i off til avca goþra verca. En naþfvn er at þeir meN ef til himinricif fcolo fara glici nacquat eptir eŋla fvlciom Gvþf. þvi at greinir maNa liff gegna[3] fer hveriom 30 eŋla fveitom. þeir ero fumir er litit lán fcilniŋar hafa en þo keNa þeir oþrom gott af þvi lani ef þeir hafa. En þeir meN coma i þat fvlci er heita ęrir. þeir ero fumir ef micillar

---

[1] ēbę̈ti lecniŋ[w] í hdr.  [2] vantar í hdr.  [3] í hdr. geŋna.

hvᴄɪanꝺi eſ let oc kuɴo þeɪr ſcɪlɪa en heſto tocn hɪmneſcra
hlᴜta oc boþa þat oþrom meꝺ goþom vercom. þeɪr coma ɪ
þa ſveɪt er hofuꝺ ę́rɪr heɪta. Þeɪr ero ſumɪr eſ ɪarteɪnɪr
mego gera ɪ craptɪ Gvþſ. oc fvlla þeɪr þa ſveɪt eſ craptar
heɪta. Þeɪr ero ſumɪr eſ ꝺɪoſla mego reca fra oþom moɴom.   5
oc ſtɪga ývɪr ofvnɪlɪga fianꝺr ɪ bøna craptɪ. oc ſcolo þeɪr
hverfa ɪ tolo velꝺɪſ engla. Þeɪr ero ſumɪr eſ ɪ croptom ſinom
oc verþleɪcom ero goþom betrɪ. oc verþa þeɪr af þvɪ ſettɪr
tɪl forraþſ ývɪr aþra goþa meɴ. oc fvlla þeɪr þa ſveɪt eɴla er
hofþɪɴɪar callaſc. Þeɪr ero ſumɪr er ſva ꝺrotɪna hug ſinom oc   10
hnekɪa fra ſer ollom ſýnþom oc gɪrnꝺom at þeɪr ero réttt-
callaþɪr ꝺrotɪnar ạ mɪþɪl maɴa fvr hreɪnlɪfɪ hugar ſinſ oc
lɪcamſ ſva ſem Gvþ meltɪ vɪꝺ Moýſeſ. Ec ſetta þɪc[1]) Gvþ
pharaonɪſ. En hvᴇrt eɪgo þeſſɪr at hverfa nema ɪ ꝺrotɪna
fvlcɪ. Sumɪr ero vacrɪr ɪ Gvþſ hrę́zlo oꝺ varþvéta ſic   15
vanꝺlɪga oc hafa þa gɪpt af Gvþɪ at þeɪr mego retlɪga of
aþra døma. I þeɪra hugſcotom ſitr ꝺrotɪɴ fᴇa ſem ꝺomanꝺɪ
a ſtolɪ þa eſ hann lýſɪr retta ꝺoma ſina fvr þa. Hvat ero
þeſſɪr nema ſtolar ſcapara ſinſ oc ɪ þvɪ fvlcɪ talþɪr er ſtolar
heɪta. Sumɪr ero ſva fvllꝺɪr ᴄvþſ aſtar oc nǫ́ſ at þeɪr vɪlɪa   20
þat nótt oc ꝺag eſ fleſtɪr megɪ nɪota. En Paᴧuſ mę́lɪr ſva.
Oft er fvllɪɴ laga. En hvat ero þeɪr er þeſſar aſtar fvllaſc
nema cherubɪm þat er fvllɪɴ ſpecɪ. Sumɪr kvnꝺaſc ſva af
elꝺɪ Gvþſ aſtar oc þeɪr fvſaſc enſcɪſ aɴarſ ɪ hemɪ nema hvᴄɪa
at ſcapara ſinom eɪnom oc hafna þeɪr ollom ɪarþlɪgom hlᴜtom.   25
oc breɴa þeɪr ɪ . elſco Gvþſ oc ꝺreɪfa aſtar hɪta ɪ kenɪɴgom
ſinom ývɪr alla þa eſ þeɪr mę́la vɪþ. Hverɪom glɪcɪaſc þeSɪr
nema ſeraphɪm þat ero breɴenꝺr eþa logenꝺr. þvɪ at logɪ
lvſɪr oc breɴɪr. Sva lvſa keɴɪngar þeɪra hugſcotſᴇgo maɴa tɪl
hɪmneſcra hlᴜta oc breɴa ſvnþɪr af moɴom í ɪþronar elꝺɪ.   30
**37. bls.** En | eſ vᴇr mę́lom þeſſa hlᴜtɪ goþɪr b(røþr). þa hvᴄɪt er at
fiolfom ýþr oc raɴſacɪt lɪf ýþvart oc hugſcot oc vɪtɪꝺ eſ
nacqᴜæt fiɴɪꝺ er þeɪra hlᴜta ɪ atferþ ýþvaɴɪ eſ er megɪt

---

[1]) í hdr. þ'.

comaſc *til* þeſſ engla liþſ er nu ſegiom *ver* fra. En ſu ǫnð
er veſol eſ eki fiðr 1 ſer af þeim goþom hlutom er nu tindom
ver. En ſu onð eſ en veſalli er eigi greitr þat er hon miſſir
þeſſa ðugnaþa. Sa er meſt harmanði eſ ſlicr er oc harmar
ſic eigi ſialfr. Uirþóm *ver* oc þa crapt Gvþſ vina oc ſvſomc 5
af ollom mętti *til* ſva heilag*rar* aftar. Harmi ſa eſ þeſſa
lanſ er anðvani. en ſa er litið hev*ir* af øffonði[1] h*ann* eigi
þan er me*ira*[2] hev*ir*. þvi at ſu er grein heilag*ra* engla a
himni. at aþr*ir* ero oþrom óþri oc aſfunðar eṇi anan. þat
finzc 1 keniṇom ðioniſiuſ bv[3]. at en mini eín eṇla fvlci ero 10
ſenð af Gvþi *til* hialpar mo*n*om ſvniliga eþa oſvniliga. þat ero
ǫrir oc hofuð ǫrir. eN en óþri fvlki fara hvergi *til* eNar vtri
þionoſto. þvi mon Ýſaiaſ ſpamaþr þvkia 1 geṇ męla þa er
h*ann* quað ſva at orþi. Ein af ſeraphim ſlo *til* min oc haſþi
gloþ 1 henði er h*ann* toc af altari oc bra h*ann* þvi a muN 15
mér[4] oc mę́lti. þet*a* ſnart vaRar þinar oc mon hreinſaſc
ſvnþ þin. I þeſſo at queþi ſpama*n*z ma þat ſcvraſc at þ*eir*
eṇlar ero ſenð*ir* eſ opt b*er*a noſn hina er þionoſto eigo er
þeſſir fremia. þvi at ſa eṇill eſ elð bar af altari oc brenði
ſvnþ*ir* af muni ſpama*n*z var retcallaþr ſeraphim eſ brenandi 20
þvþiſc. þviſa mali fultiṇ*ir* þat er Daniel prop*h*eta mę́lir.
Þuſunð þuſunda þionaþi h*on*om oc tiu þuſunðom ſina hunðraþ
þuſunda ſtoþo fvr*ir* h*on*om. ANat eſ at þiona en aNat at
ſtanða fvr Gvþi. Þ*eir* þiona Gvþi eſ at boþorþi h*anſ* fara *til*
var. En þ*eir* ſtanða fvr Gvþi eſ alðregi fara fra h*on*om *til* 25
eNa ýtri ſenðiṇa. En þat er finzc 1 helgom ritniṇom at
Cherubim eþa ſeraphim geri nacquat þionoſto verc. þa vitom
*ver* eigi viſt hvart þ*eir* gera ſialv*ir* þa verc. eþa ſenða þ*eir*
necqueria af enom minom fvlciom at gera. en þ*eir* ſenð*ir*
ero taca af enom øþrom fvlciom noſn þa eſ þ*eir* fara at 30
þeira ſenðiṇo. En þat vito *ver* viſt at aþr*ir* eṇlar ſenða aþra
til þionoſto ſem Zachariaſ ſpamaþr mę́lti. Eṇill ſa for eſ
mę́lt haſþi við mic. en anaR eṇill raN a mot honom oc

---

[1] í hdr. aøffonði. *a* óglöggt. [2] í hdr. m″a. [3] = bvſcops.
[4] í hdr.: m″.

melti við hann. Rendo oc feg fveini þeffom at ierufalem[1]
mon evþafc. þa er egill baþ anan rena. þa er egi ifi at
anar egill fendi anan. En þat er vift vitanda of þa er fendir
ero at þeir fvlla ena ýtri þionofto oc coma til var en þeir
ftanda þo avallt i Gvþf hofi. Þvi at Gvþ er allr i ollom 5
ftoþom fen. Þat ef en vitanda at egla fvlci hliota opt nofn
of þeiri fveit ef néft þeim er. Stola fvlci fegiom ver vera
fęti Gvþf oc melti þo David fva. Gvþ fitr ývir cherubim. þvi
at hvert egla fvlci hevir micla gligig af oþrom þeim er néft
ero. En fva ero fumir hlutir fer hveriom eignaþir i himna 10
borg at þo eignafc hann allt i oþrom. þvi at hverr fagnar
anarf ðvrþ. Af þvi callafc eigi oll fvlci eino nafni. at greinafc
megi fer hver fveit af nafni þeirar giptar er meft fvlgir fer
hverio egla fvlci. oc eignafc þar þo oll alla gipt faman.
Seraphim callafc brenendr oc ero þo oll egla fvlci. heit i 15
guþf oft. Cherubim callafc fvllig fpeci. oc ero þo allir
fpecþar fvllir er þeir fia fialfa guþf fpeci i crapti finom.
Stolar callafc þar fvlci er ðrotin fitr ývir. oc ma þo egi fęll
verþa nema Gvþ fiti i hugfcoti hanf. En af þeiri gipt hafa
ferhver egla fvlci nofn er þeir toco fullafta af Gvþi. En þo 20
hafa allir eglar hlut of ollom giptom þvi at fu er oft ývir
**bls.** ollom at egi avfundar anan. heldr þykifc hverr | eiga þat
þott hann hafi eigi fialfr ef hann fer anan hafa. En ver
goþir b(røþr) fcolom avallt fvfafc til ðvrþar þeirra ef nu
fegiom ver fra. oc minafc þo at ver erom iarðligir.[2] oc þerra 25
af off fvnþa ðuft með iþronar hendi[3] fvr avgom fcapara varf.
at ver megim hreinir comafc til himnefcrar borgar.

Drottin heitr off mifcun ef ver viliom iþrafc fvnþa oc melir
fva at niþrlagi gvþfpiallfenf. Fognoþr mon vera[4] a himni
ývir einom fvngom þeim er iþron gørir. En hann melti fva 30

---

[1] í hdr. hrl'm.  [2] í hdr. upphafl. anðlig⁷ en breytt í: 'arðlig'.
[3] í hdr. fyrst ritað elði en e púnktað út og dregið saman l
og ð í ħ.  [4] í hdr. upphaflíga ritað m'a en púnktað undir fyrsta
legg í m og dregnir saman aptari leggirnir.

fvr fpamaniN. Ef retflatr maþr glépifc þa moN retfleti hanf
affit farafc fvr honom. Litom ver á forfio Gvþf mildi. piflom
ógir hann ftandondom ef þeir fafla. en hann heitr faffondom
mifcuN ef þeir vilia up rifa. Aþra fcelfir hann at eigi
drambi þeir i goþom vercom. en hann bugar aþra at eigi 5
ørvilnifc þeir fvr fvnþom. Hrøþifc retlatr vib faff en fvnþogr
trøftifc mifcuN oc rifi up. En ver erom falnir oc heiom i
fvnþom. en drottiN lvcr up faþm mildi finar oc eeiar off up
at rifa oc viff taca vib iþron varu. En ver megom eigi
machga iþron gera nema ver vitim hótt iþronar. þat ef iþron 10
at grata liþnar fvnþir. oc gera eigi fiþan þat er gratþarfa
fe. En fa er fva greitr aþra fvnd at hann gerir aþra flica
þa veit fa eigi hott iþronar. eþa dvlfc viþ effa. Hvat ftoþar
maN at maþr grati licamf munoþ. en hann breNi i raßri
fegirni. Eþa hvat ftoþar þott hann iþrifc reiþi. ef hann 15
quelfc af brandom afundar. En þat þarf at fa fe viþ fvnþom
er fvnþir gretr oc geri eigi þvilica hluti fem hann iþrafc.
En þat ef oc vitanda at fa fcal quiþia fer necqueria hluti þa
ef lofat er at nevta ef þat hevir gort er honom er baNat. oc
bøta þvi yvir vib fcapara fiN at baNa fer fialfr veitta hluti er 20
hann hevir gort þat ef olofat er. Þetta mondi micit mal
þykia ef eigi faNaþim ver meb vitni heilagra ritniga. Þat
. var fvrboþit i fornom logom at girnafc aNarf kono. en eigi
var viti a þat lagt þott k(onuß)r fendi riþara fina eptir vatni.
En þat vitom ver allir at David girntifc oc toc aNarf kono. 25
en hann fecc viti micit fvr þat af Gvþi oc hvarf þa til
iþronar. Siþan er fagt at hann beiddifc[1] at dreka vatn or
bruNi ovina fina. oc fendi hann ena ftercfto riþara fina i
miciN hafca eptir vatnino. þa facaþi k(onoß)r fic ef hann
fcvldi beiþafc vatf þeff er maNhafci fvlgþi oc helti hann ut 30
vatnino i forn Gvþf. I forn Gvþf fnørifc ut helt vatn. þvi
at hann[2] føfþi girnþar fvnþ fvr hegnig iþronar. Sa ef fvrr
þorþi at girnafc aNarf kono. nu facaþi hann fic þeff ef hann

---

[1] í hdr. beiddfc = fídara d. óglöggt.    [2] bætt vid á fpázíu.

beiðifc vatf. Sa er fvʀ gerþi olofaþan hlut nu quiþiaþi hann
fer lofaþan. Gørom ver oc flica iþron ef ver viliom algoʀ-
liga grata þat ef ver gerþom. Uirþom ver oc þa mildi Gvþf.
hann baɴar off at mifgera. en þo bíþr hann var eptir fvnþir
Uér fvrlitom hann en hann callar off oc fnvfc hann eigi 5
fra off þott ver fnuemc fra honom. Sva fem Ifaiaf melti.
Evro þin mono hevra roðð ðrottinf þinf callanda at baci þer.
Anðliti horfir við Gvþi fa ef tecr við boþorþom hanf i réttri
ftoþo þeirri ef hann var fcapaþr. En fa fnvr baci við Gvþi
er hafnar boþorþom hanf. Uér fnórom baci við honom oc 10
hofnoþom boþorþom hanf. en hann¹) callar off. Ser hann
at ver fvrlitom hann. oc callar hann off fvr boþorþ fin oc
bíþr var fvr þolinmøþi. Uirþit er brøþr hverrar hefnðar eþa
bardaga verþr veri þrell fa ef ðrambaþi við orþom ðrottinf
finf oc fnóri baci við honom. En ver mifgerþom oc fnoromk 15
fra fcapara orom. en hann fitr þat þolinmoþliga oc heitr off
giofom ef ver viliom aptr hverfa. Af þvi blevti harþleic
hiarta varf fva micil mildi Gvþf. oc fcammifc maþr iĺra verca
þa ef hann revnir þolinmøþi ðrottinf finf.

Dømifogo fcamma mon ec fegia. en fu faga ma ýþr 20
langa hiolp veita ef er virþit rettliga. Victorinuf Iulianuf het
**39. bls.** maþr. avþigr at aurom | en meþalmaþr at fiþom. en morgom
verþr avragnott at fvnþafangi. Af þvi fell oc fia maþr i
nacqvara geigvenliga fvnþ. Siþan hreðifc hann fecþ fina oc
gerþi mioc i geg fiolfom fer. oc fvrleit alla þeffa heimf hluti. 25
oc for i munclif oc lifþi þar fva miclo³) meinlætif lifi. at
allir muncar þeir ef aþr þottofc algorvir vera i Gvþf oft
fvrlito lif fitt þa ef þeir fǿ iþron hanf. En hann þiaþi licam
fin i meinlætum oc gerþi mart igeg vilia finom oc leitaþi
levniligra ftunda til bøna oc vildi²) øngua gofgon taca of 30
moɴom. En necqueʀ levniligr ftaþr vaf i fialli fcamt fra
borgini. þaŋat var Victorinuf vanr at coma til bøna hveria

---

nott miclo fvr *tiþir* oc biþia fvr ſer með opligom *torom* oc
miciłi iþron ſvnþa. Þa gek abati hanſ *eptir* *honom* of *nott*
oc *vildi* vita hvat *hann* *gerþi* *eþa* hvert *hann* *fori*. En er
*hann* ſa *hann* vera a benom i levndom ſtað. þa beiþ *hann*
þar oc *vildi* vita *leŋþ* *benar* hanſ. þa com hof micit ývir 5
Victorinom oc lvſti of *ałt* heriar af hofino. En eſ abati ſa
þat þa hreðiſc *hann* oc flóþi. En er Victorinuſ com aptr
mielo ſiþaʀ þa ſpurþi *abatiN* hvar *hann* veri. En *hann* hug-
þiſc levnaſc móndo oc letſc i *munclifi* verit hafa. En abbati
ðulþi þeſſ oc ſagþi hvat *hann* hafþi ſét. Þa ſa Victorinuſ at 10
*hann* móndi eigi ievnaſc. oc ſagþi *hann* *þat* eſ abbati viſſi eigi
oc mẹlti. Þa eſ þu *satt* hof ývir mic *coma* af himni. þa
fvlgþi roð hofino oc ſagþi *mer* fvrgefna ſvnþ mina. Gvþ
*matti* vel *þegiandi* fvrgefa *þeſſom* *maNi* ſvnþir. en *hann* *vildi*
*eGia* hiorto ór *til* iþronar. i *þvi* iþronar dómi eſ hann *ſvndiſc* 15
með hofi oc roððo. Hevrt hofom ver goþir b(røþr) at *ðrottiN*
af himni feldi *Saulum* *til* iarþar oc mẹlti viþ hann. *Saule*.
*Saule* hvat *ſókir* þu at *mer*. En nu a *orom* *tiþom* *naþi*
ſvnþogr *iþrandi* at hevra roðð af himni *þa.* eſ *ſva* mẹlti. Fvr-
gefin er *þer* ſvnþ þin. Miclo *lẹgri* var ſia ſvnþogr *iþrandi* i 20
verþleicom en Pavluſ. oc hevrþi þo ſia *huGonar* orþ. en *Sauluſ*
ognar roðð. *Sauluſ* var eN þa grimr viþ¹) criſtna meN. oc
hevrþi af *þvi* *hann* avita orþ af Gvþſ fvr ofmetnoð. en ſia
*huGonar* roð fvr litiłlẹti. ÞeNa hof mildi gvþſ up. *þvi* at
litiłlẹti feldi *hann*. en *Sauluſ* lẹgþi Gvþſ hirtiŋ. *þvi* at ofmet- 25
noþr hof *hann* up. Hafið er oc þa bróþr *minir* travſt i mildi
ſcapara ýþvarf. oc hveit at hvat er górit eþa ·gort hafit.
Litið a mildi Gvþſ oc comit með *torom* *til* miſcuNſamſ
ðomanda meþan *hann* biþr. Orókið er eigi ſvnþir ýþrar. þvi
at *hann* er rétdømr. oc ørvilnizc eigi *þvi* at *hann* er mildr. 30
Micit· travſt er *moNom* i *þvi* er Gvþ *gerþiſc* maþr IHC criſtr
ð(rottiN) v(aʀ) ſa er með oc helgom anda lifir oc ricir of
ałar aldir alða am̄.

---

¹) í hdr. vaþ·g. upphafl. verið skrifað: vargr.

## Lvcam.

Þa er IHC nolgaþifc Hirlm[1]) oc fa · borgina þa gret
hann oc mælti. þu møndir oc grata. ef þu viffir þat er nu
er folgit fvr avgom þinom. A þeffom ðogom þinom hevir þu
þat ef þer er til friþar. En ðagar mono coma ývir þic. þeir
er ovinir þinir mono grafa ðiki umb þic oc þrøngva þer 5
ollom megiɴ oc fella þic til iarþar oc fono þina er með þer
ero. Oc mono þeir eigi eptir lata i þer ftein ývir ftein. þvi
at þu keɴir eigi tiþ vitionar þinar. þa gek IHC iɴ i muften
óc rac a bravt þaþan felenðr oc cavpenðr oc m(ælti) viþ þa.
Sva er ritið at huf mitt er bøna huf. en er giorþot þat þiofa 10
grof. En IHC var hvern ðag keɴanði i muften. Gʀeɢoru P.P.
Scamt ɢvþfpiall vil ec fcommo mali fcvra. en þeir geri lagt
mal umb er ðrvgmeltir ero of fcamt. Sia borgar avþn er
ðrottin fagþi fvrir gratanði gerþifc af Rumaborgar hofþigiom
tveim Tito oc Vefpafiano. oc ma þat hverr maþr vita er þa 15
fogo hevrir. | Rumaborgar hofþigiar merciafc i þvi ef melt
er. þeir ðagar mono ef ovinir þinir mono grafa ðici umb
þic oc þrøngva þer ollom megiɴ oc fella þic til iarþar oc
fono þina ef með þer ero. oc lata eigi eptir i þer ftein ývir
ftein. þat fvnir fetnig borgarinar. at en forna Hrlm var með 20
ollo niþr brvtin. þvi at nu er hon up reift i þeim ftað er þa
var ðrottiɴ") croffeftr utan borgar. þat fcvrifc i Gvþfpiallino
fvr hveria foc þetta viti com ývir borgina. þvi at þu keɴir
eigi tið vitionar þinar. fagþi ðrottiɴ. Allra fcapari com i
maɴligom licam oc vitiaþi gvþinga lvðf. en þeir · goþo eigi 25
Gvþf aftar ne hrętflo fva fem ein fpamaþr avitaþi þa oc
mælti. Foglar himinf kenðo oc varþvétto tið fina. en lvþr
miɴ kenði eigi ðom Gvþf. En þeff er fvrft leitanða fvr hvi
ðrottiɴ gret ef hann fa borg(ina). oc m(ælti). þu møndir oc
grata ef þu viffir þat er nolgafc. Milðr lavfnari gret fall 30

---

1) = Hierufalem. 2) í hdr. ð°tiɴ var, með tveimr deplum yfir
hvoru um sig.

otrurar borgar þat ef borgin fiolf trupi eigi verþa móndo oc
var.af þvi gløþ.   A þeffom degi þinom fagþi ð(rottin). hevir
þu þat ef þer er· til friþar.   Þa hofþo gvþiŋar þat er þeim
var til friþar a finom degi ef þeir lifþo at licamf munoþom
oc kuno eigi varafc viþ oorþna illa hluti.   En ef þeir metti 5
þat fvrir vita oc mondo þeir eigi glaþir vera i þeffa heimf
farfelom.  þa gek IHC i mufteri þa hann hafþi aþr fvrir fagt
niþr fall borgarinar.  oc rac a brat þaþan carpenðr oc felenðr
oc melti við þa.   Húf[1]) mitt ef bøna huf.  en er gorþot þat
þiofa grof.  I þvi verci ef hann rac carpenðr oc felenðr or 10
mufteri þa ef hann hafþi aþr fvrir fagt a'þn borgarinar.  þa
fvnði hann at af kenimana fvnþom gorþifc meft fia borgar
a'þn.  þvi at onor gvþfpioll fegia at ðufor voro felðar i muf-
terino.   Dufor mercia heilagf a(nða) giof.  Criftr rac brat or
mufteri þa ef ðufor felðo eþa cevpto.  þvi at hann fvrðømir 15
þa ef giafar heilagf anða hafa til iarligf fevaxtar eþa vilia
þer fe carpa.   Huf mitt er bøna huf en er gerþot. þat þiofa
grof.  Þeir er til þeff føto i muftere at taca fornir þer ef
þaŋat como þeir leitoþo faca igeŋ þeim ef eigi førþo.   Gvþf
huf gerþo at ilvircia· grof þeir ef til þeff foto i muftere. at 20
þeir metti granða licamliga þeim ef eigi førþo fornir. en
anðliga þeim ef førþo.   En Criftr veitir opt keniŋar finar
overþom oc fvnir mifcun með raþniŋo fva fem her er fagt i
gvþfpiallino.   Oc var hann hvern ðag kenandi i muftere[2]).
Af þeffom enom ýtrom hlutom megom ver ðraga nacquara 25
hluti oc glicin þa ef gerifc hvern ðag i lifi fvnþogra.  Drottin
fa borg oc gret ývir hene. þat er hann gerþi of fin þa ef
hann fa Hrim fvr farafc.  þat gera liþir hanf hvern ðag. þa ef
goþir men grata er þeir fia fuma hverfa fra goþo lifi til
ilfco.  En hinir cuno eigi fialfir grata fic er mifgera fva fem 30
Salomon m(elti).  þeir gleþiafc þa ef. þeir gera illa.  oc fagna
enom verftom hlutom.  En þeir móndi grata fic fialfa ef þeir

---



[1]) í hdr. þ".   [2]) í hdr. i m'te kenanð, með tveimr deplum
yfir hvoru um sig.

metti fcilia hefnð fvnþa fina.  En þat er macliga mẹlt við
fvnþga onð er eptir feR.  A þeffom ðegi þinom hevir þu þat
ef þer er til friþar.  þvi at anðar hefnð[1]) er folgin fvr ꜹgom
þinom.  A finom ðegi hevir fvnþog onð þat er heꜹe er til
friþar.  þa er hon fagnar a ftunðligri tiþ i þeffa heimf 5
farfẹlom oc licamf munoþom[2]) oc ueir eki eilifar pifhr þẹr
er heꜹe coma til ofriþar þa er hon miffir finf ðagf þat ef
þeffa heimf fagnaþar.  Þa fnuafc aller hlutir i farléic þeir er
heꜹe voro til friþar.  þvi at hon bvrgþi ogo fin oc vilði eigi
fvr lita illa hluti fina ne hreþafc pifhr.  þa ef mifnuen onð 10
glepfc i iarþligom munoþom oc vill eigi hera þat ef i geg
ftenðr þeffa heimf gleþi.  þa .er fem hon fari locnom ꜹgom
til elðf.  A ðegi goþra hluta þina veftu eigi ominigr illra
hluta fegir heilog ritng.  En mẹlir Pꜹluf.  þeir er fagna fe
fva fem eigi fagnenðr.  þvi at fua er geranði þeffa heimf 15
gleþi.  at alðregi hverfi ór hug ógn enf hefta ðomf til þeff
at þvi meiR | ftoðvifc en ẹffta hefnð.  fem her verþr betr
ftilt iarþligri gleþi þa er hugriꜹ hrvꜹvifc af hretflo gvþf rẹiþi
fva fem ritit ef.  Sell maþr ef fa er avallt er hreðr of fic.
en fa fellr i illa hluti er harþbrvftr er.  En þvi þvngri verþr 20
hveriom reiþi Gvþf fem hann hreþifc fiþr þa er hann mif-
gerir.  En ðagar mono coma er ovinir þinir mono grafa ðici
umb þic fa(gþi) ð(rottin).  Hverir fe meiri ovinir anðar eN
ðioflar þeir er hana fvqua i fvnþom meþan hon er i licam.
en fiþan gera fót fvr heꜹe oc vilia ðraga til famlagf fina 25
quala.  Diki grafa þeir umb hana þa er þeir leiþa fvr[3]) ꜹgo
heꜹe allar ilfcor þẹr er hon gerþi fva et hon megi fia i
enða liff hverfo hon er bvrgþ fvnþom oc ma hon þa eigi
fleia þetta fvnþa ðici.  þvi at hon vilði eigi vina gott meþan
hon matti.  Oc mono þeir þrengva þer ollom megom quað 30
ð(rottin) i ꜹvþfpiallino.  Ilgiarnir fianðr þrengva ollom megiꜹ

41. bls. is printed in the left margin at line 17.

---

 1) í hdr. hefnð anðar, með tveimr deplum yfir hvoru um sig.
2) í hdr. munoþō licāf, með tveimr deplum yfir hvoru um sig.
3) í hdr. því líkast að staðið hafi ꜧar, en krotað yfir það.

ond. þa ef þeir leiþa fvr[1] ogo heɴe allar ilfcor heʀar verca
oc hugreɴiɴa. Oc fella þeir þic til iarþar q(uað) ð(rottiɴ) oc
fono þina er með þer ero. Þa fellr fvnþog ond til iarþar. er
licaᴍr fa nevþifc at hverfa i mold ef hoɴ ꝑtlaþi allt lif fitt
vera. þa falla fønir heʀar til iarþar i ðʏþa er hugreɴiɴɑr 5
heʀar ðrefafc a hefndar ðegi þꝑr er hoɴ gat af fer oc ól up
við fvnþir. Oc mono þeir eigi eptir lata ftein ývir ftein. þa
ef hoɴ gørir aþra fvnþ a aþra oc fendir alla illa hugreɴiɴ
hveria ývir aþra. En at evððri borg verþr eigi eptir latiɴ
ftein ývir ftein þʏi at allar hvgreɴiɴɑr andar ðrefafc fra 10
heɴe þa ef hoɴ er leið til hefndar. En þat fcvra þʏ orþ er
eptir fara. fvr hveria foc þetta viti cøᴍr. þʏi at þu ceɴir
eigi tið[2] vitionar þiɴar. Gvþ vitiar a marga vega hverf maɴz
andar. ftundom með boþorþom en ftundom með barðogom.
at ond hanf hevri faɴa hluti þa er hoɴ vifli eigi. eiþa comifc 15
hoɴ viþ[3] af farleic barðaga oc hʏerfi aptr af ilfco fiɴi ef
hoɴ vill eigi orþom eiɴom hlvþa. En fu ond ef eigi keɴir
þeffa tið vitionar. verþr feld ovinom þeiɴ ér haɴa binda i
eilifom quolom með fer. þʏi at fva er ritið. Þa er þu feɴ
með ovin þinom a goto ver þu fvfl at levfafc fra honom at 20
eigi feli haɴn þic ðoᴍanða en ðoᴍandi hefnanða. en hefɴanði
feti þic i mvrquaftofu. Ovinr vaʀ er a goto með off. þat er
mal gvþf þat er i geɴ ftenðr licamligom girnðom orom ɑ
þeffo lifi. Fra þeffom ovin levfifc fa ef hlvþiɴ er boþorþom
gvþf. En ella felr ovinr haɴn ðoᴍanða en ðoᴍandi hefnanða. 25
þʏi at fa er hafnar gvþf mali verþr fvr reiþi haɴf oc afallf-
ðomi. oc verþr haɴn felðr hefnanda þat er ilgiornom anða
þeiɴ er ond hanf heiᴍtir or licaᴍ til pifla þa er viliandi
lifþi eptir honom i fvnþom. Hefɴanði fetr haɴn i mvrqua-
ftofo. þʏi at ilgiarn anði lvkr haɴn i eilifom quolom. Þa gek 30
IHC iɴ i muftere oc rac a brʏt þaþan felienðr oc cʏpenðr.
Muftere i borg merkir keɴiᴍaɴa lif með lvþ. En þeir ero

---

[1] í hdr. stendr: ꜧaʳ.  [2] í hdr. t⸫.  [3] í hdr. viþ hō, með
tveimr deplum yfir hvoru um sig.

fumır ef keɴımaɴz þıonofto oc bunıŋ fıþlẹtıf hafa. en þeır
fnua embetſı heılagrar[1]) fıþfemı ı ıarþlıgan cꝛpfcap. þeır ero
felenðr ı muſterı er fe taca a gvþf þıonofto oc halða fıþlẹtıf
namn tıl fevaxtar, Þeır ero cꝛpenðr ı muſtere er fe gefa
rıcıf moɴom tıl þeff at þeır megı halðıt vıɴa þvı ef þeır, eıgo .5
gıalða at logom. oc cꝛpa þeır fer fva fvnþır. Huf mıtt er
bɵna huf f(egır) ð(rottıɴ). en er gerþot þat þıofa grof. þvı at
ılgıarnır meɴ taca opt keɴımaɴz namn oc vega anðır nonga
með fverþom ılfco fıɴar. fem ılvırcıar a ftıgom. þar ef þeır
fcvlðo þẹr lıfga ı bɵnom. Mvſtere oc huf gvþf ef hugr 10
hverf crıftınf maɴz. En þa verþr þat ılvırcıa grof ef hann[2])
helðr ı fer þẹr hugreɴıŋar er hann vıll at meını verþa faclọfom
nongı fınom. Þa er oc hugr crıftınf maɴz þıofa grof helðr
en bɵna huf. ef hann hafnar retlẹtı oc vıll oþrom meın gera.
En laꝛfnarı[3]) vaʀ varar off avallt vıþ ılla hlutı fvr helgar 15
rıtnıŋar. oc górır þat ef her er fagt ı ɢvþfp(ıallı). Oc var

**42. bls.** hann hvern ð(ag) kenanðı ı muſtere. þa keɴır ðrottıɴ | hvern
ðag ı muſtere ef hann fcvtr þvı ı hug truoþom moɴom at
varafc[4]) vıð fvnþır. En þat er off uıtanða at ver megom þa
,fanlıga lẹrafc af orþom Gvþf. ef ver hvɢıom opt at eıuom 20
ɵfftom[5]) ðogom orom. fva fem .I. fpacr maþr mẹlır. Mıɴafc
fcaltu enf ɵffta ðagf þınf ı ollom vercom þınom. oc monðo
alðregı mıfgera. Hvern ðag fcolo ver mıɴafc þeff ·er ver
hɵrþom af orþom ðrotııɴf. A þeffom ðegı þınom hevır þu
þat er þer ef tıl frıþar. þvı at hefnð er folgın fvr ogom 25
þınom. Nu fcolom ver hvɢıa at þvı ef eptır feʀ. eþa eptır
þetſa lıf moɴ coma. oc varafc vıð ogorvar fvnþır, en ıþrafc
þeıra oc bɵta ef gorvar ero meðan ðomanðı ðvelr at coma
oc gefr freſt a hefnðıɴı. Latom eıgı fcamẹlıga gleþı tẹla off
ne ftunðlıgar farfẹlor bvrgıa ꝛgo hugar varf. at eıgı verþım 30
ver blınðır leıððır tıl elðf. Nu er off at huɢıanða hverfo

---

[1]) í hdr. hèilag‘r embeti, með tveimr deplum yfir hvoru um
sig. [2]) í hdr. bætt við út á spázíu. [3]) í hdr. laꝛnarı. [4]) í hdr.
varaf. [5]) í hdr. ɵ‘p‘tō.

ogorlig off mon verþa ftunð anðlaz varf eþa hver hretfla
hugar þa mon verþa af amınıno allr(a)[1] fvnþa. oc af ogn
ðomanðanf. Hvat þurfım ver at elfca þa hluti ef ı hemı ero.
þvı at þat enðıfc allt a eını ftunðo oc lıþr umb fem fcugı.
en þa cømr[2] ı ftaþ þat ef alðregı ma lıþa. þa leıta ıllır 5
anðar[3] fına verca ı utganganðı onð. at þeır ðragı hana með
fer tıl quala. ef þeır fına fın verc ı hene. En hverr megı
þvı trøftafc at fıanðın moŋı fına (engı)[4] fın verc a honom.
Eınn var fa ef þat mẹltı at fono. Heımf hofþıŋı mon coma
oc fıþr hann ekı fıtt verc ı mer q(uað) ð(rottın). Fıanðın fa 10
hann vera ðørþlıgan man oc hugþıfc fına mønðo nacquara
fvnþ ı honom. En fa for fvnþa lørff or hemı er ŋn fvnþır
com ı heım. oc þat mẹltı ı geŋ fıanðanom of fıalfan fıc at
eıgı monðo fvnþır fınafc ı honom. þat þorþı eıgı Petruf at
mela of fıc ef þat velðı hafþı af Gvþı. at fva fcvlðı allt vera 15
levft eþa bunðıt a hımnı oc a ıorþo fem hann vılðı. þat
þorþı eıgı Pørluf at mela ef fvr var up numın tıl enf þrıþıa
hımınf aþr hann ðóe or hemı. þat þorþı eıgı Iohannef at
mela er eına mefta oft hafþı af Crıftı. Engı ma fvnþalørff
vera ı hemı fa ef með fvnþom cømr ı heım fva fem Salomon 20
mẹltı. Engı maþr ef fva retlatr a ıorþo at eıgı mıfgerı.
Ef ver fegıom at ver hafım eıgı fvnþır gorvar q(uað) Iohannef
p(oftolı). þa tẹlom ver off fıalfa oc fegıom eıgı fatt. En
mẹltı Iacob; p(oftolı). I morgo mıfgerom ver allır. En þa
ef vıft of alla þa ef með lıcamf munoð ero getnır. at mvrcra 25
hofþıŋı fıþr necquert fıtt verc[5] ı þeım ı orþom eþa hugrenıŋom
eþa ı vercom. En af þvı ma hann þa eıgı taca eþa halða.
at fa levftı þa fra fvnþom er fvnþalørff toc ðørþan. þvı at fa
lóftı off fra anðar ðørþa þeım er ver vorom verþır. er lıcamf
ðørþan toc a fıc fvr off. overþr pıfla. En þat ef off lıtanða 30

---

[1] í hdr. allr. [2] í hdr. cȫ. [3] í hdr. anðar ıll⸴, með tveimr
ðeplum yfir hvoru um sig. [4] engi: bætt við út á spázíu án inn-
vísunarmerkis. [5] í hdr. v⁷c fıt, með tveimr deplum yfir hvoru
um sig.

meÐ micil*l*i ahvɢio hverſo grimr mvrcra hoſþigi cømr a Ðegi
anÐlatſ varſ at leita ſina verca. ef hann þorþi at coma til
ÐÓianÐa Ðrottinſ oc leita þar ſvnþar eſ hann matti eigi ſina.
Hvat ſcolo ver veſalir gera eþa męla ef mart hoſom miſgort.
oc ver vitom at anſcotiɴ moɴ morg verc ſin i oſſ ſiɴa þa ef 5
hann léitɐr. En þat er oſſ eitt ſultig til varnar. at ver erom
gorvir þeſſ liþir er ſiaɴÐiɴ matti eki ſitt verc i honom ſiɴa.
Eigi megom ver þat Ðvlia at ilgiarn anÐi moɴ morg ſin verc
ſiɴa i oſſ. en hann man eigi gripa oſſ á tiÐ anÐlatſ varſ. þvi
at ver erom þeſſ liþir er hann haſþi eki velÐi ẏvir. En hvat 10
ſtoþar þoit ver ſamtengimſc Ðrotini orom itru. ef ver erom
ſunÐrþvkir viÐ hann i vercom. þvi at hann męlir ſva ſialfr.
Eigi mono þeir allir coma i himinrici er mic calla Ðrottin.
Rett verc ſcolo fvlgia rettri tru ſva at hverſÐaglig tǫr hreinſe
gorvar ſvnþir.   Sligi goþ verc or yvir ilſcor orar oc veitom 15
ver nongom orom goþa hluti þa ef ver megom. þvi at verþom
eigi liþir laſnara varſ nema ver þionem Gvþi oc miſcuɴem
nongom orom.   En opt ſtvrcia betr Ðømi en orþ til Gvþſ
aſtar hiorto høranÐa. | Aſ þvi vil ec ſegia Ðømiſogo til
eſhigar aſtar ẏþvaʀar. en ſu ſaga gerþiſc i þvi heraþi· eſ 20
licaoɪa heitir. Martiriuſ het .I. helagr muncr. en hann atti
for ór munchſi til aɴarſ munchſſ. En eſ hann fór þa ſaɴ
hann a goto licþraɴ maɴ þaɴ eſ engi var heill ſlecr[1] á
liþom hanſ oc vilÐi ſa faɾa þagat er muɴcriɴ for.   En er
Martiriuſ ſa þrevtleic ·enſ valaþa oc vaſþi moti ſinom at 25
honom oc lagþi hann a axlir ſer oc bar heim til munchſiſ ſinſ.
En eſ hann nolgaþiſc til claſtra hliþſ. þa callaþi abbati
munkhſiſ micilli roÐÐo oc melti viÐ munca.   ScvnÐit er oc
lucit up hliþi her ſeʀ Martiriuſ broþir var oc beʀ Ðrottiɴ.
En er Martiriuſ com til munkhſſ þa ſte up af halſi honom 30
ſa er licþrar var etlaþr oc ſvnÐiſc Martirio i þeirri aſiono eſ
Ðrottiɴ I. X. haſþi þa er hann var meÐ moɴom. oc leiÐ hann
til himinſ oc melti.   Þu ſcamaþiſc eigi min a iorþo. en ec

---

[1]) í hdr. ſlecr heill, meÐ tveimr deplum ẏfir hvoru um sig.

43. bls.

mon eigi ſcammaſc þin a himni. En þegar eſ Martiniuſ com
til munkliff þa melti abbati við hann. Hvar er nu ſa er þu
bart higat. En hann ſ(varaþi). Eſ ec viſſa fvʀ hverr hann
veri. þa mønda ec falla til fota honom. Þa ſagþi Martiniuſ
at hann kendi enſciſ hofga þa eſ hann bar hann. Oc var 5
eigi undarlict þott honom veri ſa eigi hofogbęʀ. eſ honom
helt up ſiolfom. I þeſſom hlut er mercianda hverſo miſcunnar
verc ſamtegia oſſ Gvþi. Þa nolgomc avalt þeim eſ ollom øfri
er. eſ ver legiom oſſ til varcunnar við ena minzto nøga.
I licamligom hlutom ma egi hóva hluti taca nema hann hefiſc 10
up. en i andligom hlutom verþr hverr þvi hęri ſem hann
lęgir ſic meirr til miſcunnar. Drottin vildi oſſ þat ſvna fvrir
dom oc ſana er hann męlir a domſ degi. Uið mic gerþot er
allt þat eſ er gorþot við éin en minſta mina brøþra[1]). þvi
at hverr er hann veitir þurfondom goþa hluti þa gefr hann 15
þat andliga Gvþi[2]) eſ hann veitir fvr hanſ oft. Oc tecr hverr
þvi meira verccærp af Gvþi. ſem hann fvr litr ſiþr þan er
hann ſvniſc herfiligr. þvi at eki er øþra i licamſ øþli en
licamr Criſtz eſ up er hafiþr (i licam)[3]) ývir engla. En hvat
eſ herfiligra en licþraſ maɴz hold þat er ſpringr af þrutnondom 20
ſærom oc verpr dæni aſ. En ſa eſ ollom er éþri lét ſer
ſoma at ſvnaſc ollom oitarligri þa eſ hann vitraþiſc i aſiono
licþraſ maɴz. Til hverſ gorþi hann þat nema til þeſſ at hann
ſvndi þat oſtvrciom hugom orom. at hugr ſcal legia ſic a
iorþo oc miſcunna oitarligom brøþrom eſ hann vill með Gvþi 25
vera a himni. þeim eſ livir oc ricir of allar aldir alda. Amen.

## Matħm.

IɴC ſagþi leriſveinom ſinom domiſogo þeſſa. Glígt eſ
rici himna konoɡmani þeim eſ brullæþ gorþi ſóni ſinom oc 30
fendi hann þrela ſina at bioþa moɴom til brullæpſ oc vildo

---

[1]) í hdr. brøþª miɴa, með tveimr deplum yfir hvoru um sig.
[2]) í hdr. Gvþi andliga, með tveimr deplum yfir hvoru um sig.
[3]) bætt við út á spázíu.

þeir eigi coma. En fendi hann aþia þrela. oc melti. Segið
er boþf monom at ðogorþr min ef buin. óxn minir fófþir oc
alifoglar oc allt buit at er comit til brullaʳpf. En þeir
orócþo oc foro fumir til bóia fina. en fumir til caʳpfcapar
finf en fumir toco þrela hanf oc vogo. En k(onog)r reiðifc 5
ef hann fra þat. oc fendi her fin at glata manðrapf monom
þeffom oc brendi hann borg þeirra. þa melti hann við þrela
fina. Brullaʳp er buit. en þeir voro eigi verþir er callaþir
voro. Farit er oc þa til gatna motf oc kallaþit¹) hvern ef er
finit til brvllaʳpf. Þrelar gigo ut a gotor. oc fomnoþo ollom 10
þeim ef þeir fundo goþom oc illom oc varþ hollin fcipoð
boþf monom. þa gek k(onog)r in at fia þa er up føto. oc fa
hann þar man .l. eigi cleðan brullaʳpf cleþom. oc melti við
hann. Vinr fvr hvi gectu higat oc hafþir eigi brullaʳpf cleþi.
En hann þagnaþi. þa m(elti) k(onog)r við þrela fina. Bindit 15
er henðr hanf oc føtr oc caftit honom i en ýtri mvrcr þar
er gratr²) oc tana gnifton. Margir ero callaþir en fair valþir.

G͂G.

THES³) er fvrft leitanða i guþfpialli þeffo. hvart allt fe
eitt oc þat er Lucaf fagþi. at m(aþr) nacquar górþi nottorþ 20
**44. bls.** micin. þat fcilr i þeffom | gvþfpiollom ef her callafc (ðogorþr
en þar)⁴) notorþr oc var her braʳt recin fa ef til brullaʳpf com
oprvðr. Af þvi megom ver fcilia at þetta brulaʳp mercir
þeffa heimf criftni. en fa notorþr mercir eilifan fognoð. þvi
at til þeffar Criftni coma necquerir þeir er braʳt verþa recnir. 25
en alðregi fer a braʳt fa er of fin comr til enf øffta fagnaþar.
En ef naquaner vilia þat fram føra at allt fe eitt þat ef
Matheuf callaþi her ðogorþ oc þat ef Lucaf nemnði þar
nottorþ. þa viliom helðr famþvkia anara fcilnigo en þreta
igeg hvar þeff er eigi fciptir tru. þvi at fa var vanþi forþom
at noni. oc matti þat þa retliga calla hvart fem vilði ðogorþ
eþa nottorþ. Oc ma verþa at þvi at Matheuf hafi þeim mun 30

---

¹) þannig í hdr. ²) í hdr. gᴬtar. ³) í hdr. T og H dregið
saman i einn staf. ⁴) bætt við út á spázíu.

ɢoʀ ſagt þat eſ Lucaſ þagþı ẏfır er hann gat þeſſ er bravt var
recıɴ fra ſamcundo. En þat muno ver vıta bróþr. at ı
helgom rıtnıngom nefnıſc þeſſa heımſ Crıſtnı hımna rıcı. þat
callaſc crıſtnı eſ ſaman comr ſıolþı retılatra. Gvþ meltı ſra
fvr ſpamaɴ. Hımıɴ eſ ſẹtı mıtt. En mẹltı Salomoɴ k(onoɴ)r.  5
Onð retlatſ maɴz eſ ſẹtı ſpecı. En Paıluſ callaþı crıſt gvþſ
ſpecı. Eſ guþ eſ ſpecı. en onð retlatſ maɴz ſẹtı ſpecıɴar.
en hımıɴ ſetı gvþſ. þa ma onð retlatſ maɴz callaſc hımıɴ
ſva ſem ſalma ſcalð meltı of helga meɴ. Hımnar boþa ðẏrþ
Gvþſ. En rıcı hımna eſ crıſtnı retlatra. þvı at Gvþ rıcır ẏvır 10
þeım ſva ſem ẏfır hımnom. þa er hugır þeıra fvſaſc tıl hım-
neſcra hluta en eıgı ıarþlıgra. En ghct eſ rıcı hımna
k(onoɴ)ı þeım brullaʈp gorþı ſonı ſınom. Þegar monoð er
ſcılıa goþır b(røþr) hver ſıa k(onoɴ)r eſ eþa k(onoɴ)ſ ſonr. Hvat
nema ſa er ſra er ſagt ı ſalmı. Gvþ geſ þu ðom þın k(onoɴ)ı 15
oc retlẹtı þıtt k(onoɴ)ſ ſónı. En þa gorþı Gvþ faþır Gvþı ſónı
ſınom brulaʈp ęr hann ſamtęɴþı honom maɴlıct óþlı oc let
hann beraſc ſra móıo. Alra helðſt ma ſva ſcılıa at þa gorþı
faþır brulaʈp ſónı eſ hann ſamtęɴþı honom helga crıſtnı.
Of þeɴa bruþguma mẹltı ſalmaſcalð. Sıalfr er ſva ſem bruð- 20
gumı fram farandı or ſẹtı ſıno. þa for bruþgumı fram ſva
ſem or ſẹtı ſıno er Crıſtr let beraſc ſra mevıo Gvþ oc maþr
oc ſamtęɴþı ſer helga crıſtnı. Senðı hann þrela ſına of ſıɴ
at bıoþa vınom tıl brulaʈpſ. oc ſenðı hann ı aɴat ſıɴ. þvı at
hann baʈþ fvrſt ſpamoɴom. at ſegıa hıngat qvomo ſına raþna. en 25
ſıþan poſtolom at þeır ſegþı fram comna. En er þeır vılðo
eıgı coma eſ fvʀ var boþıt. þa var ſva melt ıt ſıþaʀa ſıɴ.
Buıɴ heſı ec ðogorþ mıɴ. øxn mınır oc alıfoglar ſøfþır oc
alt albuıt at er comıt. Øxn oc alıfoglar mercıa feþr enſ
forna logmalſ oc enſ nvıa. I enom fornom logom var mẹlt 30
at maþr ſcvlðı elſca nong ſıɴ en hata ovın ſıɴ. oc vaſ þa
geſıt retlotom levſı at berıa a gvþſ anðſcotom oc ſınom. En
þat banaþı ðrottıɴ ı enom nvıom logom þa eſ hann mẹltı
ſıalfr. Elſcıt er ovını ẏþra oc gerıt vel vıð þa er ẏþr hata.
Af þvı mercıa óxn feþr ena forno laga. at þeım var lofat at 35

hata anðſcota ſin(a) oc ſtaŋa þa með hornom lıcamlıgſ aſlſ.
En alıfoglar mercıa (feþr)[1]) eNa nvıo laga þeir er fétⁱr ero af fózlo
hⁱmneſcror mıſcuNar oc heſiaſc up fra ıarlıgoⁿⁱ gırnðoⁿⁱ tıl
hⁱmⁱnſ·ðvrþar ſva ſem foglar ſivga ı loft af ıorþo.   En gvþſ
órⁱnðrekar toco ofcıl af ıllom moNom.  ſpameN fvrſt en ſiþaⁿ  5
poſtolar ſva ſem nu eſ her mⁱlt.  Øxn mⁱnⁱr oc alıfoglar ero
ſóſþⁱr oc alt albuıt. ſva ſem·hann mⁱltı þetta.  Hveıt er at
heılſo lıff ẏþvarſ oc lıtıt a ſiþo eNa fvRı feþra.  Þat er mer-
cıanða at ı eno fvRa boþı var eıgı getıt óxna ne alıfogla. en
et ſiþaRa ſiNı var ſagt at óxn voro ſøfðⁱr oc alıfoglar þvⁱ at 10
þa er ver vılıom eıgı hóra orþ Gvþſ þa ſvnⁱr hann oſſ ðómı at
ver megⁱm vⁱtta oſſ þaŋat quomo eſ ver vıtom aþra comⁱt (hafa)[1]).
En þeır orøcþo er callaþⁱr voro oc foro ſumⁱr tⁱl bøıa ſiNa
en ſumⁱr tⁱl cⱽpſcapar ſinſ.  Tıl bóıar ſinſ ſeR ſa er hvɢr at
ıarþıgom fevoxtom.  þeır fara tⁱl bøıa ſiNa eþa cⱽpſcapar en 15
eıgı tⁱl k(onoŋ)ſ brⱽlⱽpſ er helðr vılıa fara ok ſtarfa ı
ıarlıgrı ſvſlo ı[2])
| þa mⁱlto necquerⁱr ı hıortom ſinom þeır er hıa ſóto.  Hverr
eſ ſia eſ ſvnþⁱr fvr gefr.  IHC mⁱltı vıð conona.  Trua þın
gørþı þıc heıla.  Far þu ı frıþı.  G.̈G.                       20

**45. bls.**

Þa er ver hvɢıoⁿⁱ at ıþron MaRıe þa fẏſⁱr oſſ meırr at
grata ſvnþⁱr en aNat at mela þvⁱ·at tⁱⁱr þeſſar ſvnþograr koⁿo
hróra ſteⁱnlıg hıorto ór tⁱl ıþronar ðómıſ.  Hon com oboþıt
þar er meN ſⁱto of borþom glaþⁱr oc heltı ut tarom er aþrⁱr
fognoþo oc ſcammaþıſc eıgı at grata með fagnonðom.  Sıa er 25
Lucaſ nefnⁱr ſẏnþga cono en Iohanneſ MaRıam.  er ſu MaRıa
er Marcuſ ſegⁱr at ðrottıN rac fra heNe vıı. ðıoſia.  Hvat ero
vıı. ðıoflar nema alſcvnſ ſvnþⁱr.  Af þvⁱ mercⁱr ſiⱽfⱽlð tala
allt. at oll tıð veltıſc a vıj. ðogom.  Sıⱽ ðıoſia hafþı hon
Marıa þa er hon var allra ſvnþa full.  En er hon ſcammaþıſc 30
ſvnþa ſleka ſiNa. þa raN hon tⁱl mıſcunnar brunz.  En af þvⁱ

---

[1]) vantar í hdr.   [2]) Aptan af þessari ræðu vantar nærfellt
3/4 hluti, sem svarar tveimr blöðum í hdr.

fcampifc hon eigi at grata með fagnonðom. at hon fcampifc
meirr fialfrar fin oc fvnþa fina. En ðrottin toc við heɴe
litillatliga utan. fa er leiði hug heɴar til mifcunnar inan. En
nu litom ver á gvþfpialf orþin. oc fiom hverfo hon com til
hialpar. Hafþi hon fmvrfl oc ftoð hia fotom iHv oc þo fótr 5
hanf i tarom oc þerði hari fino oc cvfti hon fótr hanf oc
fmvrþi fmvrflom. Meþan fia cona var fvnþog þa hafþi hon
fmvrfl til þeff at licamr heɴar fcvlði vel ilma. En nu førþi
hon þat Gvþi lofliga er hon hafþi fvr fér til fvnþa. Augo
heɴar fvftofc iarþligra hluta. en nu hreinfaþi hon þav i tǫrom 10
iþronar. Hari fino brøtti hon fvr til prvþi afiono finar. eɴu
þerði hon hari fótr ðrottınf. Muni hafþi hon fvr melt onvt
orþ. en nu cvfti hon þeim muni fótr ðrottınf. Snóri hon
fvnþa tolo i crapta tal. fva at allt þionaþi Gvþi i iþron þat
er hon hafþi gort i geɴ Gvþi i fvnþ. En er gvþiɴrın fa þat. 15
þa fvr leit hann béþi conona er com oc ðrottin er vıþ heɴe
toc oc mǫlti i hug fer. Ef fia veri fpamaþr. þa mondi hann
vita hvilic cona fu er. ef helðr a honom. þvi at fvnþog er.
Gvþıɴrın var ðramlatr en eigi retlatr. oc laftaþi fiucan af fótt
en lɛcnın af gróþıɴo. oc var hann fialfr fiucr oc faɴ hann 20
þat eigi. Lecnır ftoð a meþal tveɢia fiucra. aɴar var heilviti
i fótt en aɴar var vitlavf i fini fótt. Conan grét þat er hafþı
gort. en gvþıɴr ðrambaþ af logno retlɛti. oc varþ vitlavff i
fini fott. þvi at hann viffi eigi at hann var langt fra heilfo.
En þat er meirr harmanða at nacquarır ero þvilicır i fveit 25
varı þeir ef ceɴimeɴ fcvlðo heita. ef þeir gera nacquat goþf.
þa ðramba þeir þegar yvır oþrom. oc vilia eigi varcvna
fvnþgom fva fem gvþıɴr vilði eigi lata fvnþga cono a fer
taca. Ef hon cómi fvr fótr gvþıɴınom þa mondi hann fpvrna
til heɴar. oc reca hana fra fer. þeff er off navþfvn ef ver 30
fiom aþra fvnþga. at ver gratem fvr orar fvnþır en fvrlitim
aþra oc vɢim off þvilica hluti. oc veitim fva fcvlða hegnıɴ
fvr fvnþır. at ver glómım eigi varcuɴ oftvrx óþlıf. Hegna
fcal fvnþgan en biarga nongi. En ef fialfr fvnþogr hegnır
fic. þa er hann nongr en eigi fvnþogr. þvi at hann famteɴıfc 35

retlęti Gvþf þa ef hann pınır fic fvr fvnþır. En *drottın* fagþı
a mott þeffom *dramlatom* gvþıgı dómı fogo *fra* tveım fculdar
m(onom). þeım er anar atłı meıra at gıalda en anar mına. oc
var *hann* fpurþr fiþan hvar meırr elfcaþı þan er hvoromtvegıa
gaf fculdına.   En gvþıgrın fv(araþı) þvı þegar at fa elfcaþı 5
meırr ef meıra var gefit. þat er mercıanda at gvþıgr fvr-
dómþı fic ı fino atqveþı *fva* fem fialfr ór maþr legþı fialfr
bond a fic.   In gek ek ı hu*f* þıt*t* q*u*ad IHC oc gaftu eıgı
vatn fotom mınom. en fia *cona* þo fótr mına ı torom.   En
er *hann* hafþı talþa goþa hlutı ıþrandı *cono.* oc talþa ılła 10
**46. bls.** hlutı gvþıgf. þa let .| *hann* þat atqueþı fvlgıa er *hann* m(ęltı)
*fva.*   Af þvı fegı ec þer at hewe fvrgefafc fvnþır þvı at unı
mıcıt.   Sva fem *hann* m(ęltı) þetta.   Brendı hon fvnþa ím af
fer. þvı at hon bran mıoc ı aftar eldı. þvı at þvı meırr máfc
fvnþa ím. fem hıarta fvnþogf manz gloar meırr ı aftar eldı. 15
Sıa *cona* var grod er fivc com tıl lęcnıf. en aþrır fýcþofc af
heılfo hewar. þvı at upfitıendr mogloþo oc melto med fer.
Hverr er fia ef fvnþır fvrgefr.   En hımnefcr lęcnır leıt eıgı
tıl þeırra fivcra er verfnoþo vıd lecnıg. en *hann* ftvrcþı þa
er *hann* gródı oc m(ęltı).   Trua þın górþı þıc heıla. þvı at 20
hon truþı fic mondo geta þat er hon baþ.   En fa gaf hewe
þan ftvrcleıc vılnonar ef hewe gaf helfo fvr vılnon.   I frıþı
var hewe boþıt at fara. þat er at hvrfı eıgı aptr a vılło goto
fra retlętıf ftıg.   Þa goŋom ver frıþar goto ef *ver* greıþom
*verc* or a þan retletıf ftıg ef *ver* verþın eıgı fundrþvkır vıd 25
fcapara varn. þetta męlom *ver* fcvndıłıga of fcvrıŋ gvþ-
fpıałłfenf. en nu eıgom *ver* at fnua þeffom orþom tıl andłıgrar
fcılnıŋar.   Dramlatr ývırgvþıŋr merkır ałłan gvþıŋa lýþ.   En
fvnþog *cona* fu ef gret fvr fotom *drottınf* merkır heıþna þıoþ
þa ef tıl crıftc fnvfc.   En hon com med fmvrflom oc ftoþ 30
hıa fotom IHv oc þo fótr hanf ı tarom oc þerdı harı fino oc
cýftı fótr hanf oc fmurþı fmvrflom.   Off mercır fia *cona* ef
*ver* fnumc af ołło hıarta tıl gvþf eptır fvnþır. Smvrfl mercıa
ılm goþra verca *fva* fem Pavluf melır.   Goþr ılmr Crıftf erom
*ver* fvr Gvþı.˙ þa hełłom *ver* fmvrflom ývır lıcam *drottınf* er 35

ver górom. þæ verc er af þeim leiþir ilm goþra dóma ýfir Criſtni Gvþſ. En conan ſtoð hia fotom drottinſ. I gegn fotom drottinſ ſtoþom ver. þa er hotoþom gætor hanſ oc lifþom i ſvnþom. En ver ſtondom hia fotom hanſ þa er ver ſnumc til iþronar eptir ſvnþir oc gognom goto hanſ þa eſ ver hofþom ſvrlatit. En þa þvǫm ver føtr drottinſ i tarom. er ver veitom varcunN enom ýſtom liþom hanſ. oc lótom oſſ hrvgva oll mein þeira oc þionom litillatliga væloþom. Hann þerdi conan fótr drottinſ. Har mercir en ýtri æþófi þæ er af gagna þurptum licamſ varſ ſva ſem har er afaſt licam oc cenir eigi licamſ meina. Þa þerrom ver fótr goþſ með hari er ver miſcunNom aſ æþófom orom þeim eſ ver várcvnom i orþom eþa i oſt. oc ſvna mildar hendr þa er hugr harmar aNarſ mein. Þvér fótr Criſtſ oc þerrir eigi ſa eſ harmar mein nonga ſvr varcuN. en hann miſcunnar þeim eigi af æþófom þeim er gagna af þurpt hanſ. Grǿtr oc þeRir eigi ſa er veitir nognom varcuN i orþom en hugar þa eigi af æþófom. En þa cvſſom ver fótr hanſ ef ver elſcom þa rókiliga er ver hvgiom[1]) milliga. oc lotom eigi hug varn ſtvgvaſc við valaþr[2]) þeira. ne oſt ora þverra við þat eſ ver veitom þeim næþſvnliga hluti. Fótr drottinſ mego mercia tacn hingat quomo hanſ. þat er goddomr toc manzlicam oc com til iarþar. þa cvſſom ver fótr Criſtſ ef ver elſcom af ollo hiarta tǫcn manndomſ hanſ með ilm goþra verca oc ceNinga. En þat ſa ýſir gvþingr oc æfundaþi. þvi at gvþinga lýþr quelſc i ilſco ſiNi þá er hann ſer heiþnar þioþir ſnuaſc til tru. En læſnari vaR ſvnir gvþingom goþ verc leiþretlrar þioþar. at þeir megi ſcilia i hverri ilſco þeir ligia. IN gek ec i huſ þitt q(uað) d(rottiN) oc gaftu eigi vatn fotom minom. en ſia cona þo fótr mina i tǫrom. Uatn eſ ſvr utan oſſ. en tǫr ſvr iNan. En otrur gvþinga lýþr vildi eigi veita ena ýtri hluti gvþi. eN er heiþnir meN ſnerosc til tru. þa veitto þeir eigi at einſ ena ýtri hluti. heldr helto þeir ut bloþi ſino ſvr nafni Gvþſ. Eigi

[1]) þannig í hdr.; en á advera hvgō. [2]) þannig í hdr.

gaftu mer coſſ q(uað) ð(rot/ıɴ). en cona ſia let eıgı af att cv́ſſa
fótr mına.  Coſſ er aſtar marc.  Gvþıɴa lýþr gaf eıgı coſſ
Gvþı. þvı at þeır þıonoþo honom af hrɇtſlo [1]) en eıgı af oſt.
En þegar er heıþnır meɴ ſneroſc þa toco þeır at elſca hıɴat-

**47. bls.** qvomo laͬſnara varſ. | Eıgı ſmurþır þu hofoð mıtͭ vıðſmıorvı 5
q(uað) ð(rottıɴ).  En ſıa cona ſmurþı fótr mına.  Ef fótr
ðrot/ınſ mercıa maͬɴdom hanſ. þa mercır hofoð hanſ godom
hanſ.  Sva ſem Paͬluſ mɇlır.  Goþ er hofuð Crıͬſtſ.  Gvþıɴaͬr
letoſc a Gvþ trua en eıgı a meɴ. oc var þo ſva melͭ vıð
gvþıɴıɴ.  Eıgı ſmurþır [2]) þu hofuð mıtͭ vıþſmıorvı. þvı at gvþıɴa 10
lýþr vılðı eıgı machgo loſı boþa motͭ godomſ hanſ þaɴ er
hann ſagþıſc trua á.  En þegar er heıþnır meɴ truþo hıngat-
como gvþſ. þa gofgoþo [3]) þeır maͬɴdom hanſ með eno heſta loſı.
Fvr þvı ſegı ec þer at heͬɴe fvrgefaſc ſvnþır þvı at hon uɴı
mıcıt.  Sva ſem hann melͭı þetͭa. þotͭ harþar verı ſvnþır 15
heͬɴar. þa var gnogr aſtar elðr ſa er harþa hluͭı brenðı.
Drottıɴ com tıͬl ðogorþar ýſırgvþıɴſ. en hann fagnaþı meırr
ı craſom hugar conoɴar er ſvnþa ıþraþıſc.  Gvþıɴgrıɴ fóðı
hann utan. en hann gladıſc ıɴan af leıþrettıɴo ſvnþograr
cono.  En þat er vıtanða at Crıͬſtr hvıͬlıſc ı þeım hıortom er 20
eıgı breɴa ı heımſ gırnðom.  Meır gladðı ıþranðı cona ðrottıɴ
ıɴan af ıþron. en gvþıɴr utan. þvı at hann gladıſc ı aſtarhug
heͬɴar þa er hon ıþraþıſc ſvnþa.  Lıtom ver a mıſcuɴ Gvþſ
goþır bróþr oc fvrðómom ſıolþa ſvnþa varͬa.  Sér ðrottıɴ oſſ
ſýnþga oc bıþr var oc calͬar oſſ tıͬl ſın mıllıga oc fvſıſc 25
ıþronaͬr varͬar. at hann fvrgeſı oſſ ſvnþır.  Mıſcuɴ laͬſnara
varſ ſtıl/tı laga reſſıɴo.  I logom var boþıt at bana þeım er
ſtórſvnþır gerþı.  En ſcaparı vıtraþıſc ı lıcam oc het lıſı
ıþronðom en eıgı pıſlom. oc toc hann vıð ıþron ſvnþograr
cono. oc let heıla a braͬt fara.  Snórı hann tıl mıſcuɴar 30
laga boþorþom oc levſtı þa er laͬg ſvrðómþo.  Of þeſſı log
er ſva rıtıt.  Henðr Moýſı voro þuɴar. þa var ſteıɴ lagþr
unðır hann. en þeır Aaron oc Ur helðo up honðom hanſ.

---

[1]) í hdr. hrɇſtlo.  [2]) í hdr. fm˘þı.  [3]) í hdr. gofoþo.

Moifef fitr a fteini. *þvi* at l*a*g h*vi*lafc i Cr*i*ftni. En þeffi
l*a*g hafa þung*ar* henðr. *þvi* at þ*a* bioþa harþa reffi*n* fvnþa
en veita eigi mifcu*n*. Aaron þvþifc ftýrcþar fial*l*. en Úr
þyþifc elðr. Fiall ftýrcþar m*er*c*ir* l*a*fnara varn. S*va* fem
fpamaþr m(elti). A enom øfftom ðogom mon . . . fa*n* fial*l* ðrott*i*nf 5
h*ę*ra ollo*m* fiollom. En heilagr anði m*er*cifc fvr elð fva fem
ðrott*i*n m(*ę*lti). Ec com at fenda elð a iorþ. Aaron oc Ur
helðo up honðo*m* Moýfi. *þvi* at ðrott*i*n va*r* IHC ✷ fvnði off
fvr anðliga fcilni*n* lét*t*b*ę*r vera þ*a* l*a*g er v*er* mot*t*om eigi
bera i licamlig*ri* fcilni*n*go. Let*t*ar gerþi hann henðr Moýfi. 10
*þvi* at h*ann* fnóri t*il* mifcu*n*nar þungo*m* boþorþom laga. Þa*t*
mifcu*n*nar het[1]) fagþi h*ann* fvr*ir* þa er h*ann* m(elti) fvr fpama*n*.
Eigi vil ec ð*a*þa fvnþogf helðr at h*ann* léþrét*t*ifc oc lifi. En
mel*ti* h*ann* fva við hveria fvnþga onð. Ef m(aþr) letr *cono*
fina eina. en ho*n* ge*n*r með oþrom mani þa mo*n* hin eigi 15
famfor hafa við hana fiþa*n*. En þu ert forgoð með morgo*m*
u*n*ofto m(o*n*o*m*) þino*m* oc hverfr þu þo aptr t*i*l min q(uað)
ð(rott*i*n). Mifcu*n* gvþf ftigr ýv*ir* ðómi ma*n*ligf vanþa er hann
biþr fvnþograr[2]) anðar oc tecr við he*n*e. en maþr fet*t*ifc eigi
við f*a*rliva *cono*. Uirþit er bróþr[3]) micilleic milði Gvþf. 20
fagþi h*ann* þa*t* er eigi ma verþa oc fvnði at h*ann* ma gera
þa*t* er i ge*n* ma*n*a vanþa ef. Drott*i*n fer off f*a*rgaþa oc
cal*l*ar h*ann* off. en v*er* fvrlito*m* hann. en h*ann* vil*l* taca við
off. Glati e*n*i tið mifcu*n*nar ne oróki veit*t*a tið milði guþf.
Gvþ bvþr faþm milði fi*n*ar iþronðo*m*. öc biþr var at ver 25
hverfi*m* aptr fra lofto*m*. Af þ*vi* rifi up eptir fal*l* fa er (eigi[4]) vilði
ftanða oc hverfi aptr fa ef afleiþif gec. Drott*i*n fvnð*i* með
hverfo micil*li* oft h*ann* biþr var þa er h*ann* m(elti) fvr fpama*n*.
At hugþa ec oc hlýðac. oc var engi fa er got*t* mel*ti* ne at
hýgþi hvat h*ann* gerþi. Uer fcvlðom alðregi illt hv*a*ia. en 30
Gvþ biþr var at v*er* vitcimfc fiþa*n* er v*er* viltomc fra goþo.
oc lvcr h*ann* up faþm milði fi*n*ar þeim er aptr hverfa t*i*l
enf fa*n*a. Snuet er hugfcotf ogom g(oþir) b(røþr) t*i*l ýþvar

---

[1]) þannig í hdr. ═heit.  [2]) í hdr. fýþograr.  [3]) í hdr. bóþr.  [4]) vantar
í hdr.

**48. bls.** fialfra | oc glicit eptir iþronar ðómom þeffar cono.  Gratit
er nu þaf ef er mifgerþot ı øfco oc þvait af ýþr fvnþa flecca
með tǫrom oc elfcom ver Gvþf gotor þę́r er ver fvrlitom.
Þvı at ver verþom famþvkır hreınom Gvþı ef ver hverfom fra
vaʀı faʼrgon. oc fvrlitr hann eıgı þa goto er þvegın er ı 5
tarom ıþronar fvr ðrottın varn IH'm ·X· þaɴ er lıfır oc rıcır
of alʟar alðır alða.  Amen.

Lvcam.

IHC fagþı ðómıfaʼgo lerıfveınom fınom.  Maþr necqueʀ
hafþı tre rótfeft ı vıngarþı fınom. oc coʍ hann at leıta alðınf
a þvı oc faɴ eıgı. þa m(ęltı) hann við vıngarþf fagandaɴ. þrıa 10
vetr hefı ec comıt at leıta avaxtar a tre þeffo oc fıɴ ec eıgı.
Hoɢ þu up þaʟ tıl hverf gerır þat orúm a ıorþo.  En hann
fv(araþı).  Drottın lattu ftanða þat eɴ þeffı mıfferı oc mon ec
grafa hıa þvı oc teþıa of rótr þoff oc mon þat gera avoxt.
En ef þat verþŕ eıgı þa hoɢþu þat up.  En IHC var ı þınhuʼe 15
gvþına þa ef hann meltı þetta a þvattðegı.  En þar var cona
fu er atʜan vetr hafþı hrvɢbrotın verıt oc matʜ eıgı up lıta.
IHC calʟaþı hana tıl fın oc mętı.  Cona fyrlatıð hevır þıc
fott þın.  þa lagþı hann henðr ýfır hana oc rettıfc hon up
þegar oc ðvrcaþı Gvþ.  þa reðıfc þınghuʼ hofþını ef IHC grøðı 20
maɴ a þvattðegı.  IHC fv(araþı) oc m(ęltı).  Er fcımeɴ.  Hveʀr
ýþvaʀ levfır oxa fın af bafı a þvattðegı oc leıþır tıl vatf. en
queþıt eıgı lofat veʼra at levfa þeffa ðotor Abrahe or ðaʼþa
bonðom a þvattðegı ef ovınr batt atʜan vetr.  En ef hann
mętı þat. þa fcommoþofc alʟır anðfcotar hanf.  En alʟr lvþr 25
fagnaþı ı olʟom hlutom þeım ef ðvrlıga górþofc af honom.
omʟ GREGOrıj.

Drottın vaʀ oc laʼfnarı kenır off ftunðom ı orþom en
ftunðom ı vercom ftunðom aɴat ıorþom en ı ıarteın en
ftunðom et fama ı ıarteınom fem ı orþom.  Tvena hlutı 30
hørþot er g(oþır) b(røþr) ı ɢvþfpıalʜ þeffo þa er hvarom var
mıfcuɴ veıtt[1]).  Þaʟ er alðınlaʼft tre oc hrvɢbrotın cona.
En þaʟ mercır alðınlaʼft tre fem hrvɢbrotın cona. oc þaʟ

---

[1]) í hdr. veıt mıfcuɴ, með tveimr deplum yfir hvoru um sig.

mercır treet þegıt unðan uphoɢvı fem[1]) conan tıl heılfo
leıð. Drottın vıngarþf com[2]) þrvfvar tıl trefınf oc faɴ eıgı alðın
a þvı. ɛn conan var atħan vetr fıuc aþr hoɴ tɵcı heılfo. þat
mercır atħan vetra tala fem hıtt ef vıngarþf ðrottın com
þrvfvar tıl alðınlayff tref. Lıtom ver oc þa fer hver orþ 5
Gvþfpıalf(ınf). þay er ver forom nu fcvnðılíga ýfır oll famaɴ.
Maþr necqʋɛʀ hafþı tre rottfeft ı vıngarþı fınom oc com hann
at leıta alðınf a þvı oc faɴ eıgı. þetta alðınlayft tre oc fıa
hrvɢbrotın cona mercır allt maɴcvnf ɵþlı þat ef fcvnfamt vaf
fcapat fem cona. oc vel rotfeft ı fını ftoþo fem tre. En er 10
maþr fell í fýnþır vılıanðı þa let hann af at gɵra avox(t)
goþf vercf oc helt eıgı retrı upftoþo. Þa týnðı hann retrı
ftoþo ef hann fell ı fvnþır oc vılðı eıgı gera avoxt hlýþnı.
Drottın vıngarþf com þrýfvar tıl trefenf. þvı at hann vıtıaþı
maɴcvnf ı ‿amınıɢo fını. fvrır log oc unðır logom oc unðır 15
mıfcuɴ. þa mɛltı hann vıð vıngarþf faganðaɴ. þrıa vetr hefı (ec)
comıt at leıta alðınf a tre þvıfa. oc fıɴ ec eıgı. Com hann
fvrır log. þvı at hann gaf þa fcynfemı at hverr matħ mercıa
at fıno ðómı hverfo hann fcvlðı gera vıð nɵng fın. Com
hann unðır logom. þvı at hann gaf boþorþ. Com hann 20
unðır mıfcuɴ. þvı at hann fvnðı m(oɴom) navıfto mılðı fıɴar.
En hann faɴ eıgı alðın a treno a þrımr vetrom. þvı at fumır
raɢlatır fcapafc ekı vıð ɵþlıf fcvnfemı. ne vıð laga boþorþ.
oc rettafc eıgı af ıartemom hıngat quomo Crıftf. Vıngarþf
faganðıɴ mercır keɴımeɴ. þa er varþveıta Crıftnı Gvþf. þeff 25
vıngarþf faganðı var fvrftr PETRuf poftolı. þaɴ vıngarþ fogom
ver. þott ver fem overþır þa ef ver telıom fvr ýþr eþa bıþıom.
En með mıcıllı hretflo ér off lıtanða þat er mɛlt vaf vıð
vıngarþf· faganðaɴ of ıt alðınlayfa tre. Hoɢ up þu þat. tıl
hverf górır þat orúm a ıorþo. Orúm er at hverıom þeım er 30
eıgı górır avoxt goþf vercf. fva fem at alðınlayfo tre. þvı at
aɴar mɛtħ vera ı rumı hanf fa er goþ verc gorþı. Ef rıcıf
m(aþr) hefır eıgı avoxt goþf vercf. þa meınar hann oþrom
avoxtıɴ. þvı at þeır ef unðır hanf velðı ero — — — —

---



[1]) í hdr. feı. [2]) í hdr. cō vıngⁿþf með tveimr deplum yfir hvoru um sig.

Brot úr Dialogıſ Gregorſ páfa enſ mıkla.

49—52. bls.: Diall. L. III. I—II. cap.

**49. bls.** necquert ſıɴ at tu vıtır hver hann eſ.  En eſ konoɴr ſat of borþı of ðag þa com Paulınuſ at vanþa ſıɴom oc ferþı gott alðın ðrotnı ſınom.  En eſ k(onoɴ)r ſa Paulınom þa bra hann lıt oc ſcalf og heımtı þaɴat mag ſıɴ oc ſagþı honom levnðan hlut þaɴ eſ hann[1] hafþı þaɴat vvır þaɴat tıl.  Satt eſ þat eſ 5 þer er ſagt fra maɴı þeSom.  Nu ı nott ðrevmþı mıc at ec ſę ɴgorlıga ðomenðr ſıtıa a ðomſtolom. oc vaſ ſıa m(aþr) ı þeırrı ſveıt. en a þeırra ðome vaſ ſvıpa tecın or henðı mer. En þu ſpvr hveʀ hann ſe. þvı at ec hvɢ hann eıgı otıgıɴ m(aɴ) vera. þa heımtı magr k(onoɴ)ſ Paulınum tıl malſ vıþ ſic 10 oc ſpurþı hvat maɴa hann verı.  En Gvþſ maþr ſv(araþı). oc quaſc vera þrell hanſ ſa eſ hann toc fvr ekıo ſonıɴ. þa ſpurþı hann hvat maɴa hann (hefþı)[2] verıt a ſıno landı.  En eſ hann vaſ þeS opt ſpurþr oc beþıɴ at ſegıa. þa ſagþı hann of ſıþır at hann hefþı bvſc(op) verıt.  En eſ ðrottın hanſ 15 hevrþı þetta þa oaþıſc hann oc m(ęltı) vıþ Paulınom.  Bıþ þu mıc þeS hlutar ſem þu vıll. oc mon ec veıta þer at þu farır meþ veg aptr tıl landſ þınſ.  Paulınuſ ſv(arar).  Eín eſ ſa hlutr eſ ec vılða þıgıa. attu levSır or ánaуþ alla þa meɴ er or mını borg voro hıɴat herleıðır.  Þa vaſ þegar ſamnat þeım ollom 20 ſaman oc ſtıgo þeır a ſcıp meþ Paulıno oc vaſ ſcıp þeırra hlaþıt cornı oc foro allfegnır meþ bvſcopı.  En k(onoɴ)r ðó ſꜵm nottom ſıþaʀ ſva ſem bvſcop hafþı fvrır ſagt.  En ſva

---

[1] ħ. bætt vıð út á spázíu. [2] hefþı: bætt vıð út á spázíu.

gorþıfc þa ef Pavlınuf felðı fıc .I. ı þrelðom at hann levftı
marga or ánavþ meþ fer. oc glıcþı hann ı þvı eptır ðrotnı
orom ef þrelf lıcam toc a fıc tıl þeS at hann levftı oS or
fvnþa anavþ. En ef fagt fra anðlatı Pavlınuf at þa ef hann
hafþı banafott tecna oc vaf at bana comın. þa fcalf clıfı fa 5
allr ef hann hvılðı í. en lanðfcıalptı fa toc eıgı vıþara. En
ogn varþ ollom mıcıl at ıarteın þeSı þeım ef hıa voro. en þa
fcılþıfc ǫnð Pavlınuf vıþ lıcam oc for meþ Gvþı tıl ðvrþar.

þa ef heıl(agr) Iohannef papa attı for tıl k(onoɴ)f þeS
ef Iuftınuf het. þa attı hann navþfvn a fornom vegı at leıga 10
fer heft. En ef þat hevrþı .I. gofogr m(aþr). þa leþı hann
honom heftf þeS ef hann attı hogfęztan. oc m(ęltı) hann fra
fvrır at papa fcvlðı fenða heım heftıɴ þegar ef aɴar fengıfc
maclıgr. þvı at cona hanf vaf von at rıþa þeSom heftı. Pavıɴ
toc vıþ heftınom oc hafþı unz aɴar varþ tıl fengıɴ oc fenðı þa 15
heım þeɴa. En þa er cona buanðanf fcvlðı rıþa. þa gorþıfc
þeS eıgı coftr. þvı at heftrıɴ toc at frvfa oc blafa oc avfa.
oc fcalf allr fva fem hann fvnðı þat ı ohøgınðom fınom at
hann vılðı eıgı cono lata rıþa fer eptır þat ef heıl(agr) papa
hafþı rıþıt honom. En buanðı cuɴı þat ret vırþa. oc fenðı 20
hann þegar Iohannı papa heftıɴ oc baþ mıoc at hann fcvlðı
þıgıa þaɴ heft ef hann hafþı helgat ı fıɴı reıþ. En ef fogþ
fra Iohanne papa fu oɴor ıarteın at hann gaf blınðom manı
fvn þa ef hann vaf ı Mıclagarþı ı avglıtı allz lvþf.

A nacquarı tıþ attı agapıtuf papa for tıl enf fama 25
k(onoɴ)f Iuftınuf. En ef hann vaf a grıclanðı þa vaf honom
fórþr fıvcr m(aþr). fa ef omalı vaf oc mattı eıgı af ıorþo up
rıfa. En ef frenðr hanf ftoþo[1] yvır honom oc greto. þa
fpurþı Agapıtuf ef þeır trvþı at en fıvcı mętte héıll verþa.
En ef þeır letofc bafa trevzc heılfo hanf unðır Gvþı oc I. 30
velðı[2] Petrf poftola þa hof papa up meSo oc forþı fram hug-
aþfamlega bón ı Gvþf avglıtı. Sıþan gek hann fra altare oc
toc ı honð enom fıvca. oc hof hann up af ıorþo oc reıf

---

[1] í hdr. ftoþō.   [2] I. velðı = eınvelðı.

hann þegar up a føtr ſina ı ꜹglıtı alɫc lvþſ. En eſ hann
gaf honom corpuſ ð(omını) þa toc hann mal ſıtt en alɫır
unðroþoſc þeır eſ hıa voro. oc felðo tꜹˊr fvr fagnaþı.

50. bls. Oſ þeS enſ .ſama k(onoɢ)ſ ðaga Iuſtınuſ. attı Dacıuſ
Meılanſ b(orgar) bvſcop nꜹþſvnıa for tıl Mıclag(arþſ). En eſ 5
hann com tıl borg(ar) þeırrar eſ Corınthıſ heıtır. þa· leıtaþı
hann ſer tıl þeS huſ gıſtıngar eſ ſva mıcıt verı at lıþ hanſ
mettı hafa rum ını. þa ſa hann huſ mıcıt eıtt ſaman ſtanða
þat eſ honom þottı høfılıct at vextı oc baþ hann lagſmeɴ
ſına bua þat huſ ınan tıl ınıvıſtar. En borgar meɴ ſogþo 10
at þat mattı eıgı vera. þvı at ðıofolɫ hevır lengı bvgt ı þvı
huſı. oc er þat af þvı tomt. En Gvþſ maþr Dacıuſ ſv(araþı). ·
Allra helðſt ſcolom ver þa ı þvı huſı ını vera. eſ ðıofolɫ
hevır þat aþr baɴat m(oɴom).ˈ þa let hann bua ınaɴ huſıt. oc
gek orver at motı freıſtnı fianða. En a mıþrı nott cf Gvþſ 15
m(aþr) hvılðı. þa toc fianðıɴ at lata hverſ ðvˊrſ lotom.
ſtunðom greniaþı hann ſem at oarga ðvr. ſtunðom hveſtı
hann ſem hoɢormr. ſtunðom belıaþı hann ſem nꜹt. ſtunðom
gneɢıaþı hann ſem hroS. ſtunðom ıarmaþı haɴ ſem geıt. eþa
hreın ſem ſvın. þa vacnaþı Dacıuſ vıþ ſva margra ðvra rǫð. 20
oc reıſ up oc herſtıſc a fianðaɴ meþ reıþı oc m(ę̨ltı). Ertu
ſa eſ mę̨ltır ı ðrambı þıno. at þu monðır ſetıa ſtol þıɴ ı
norþrı oc vera glıcr Gvþı. en nu hevır þu þat ſem þu ert
verþr. eſ þu glıcıſc geıtom oc ſvınom. þa ſcampıſc ılɫgıarn
anðı brıgzla ſıɴa. oc þorþı alðregı ſıþan at ſvna fionhverfıɢar 25
ſınar ı þvı huſı. oc gorþıſc trvaþra maɴa bvgþ ſıþan ı
huſıno. þvı at otrur anðı flóþı þegar eſ eıɴ ſanlega trvr
gvþſ vınr gıſtı ı huſıno.

Sabınuſ het bvſcop borgar þeırrar eſ Canúfıa eſ colloþ.
en hann vaſ m(aþr) gamalɫ oc fionlꜹS of ſıþır. En hann 30
hafþı ſpalex anða. En er Totıla fra þat k(onoɢ)r Gothorum.
þa trvþı hann þvı eıgı. En þo vılðı hann þat revna. Sva
bar at of ðag eſ k(onoɢr) com þaɢat at bvſc(op) baþ honom
tıl borþſ meþ ſer at ðꜹgorþı. oc ſat k(onoɢr) a høgrı honð
bvſc(opı). En eſ þion býıſcopſ førþı honom vınſ ðrvk. þa toc 35

k(onogr) ðrvkiarkerit or henði þioninom þegianði. oc felði
fialfr[1]) ðrvciarkerit bý(fcopi). oc vilði revna hvart hann viSi
af fpalex anða hveʀ honom felði ðrvcin. Þa toc Sabinuf
b(vfcop) vit ðrvciar kerino. oc m(elti). Lift fu honð. Conogr
varþ glaþr viþ þetta orþ. þvi at hann þottifc fundit hafa 5
fpaleic meþ Gvþf þreli þaɴ (ef hann)[2]) vilði revna. Lif
Sabinuf var lagt oc morgom nvtfamlict. En .I. ðiacn hanf
fa ef býfc(op) hugþifc verþa monðo eptir hanf ð(ag) fvlðifc
þeirrar ilfco at hann blett éitri ðrvc hanf. oc cevftu at fveini
enom at fa forþi ðrvcciɴ bý(fcopi) of aptan at notorþi. Býfcop 10
m(elti) þegar viþ fveiniɴ. Drecþu fialfr þat er þu fórþir mer
at ðreka. þa faɴ fveiniɴ at bý(fcop) viSi ilfco hanf. oc vilði
helðr ðreca etr oc ðevia eɴ taca viti þat ef hann vaf verþr
fvr gløp fiɴ. En ef hann hof at muɴi fer ðrvciar kerit. þa
m(elti) bý(fcop) viþ hann. Drec eigi þu. fel þu mer ec mon 15
ðreca. en þu (feg)[3]) fva þeim ef þer felði at ec mon ðreca
eitr en fa mon alðregi bý(fcop) verþa. þa gørþi Sabinuf
b(ýfcop) croS marc ývir ðrvcinom oc ðrac óruer. En
ðiacniɴ fell niþr ðaʏþr a þeirri eɴe fomo ftunðo fem hann
hefþi ðrvcit eitrit. þvi at eitr ilfco hanf vá hann i aʏgliti 20
Gvþf. þott eigi vetti licamlict eitr honom ðaʏþa.


## Fra Caffio.[4])

A þeiri tiþ er Totila k(onogr) Gothorum com til borgar
þeirrar ef Narnuf heitir. þa gec a mot honom caffiuf epifcopuf
borgar þeirar. En hann var raʏþleitr m(aþr). En er k(onogr)
**51. bla.** fa hann. þa etlé|þi[5]) hann at hann veri af þvi raʏþleitr at 25
hann hefþi i mioþðrvcio verit. oc fvrleit hann þegar atferþ
hanf. En Gvþ vilði fvna bratt hvilicr fa m(aþr) var ef k(onogr)
fvrleit. þa greip illgiarn anði .I. fcialðfvein hanf k(onogf)iɴf.
oc qualþi grimligri fott i aʏgliti alþvþo. En þa ef iɴ oþi

---

[1]) í hdr. fiafr.  [2]) tilvísunarmerki ắ eptir þā, en rifin af
spázían.  [3]) bætt við út á spázíu.  [4]) Fyrirsögn með rauðu letri.
[5]) þannig í hdr.

vaſ leıðr fvr bý(ſcop) ı a'glıtı k(onoɴ)ſ oc lıþſmaɴa hanſ. þa
gorþı bý(ſcop) croS marc ẏvır honom oc rac bravt fra honom
ohreınan anða ſva at hann com alðregı ſıþaɴ. En þa varþ
ſva at konoɴr toc at gofga Gvþſ þrel af ıartem þaɴ eſ hann
hafþı aþr k(ıtılſ)vırðan[1] af ẏvırlıtı. oc lęgþı ðramlatr k(onoɴr) 5
grımleıc ſıɴ fvr þeım maɴı eſ hann ſa at ſva (ſtvrcþı)[2] Gvþſ
crap tr).

  Gn eſ ver telıom ſtvrcra maɴa verc. þa mınomc ver a þat
hverſo Gvþſ mıſcuɴ gorþı vıþ Anðreaſ bý(ſcop) borgar þeırrar eſ
Funðana heıtır. En ſıa ſaga ma þat (ceɴa)[3] ·þeım eſ·hevra 10
at þeır varıſc vıþ ſamvıſto qveɴa eſ ſer vılıa tıl hreınlıfıſ
ha(lða at)[3] eıgı verþı þeır þvı a'þvellıgar telðır af vaveflıgrı
freıſtnı ſem þeım verþr nalęgra þat eſ þeır (gır)[3]naſc. En
ſıa Anðreaſ hafþı gofoct lıf oc craptafullt oc helt ſıc vel tıl
hrenl(ıfıſ)[3]. Hann let vera nuno necqvera ı huſı ſıno. oo 15
gorþı heɴe eıgı brat vıſa. fra ſamvıſto ſını þvı (at)[4] hann
trevſtıſc vel ſıno hrenlıfı oc heɴar. þa faɴ flógr fıanðı ſtaþ
freıſtonar ı hıarta bý(ſcopſ) oc hroſaþı hann alıtı cononar fvr
hugſcotſ a'gom hanſ. unz hugr hanſ telðıſc af aſıono heɴar.
Gvþıɴr necqᵣer atʜ for of ðag tıl Rumab(orgar) or heraþı 20
þvı eſ Campanıa heıtır. En eſ hann atʜ ſcamt tıl Funðana
b(orgar). þa apnaþıſc fvrır honom aþr. hann metʜ tıl gıſtıɴar
comaſc. oc gek hann ıɴ ı blothuſ eſ varþ a goto hanſ. En
hann hreðıſc eſ hann ſa at blothuſ vaſ. oc gorþı CroS marc
vvır ſer þott hann trvþı eıgı a croSıɴ. oc matʜa ſofna fvr 25
hretſlo. En a mıþrı nott ſa hann mıcıt lıþ ohreɴa anða
þvſıa ıɴ ı huſıt. oc þottı honom ſem .ı. verı hofþıɴı þeırra.
oc þıonaþı aþrır þeım. En ſa ſpurþı þa hvat hvergı þeırra
hafþı uɴıt tıl ılſco. En eſ hveʀ ſagþı ſem ſpurþr vaſ hverſo
þeır foro at freſta maɴa. þa. reıſ up .ı. (ı)[5] mıþıo lıþı þeırra 30
oe ſagþı hverſo hann hafþı telðan hug Anðreaſ bý(ſcopſ) ı
alıtı nuɴo þeırrar eſ þar ı huſom[6] hanſ vaſ. þa varþ ılgıarn

---

[1] rifið utan af blaði en sést leggr af *l.*  [2] rifið utan af
blaði.  [3] rifið utan af blaði.  [4] vantar í hdr.  [5] vantar í hdr.
[6] í hrd. hvað krotað ofan í annað, og dregið saman *þar i* og *h.*

anðı glaþr vıþ þat ſa eſ hofþıgı þeırra var. oc þottıſc þvı
meıra avoxt hafa ſem *hann* matı fvʀ[1] h(elgom) of ſpıl*l*a. En
ſa flanðı eſ þet*t*a ſagþı. quaſc þvı *framar* hafa ðregıt hug
bv́(*ſcop*ſ) tıl ſvnþar at en nęſta apta*n* haſþı *hann* clappat[2]
nu*n*onı af blıþlętı. þa egıaþı en formı fıanðı ohrenan anða at 5
gora *til* lox þat eſ *hann* haſþı uptecıt. at *hann* nęþı þeım
enom meıra ſıgrı an a*þ*rır ſem *hann* mettı betra manı fvrfara.
Gvþıgr vacþı oc ſa þeSa hl*u*tı al*l*a oc hevrþı oc var hreðr.
þa m(ęltı) en mot*t*kaſtı fıanðı þeıra lıþſ. at farıt monðı at
vıta hveʀ ſa maþr verı eſ þorþı of not*t* at vera ı huſı þeırra. 10
En eſ ohrenır anðar foro oc ſo *hann* .†. marcı ſıgnða*n*. þa
unðroþoſc þeır þa*t* oc veınoþo oc męl*t*o. Cer eſ þar tomt
oc lęſt. En eſ flocr ılgıarnra anða hvarf- a bravt or hu*ſ*ıno.
þa reıſ gvþıgr up þegar oc for ſcvnðılıga *til* funðar vıþ
Anðreaſ bv́(ſcop). oc heımtı *hann* a mal oc ſpurþı hverıa 15
freſtnı *hann* heſþı. En bv́(ſcop) vılðı eıgı ſegıa *honom*. þa
bar gvþıgrı*n* a b*r*v*n* *honom* at *hann* legþı raga*n* aſtar hug á
nu*n*ona. En eſ bv́(ſcop) ðulþı þeS þa męltı gvþıgrı*n*. Fvr
hvı ðvlr þu þeS. oc vaſ þu ı gę́r aptan *til* þeS egıaþr at þu
clappaþır he*n*e. þa kenðıſc bv́(ſcop) vıþ ſıt*t* verc óc gek ı 20
geg lıtıllatlıga þvı eſ *hann* ðulþı fvʀ. En gvþıgr ſagþı
*honom* hvat *hann* haſþı ſet eþa[3] hevrt a ðıoﬂa motıno. Oc
eſ epıſcopuſ hevrþı þa*t* þa fell *hann* a cne *til* bónar. oc let
þega*r* fara bravt nu*n*ona or hu*ſ*ı ſıno. Sıþan let *hann* brıota
hoﬁt[4] og gora þar kırcıo Anðreaſ po*ſt*ola ı ſtaþnom. oc hvarf 25
af henðı *honom* lıcamſ freſtnı ſu eſ *hann* haſþı. En *hann*
talþı *t*r*v* fvr gvþıgıno*m* oc (toc)[5] *hann* ſcırn oc var vel
crıſtı*n* alla ęﬁ. | oc gorþıſc ſva at gvþıgr naþı ſıalfr at
hıalpaſc þa eſ *hann* leıtaþı at hıalpa oþrom. oc leðı Gvþ fvr
þa*t* a*n*an *til* goþſ lıﬀ eſ *hann* varþveıtı[6] a*n*an ı goþo lıﬁ. 30
PETʀ[9]. Sıa hlutr er nu hevrþa ec veıtır mer bę́þı hretﬂo

---

[1] bætt við á spázíu en óglöggt og rifið utan af.   [2] í hdr.
cl'appat.   [3] í hdr. l = vel.   [4] hdr.: oﬁt.   [5] vantar í hdr.
[6] í hdr.: varveıtı.

oc von. G.ˉG. Sva bvriar oS at vifo at ver fem avallt hreðir
af oftvrcþ vari. en trevftumfc ɢvþf mifcuɴ. Nu hevrþoᴍ ver
ɢvþf vin fcelfþaɴ en eigi tẹlðan til þeS at oS oft(vrci)[1]om
moɴom gorifc hretfla af þvi ef hann vaf fcelfþr en travft af
þvi ef hann matti ftanðafc fréftni.                                  5

### Fra Conftantio.

(Bý)fcop het conftanciuf i borg þeirri ef Aquina ef colloþ.
Hann vaf cuþr at þvi viþa at hann hafþi fpalex anða.  En
þa ef hann toc bana þa urþo borgar meɴ oglaþir oc ftoþo
ývir honom gratanði oc mẹlto.  Hvern fcolom ver ha(fa) eptir
þiɴ ðag ⁓ Conftanciuf fv(araþi) þegar af fpalex anða oc m(ẹlti). 10
Eptir monoþ er (ha)fa hroSa fvein. en þvatera eptir hroSa-
fvein. þa hafiþ er[2]) þatf er monoþ.  En(er Con)ftanciuf hafþi
þeSa fpafogo fagþa þa anðaþifc hann.  En fiþan vaf til
bý(fcopf) (tec)iɴ Anðreaf ðiacn hanf. en hann hafþi hroSa
gẹt necqueria ftunð ẹfi fiɴar.  En fiþan hafþi bý(fcopf) velði 15
lovinuf necqueʀ fa hafþi þvattere verit i borg þeirri.  En a
hanf ðogom evðifc borgar lvþriɴ fva mioc af fottom oc af
heþina maɴa her. at eptir hanf ð(ag) vaf engi fa ef bý(fcop)
of veri. oc eigi lýþr fa ef bifcop of hefþi. oc fvlðifc fva et
faɴa atqvẹþi ɢvþf þrelf ef hann fagþi at fa lvþr monði eigi 20
hirþi hafa eptir an(ðlat)[3]) tveɢia bifcopa þeirra ef honom voro
nẹftir.

Frigiðianuf het bifcop i Luco en fa vaf crapta m(aþr)
micill oc bera meɴ viþa lof hanf oc iarteinir.  Oˊ fu er til
borgar þeirrar fellr vaf opt von at gaɢa oc farveg finoᴍ. 25
fpilti okrom m(aɴa) oc engiom.  En er þat vaf opt þa fom-
noþo borgarmeɴ liþi til oc hofþo micit erfiþi fvrir at veita
oɴe allri or enom forna farveg oc motto þeir eigi lvcþir a
viɴa. . þa let Gvþf maþr Frigiðianuf gora fer hrifo oc gek
til arenar oc var þar lengi a bón.  Siþan m(ẹlti) hann viþ 30

---

[1]) rifið af spázíu og fremstu stafirnir af 9 línum.  [2]) í hdr.:
ef.  [3]) bætt við út á spázíu með rauðu bleki.

ona at hon fcvlði fvlgia honom en hann for oc ðro hrıfona.
En oen fvrlet þegar en forna farveg fın oc bravt fer annan
farveg þar er Frıgıðıanuf ðro hrıfona fvrır oc hvarf hon
alðregı fiþan aptr ı eɴ forna farveg ne fpıltı ocrom m(aɴa).

I Borg þeırrı ef Placencıa heıtır vaf .I. craptaþıgr 5
bý(fcop). Sa het Sabınuf. En ðıacn fagþı honom of ð(ag) at
ǫ fu ef Paðuf[1]ı heıtır gek or farveg fınom oc fpıltı ocrom.
Býfcop f(agþı). Far þu tıl areɴar oc mḙl þetta. Bý(fcop) bvþr
þer at þu ftıllır þıc oc hverfır aftr ı farveg þıɴ. Dıacnıɴ
gerþı eıgı fara oc hlo at malı bý(fcopf). Þa heımtı bý(fcop) 10
þaɴat rıtara oc let rıta þeSı orþ. Sabınuf bý(fcop) hvþr
þer ao ı nafnı IH'v X' at þu gaɴır eıgı framar or farveg þınom
ne fpıllır engıom eþa[2] ocrom maɴa. En ef þat rıt vaf rıtıþ
þa mḙltı hann vıþ þaɴ er rét. Far þu oc cafta þvı a æna.
En ef þat vaf at gort þa hvarf oen aptr þegar ı farveg fıɴ. 15
oc gec alðregı fıþan tıl meınf ı þaɴ ftaþ. I þeSom hnevcıfc
mıoc ohlvþnı m(aɴa). þar ef ofcvnfamlıg fcepna hıvðı boþorþı
heılagra m(aɴaı ı ɢvþf craptı.

Cernobıuf het epıfcopuf borgar þeırrar ef Popolonına[3]
hetır. En fa gaf morg vıtnı heılaglecf. En hann toc vıt 20
rıþorom necqverıom of ð(ag) oc vetı þeım beına. En þeır
hofþo floıt unðan hernaþı Gothorom oc hlıfþı hann geftom
fınom vıþ bana. oc com þeım a bravt or clanðı vıcıɴa. En
ef þat var[4] fagt conoɴı þeırra Totıla . . . . . . . . . . . . .

53—56 bls. Diall. L. III. 15—24.

**53. bls.** | af þeırre mḙlgı ef ver tocom fvrft naþgır up af varcuɴ. En 25
ef ver mḙlom fvrft tom orþ. en fıþan þar ef verrı ero. þa verþr
þvı feıɴa bøn or hévrþ fem muþr var farrgafc meır í heımfco
mḙlom fem rıtıþ ef. Sa ef eıgı vıll hevra Gvþf log. þeS bøn
verþr oþḙg. þat ef eıgı unðarlıct þott Gvþ hevrı travtt bønır
orar. þar ef ver hlýþom travtt eþa[5] eıgı boþorþom hanf. Sva 30

---

[1]ı í hdr. Pard'.  [2] í hdr. ł = vel.  [3]ı í hdr. pplına.
[4]ı í hdr. ł = vel.  [5]ı í hdr. var þ með tveimr deplum yfir hvoru
um sig.

eſa þat unðarlıct þott Gvþ hevrþı fcıott bøn Florenċıuſ. þar eſ
hann var fcıotr at hlvþa boþorþom ðrottınſ ſınſ. En Eutıcıuſ
ſa eſ a Gvþſ goto var foronatr Florenċıuſ varþ agętr at ıar-
teınom eptır anðlat ſıtt. En þott mart ſe ſagt fra honom.
þa ſvnıſc mer þat agęzt eſ Gvþ lętr goraſc allt hıngat tıl fvr 5
clęþı hanſ. Avallt eſ hıtı brenðı ıorþ[1]) oc regnſ þurptı. þa
ſomnoþoſc faman borgar meɴ. oc boro kvrtıl hanſ of .acra.
oc helðo up kvrtlınom þa eſ þeır ſtoþo a bøɳ. oc com þegar
gnogt regn ſem þurptı. I þvı eſ ſvnt hrılıcan crapt oc
verþleıc ænð hanſ hevır fvr Gvþı. eſ clęþı hanſ matlı taca af 10
m(oɴom) reıþı Gvþſ.

## MARTIN[9].[2])

Eınſeto m(aþr) necqueʀ var ı fıallı þvı er Narſıcuſ heıtır.
en ſa het Martınuſ. hann var marga vetr bvrgþr ı þrongom
hellı oc lıfþı heılact lıf. þat gorþıſc fvrſt tıl ıarteına of hann
þa eſ hann com tıl þeSa hellıſ at vatn. ðravp þegar or ſteını ı 15
hellınom[3]) þat eſ honom vaɴ þorf at gnogo. oc varþ vatn
þat hvarcı mıɴa ne meıra en hann þurftı. En eɴ fornı
fianðı ofunðaþı ſtaþfeſtı hanſ oc leıtaþı vıþ meþ fløgrı ıþrott
at reca hann a bravt or hellınom. Hoɢormr com tıl hellıſenſ
oc bavþ ognır Martıno þa eſ hann var a bónom oc lagþıſc ı 20
hrıng of hann oc fvlgþı honom hvertkı ſem hann for. En
Martınuſ hreðıſc eıgı ormıɴ oc rettı honð ſına eþa fót at
muɴı hanſ oc m(eltı) vıþ hann. Ef þu matt hoɢva þa moncaþ
ec baɴa. þat vaſ ııı. vetr ı ſamt eſ ormrıɴ vaſ ı hellınom.
En eſ Martınuſ matlı eıgı hreþaſc þeſſa freſtnı. þa ſtevpþıſc 25
ormrıɴ ofan of ðag fvrır fiallſhlıþna. oc braɴ elðr af honom.
en af þeım elðı bruɴo all hrıſ þav eſ fvrır urþo. I þeſſom
hlut vılðı Gvþ ſvna hverſo ramr ſa fianðı var eſ Martınuſ
hafþı ývır ſtıgıt. Sıþan eſ Martınuſ com tıl eınſeto þa barſc
hann þat fvrır at ſıa alðregı conor. eıgı af þvı at hann fvr- 30

---

[1]) bætt vıð mılli lína.    [2]) Með dökkranðu bleki.    [3]) í hdr.
ſteınınhellinō.

lıtı conor. helðr af þvı at hann ugþı freıſtnı. En þat fra
cona necqver oc gek ðıarfllega tıl hellıſinſ þar ef Martınuſ
vaſ ını. En ef hann ſa at cono cleþı como fvr ðvr hellıſinſ.
þa ſnereſc hann fra ðvrom oc fell a cnebeþ tıl bónar oc hof
eıgı hofoþ af ıorþo aþr conan hvarf fra hellınom. En ef 5
hon gek ofan or fialſhlıþo[1] þa varþ hon braþðaʔþ ſamðøgrıſ.
oc ſvnðı þat heʔe at Gvþı mıſlıcaþı þat ef hon freıſtaþı þrelſ
hanſ. Hellır Martınuſ ef ı braʔttu fıallı ſva ofarla at ſtor tre
þaʔ er a ıomno nıþrı vaxa þvkıa eıgı meırı ofan tıl·ſvnar en
ſmþ hrıſ. en ı eınom ſtaþ vaſ tıl geɴt oc ef þar þraʔɴt eın- 10
ſtıgı. En ef margır trvfaſtır meɴ ſoto[2] funð hanſ. þa gek
ſveıɴ necqveʀ ovarlıga oc fell or eınſtıgıno oc hravt allt ofan
a ıoſno. Faʔronaʔtar hanſ urþo hrʔɢvıʀ oc foro at leıta lıcf
hanſ. oc etloþo at hann mónðı bana hafa oc vera allr
lamıþr. En ef hanſ vaſ létaþ. þa vaſ hann fundıɴ a ıoſno 15
nıþrı heıll oc lıfanðı. En þat þottı aʔllom eınſȩt at bón
maʀteınſ barg honom. Steın mıcıll var ı fıallıno up fra
hellı[3] Martınuſ ſa ef tıl þeſ þottı horfa at fallа mónðı a
huſ hanſ ef hann loſnaþı. þa com .I. gofogr[4] maþr þangat
ıneþ·lıþı mıclo oc baʔþ Martıno at levſa ofan ſteınıɴ oc baþ 20
at hann førı a bravt or heʟınom[2] meþan ſteınınom verı ofan
vellt. Gvþſ m(aþr) gorþı eıgı a bravt fara. oc m(ȩltı) þo at
þeır ſcvlðı ofan velta ſteınınom ef þeır mȩttı. En ef lıþſ
fıolþı ſa allr leıtaþı at hrøra ſteınıɴ eþa hefıa ſva at Marteıne
ýrþı eıgı meın at. þa flap ſteınıɴ or honðom þeım ef mınzt 25
of varþı oc hlıop ývır hellın ſvat hvarfıaʀı com nıþr. En
þat vaſ aʔllom aʔþſvnt. at engla fultıɢ hof ſteınɴ meþ þeım.
ef ekı varþ méın at . . Þa ef Martınuſ býgþı fvrſt ı þeſſom
**54. bls.** hellı þa batl | hann ıarnfeſtı of fot ſer oc feſtı aɴan enða ı
hellınom tıl þeſſ at hann geɴı eıgı vıþara en feſtrın toc. En 30
ef Beneðıctuſ abbatı fra þat. þa ſenðı hann lerıſveın ſıɴ oc
baþ ſva mela vıþ Martınum. Ef þu ert Gvþſ þreʟ. þa halðı

---

[1] í hdr. fialfhlıþo.  [2] bætt við milli lína.  [3] upphafl. ritað
fıalh en skrifað yfir.  [4] í hdr. gofogþ7.

þer Criftz feftr en eigi iarnfeftr.  Þa levfti *Martinuf þegar*
fcfti af fer. en *hann* gek þo alðregi viþara an aþr.  En *fiþan*
ef *hann* lavc fic i hel*l*inom þa toc *hann* at hafa lerifveina.
En *þeir* otto bvgþ fcamt *fra* hel*l*i hanf.  oc toco fer vatn or
bruni *þeim* er langt var i iorþ niþr.  En feftr fu flitnaþi oft  5
ef vatnkeralðit var vit feft. þa toco *þeir* fefti þa ef M*artinuf*
levfti af føti fer oc ioco *þvi* ftrengiv oc flitnaþi alðregi *fiþan*
feftrin.  *þvi* at hon var þa avll fva féig fem iarn ef hon var
avcin meþ *þeirri* iarnfefti er Gvþf þrel*l* hafþi a fer hafþa.
   (M)uncr¹) necquer lifgofogr oc fiþfamr hafþi einfeto i  10
fial*l*i *þvi* er Arg*ent*ariuf heitir.  oc fvlði *hann* muncf nafn i
goþom fiþom.  En *hann* vaf *þvi* vanr a hveriom mifforom at
coma *til* Petrf kircio oc gifta fvbðiacn þav ef atti huf fcamt
*fra* kircioni. en fa het Quaðragefimuf.  En ef muncrin com
þagat of ðag at vanþa finom.  þa anðaþifc nacquar valaþr  15
buanði i neftom hufom.  þa apnaþifc oc matti eigi grafa
*hann* a *þeim* ðegi.  En cona hanf fat hia oc gret alla nott i
gegnom. oc matti eigi fofa.  En *þat* matti hevra *til* huf fub-
ðiacnfinf.  *þvi* at þili éitt vaf a miþli.  Oc ef conan matti
eigi hugafc.  þa melti heil(agr) muncr viþ fubðiac(onum).  20
Harmar ǫnð min meþ cono þeSi.  rifom up viþ oc forom *til*
bønar.  þa foro *þeir* baþir *til* kircio oc voro legi a bón.  Oc
ef *þeir* luco bøn.  þa famnaþi Gvþf þrell ðufti ef lagzt hafþi
a altare.  oc for *til* hufa cononar oc fell a cnebeþ hia licino
oc vaf legi a bøn.  Siþan réif *hann* up af bøneni oc toc  25
mottol af hofþi enom anðaþa ef breiðr vaf vvir anðlit
honom.  En ef konan fa *þat*.  þa unðraþifc hon oc viffi eigi
hvat *hann* vilði at gøra.  Siþan bneri *hann* of anðlit *honom*
molðar ftunðino²) *þvi* er *hann* hafþi tekit af altere.  þa toc
en ðavþi onð oc hof up avgo fin oc fettifc up.  oc þotti fem  30
*hann* veri vacþr or fvemni.  En ef conan fa *þat* þa felði hon
tor fvr fagnaþi.  oc var þa hóravftare an aþr.  En Gvþf m(aþr)

---

¹) Rifin af spázía; á henni að líkindum staðið upphafsstafrinn.
²) í hdr. ftūðino.

ſtǫþvaþı horevſtı heɴar oc m(eltı): þegı þu þegıþu.  Eſ
necqveʀ ſpvʀ hvı þetta ſ[́e]tı.  þa ſegıt er at ðrotıɴ IHC Xͨc
gørþı ſıtt verc.  En eſ hann haſþı þat mẹlt.  þa for hann
þegar bravt aſ gıſtıŋo.  oc com alðregı ſıþan.  þvı at hann
vılðı fløıa veg þeSa heımſ.  oc let þa alðregı ſıa ſıc ſıþan ı  5
þeSo lıfı eſ hann ſ[́o] oſ ſın ſva mıcla ıarteın góra.  P(etruſ)[1])
Hvatcı er aþrır mẹla þa ſvnıſc mer ſa ıarteına craptr meſtr
at geſa ðaͬþom maɴı lıf.  Gregorıuſ[2])  Eſ ver hvɢıom at
oſvnelıgom hlutom.  þa er vıſt meırı ıarteın at leıþretta ſvnþgan
maɴ ı ceɴıŋom oc ı bøna fultıŋı.  en at reıſa up ðaͬþaɴ 10
lıcam.  þvı at lıcamr ſcal ðevıa ı aɴat ſıɴ en onð lıfa éı oc
eı.  Tveɴ dømı mon ec ſvna þaͬ eſ vıtnı bera hvaʀ méırı
craptr eſ at réıſa onð aſ ðaͬþa eþa[3]) lıcam.  Drottͥɴ reıſtı up
Lazarum aſ lıcamſ ðaͬþa eınom.  þvı at hann vaſ goþr m(aþr).
en hann reıſtı Saͬlum up aſ anðar ðaͬþa.  Eftır lıcamſ uprıſo 15
Lazaruſ. eſ ekı getıt ıarteına hanſ.  en eftır anðar uprıſo
Saͬluſ eſ ſva mart ſagt oc ſvnt ı croſtom hanſ oc keɴıŋom
at halftkı ma óſtvrkþ or bera.  þvı at hann ſnere ı keɴıŋom
ſınom grımmom hugſcotom tıl mılðı oc vaſ fuS at ðevıa fvr
Gvþſ naſnı oc heılſo brøþra oc vaſ prvðr poſtola tıgn oc 2»)
allre bocſpecı oc upnumıɴ tıl enſ þrıþıa hımınſ ı ſvet engla
Gvþſ.  oc þo vaſ hann lıtıllatr oc varcuɴıgr ıarþıgom[4]) m(oɴom)
ı keɴıŋom ſınom.  oc ſcvrþı hverſo hvergı ſcvlðı lıfa ı lıcam-
lıgrı ſvflo.  þar eſ ſýnt hverſo ſa lıfþı eſ up reıſ aſ anðar
ðaͬþa.  Mıɴa eſ at reıſa maɴ up aſ lıcamſ ðaͬþa  nema þat 25
fvlgı at ſa en ſamı rıſı up (aſ)[5]) anðar ðaͬþa oc leıþrettıſc fra
ſvnþom fvr lıcamſ uprıſo.

ᴔaþr necqveʀ vaſ ı Campanıa heraþı eſ Beneðıctuſ het.
uŋr at alðrı en gamall at ſıþom oc helt ſıc ſterclıga ı heılagrı
atferþ.  þena maɴ fundo grımmır Goþı .I. ſaman ı huſı ſıtıa 30
**55. bis.** hermeɴ Totıla k(onoŋ)ſ.  oc logþo | elð ı huſ hanſ oc vılðo
breɴa hann ıɴı.  En elðr gørþı eıgı feſtaſc ı huſıno.  en

---

[1]) í hdr. P̄ með rauðu.  [2]) í hdr. G̃.G. með rauðu.  [3]) í hdr. Ⰼ.
[4]) þannig í hdr. = ıarþlıgō.  [5]) vantar í hdr.

ıorþın bran umhverfıf. Hermen reıðofc þeS at meır oc ðrogo Benedıctum ut or hufıno oc koftoþo honom ı ofn brenanda ef þeır fæ cvnðan tıl bravþbacftrf oc bvrgþo aftr ofnın. En ef þangat¹) vaf comıt anan ð(ag) þa vaf Benedıctuf heıll ı ofnınom oc obrunın cleþı hanf oll.    Petruf. Fornar 5 ıarteınır hevrı ec nu fva fem fagt ef forþom fra ııı. fveınom ef ı ofn voro fettır oc bruno eıgı.    G. G.    At þvı vaf fu ıarteın anan veg at henðr þeırra voro bunðnar oc føtr oc caftat þeım fva ı ofnnın. en anan ð(ag) gengo þeır laSır ı ofnınom oc voro cleþı þeırra obrunın. Þar hafþı logı crapt 10 fın tıl hugonar þeım. en hann matı eıgı hafa tıl meınf þar ef hann brendı barnð af þeım en eıgı cleþı þeırra.

Þeffe enı forno ıarteın varþ glıcr hlutr oc þo af gangftaþlegrı²) fcepno. ef af vatne gorþıfc. A þeırrı tıþ ef Tıfr gek or farveg fınom ı Rumaborg oc varþ nér ıafnhó borgar 15 vegıom oc fpıltı morgom ocrom ı heraþı. Þa gek up æ fu ef Athenıf³) heıtır ef felr hıa borg þeırrı ef Veronenfıf ef colloþ. En ef ǫen com at kırcıo Zenonıf býfcopf. oc voro ðvr opın. þa óx ǫen unz hon varþ ıafnhó enom heftom glugom. Uatnıt ftoþ fvr ðurom oc bvrgþı kırcıona fvat men 20 mǫtto eıgı ut comafc éf ını voro. En ef þa men þvrftı ef ı kırcıonı voro þa gıno þeır tıl ðura. oc motto þat vatn up arfa fem anat oc ðrecca. En þevgı matı þat ı kırcıona falla fem vatn. Uatnıt ftoþ fvr kırcıo ðurom oc fvnðı verþleıc Zenonıf. oc var fem vatn tıl þeS fem hafa þurptı. en þat 25 matı eıgr granða ftaþnom fem vatn.    PETRUS.

Anðlıgar⁴) ero ıarteınır heılagra mana þér er þu fegır mer. En þat vılða ec vıta hvart flıcır ıarteına men urþo fvr øngrı freıftnı fıandanf. eþa bartnoþo þeır vıþ freıftnına. G.̃G.

Engı hevır fıgr æn erfıþı. en þat ef fıgr at ftıga ývır 30 velar ðıofolf.  Ilgıarn anðı fıtr avallt umb hugrennıgar orar

---

¹) í hdr. þāgāt.    ²) þannig í hdr. = gagnft'.    ³) þannig í hdr. = Athefıf.    ⁴) í hdr. Andligʷar. 655 4to fr. XV hefır undarlıgır: í frumr. mira sunt valde sctorum facta.

oc orþ oc verc. at *hann* megı nac*quat* þeS fına ef *hann* of régı oS vıþ Gvþ.

## Stephanuſ.

Gofogr preſtr het Stephan*uſ* ſa vaſ ı Valerıa heraþı. En ef *hann* com heım af fornom vegı of ðag. oc cal*l*aþı a þrel 5 ſıн herſtılıga oc m(ęltı). Com*þu* ðıoful*l* oc levſ ſcva af m*er*. þegar eſ *hann* haſþı þ*at* męl*t* þa loſnoþo ſcoþveg*ı*r ſva ſcıot*t* at þ*at* var *a*þſ*ę*t*t* at ſa var t*ıl* com*ıн* eſ nefnðr var. En eſ preſtr faн þ*at*. þa oaþıſc *hann* oc baþ nıþıн br*a*t fara. vıþ þıon mıн melta[1]) eꞇ en eıgı vıþ þıc. þa for ðıoful*l* a 10 br*a*t en ſcoþveg*ı*r voro halflevſt*ı*r. Þa ma of *m*ercıa hverſo nálę́gıar fıaнða velar ero hugſcoto*m* oru*m*. er *hann* vaſ ſva nę́r heılagra maнa hugſcoto*m*. PETR*uſ*. Erſıþlıct eſ at ſıa aval*l*t vıþ velo*m* ovınarınſ oc ſ*em* ı orroſto ſe aval*l*t. G.̈G. Eıgı eſ erfıt*t* eſ *ver* eıgno*m* Gvþı varþhalð vart en eıgı oS 15 ſıolfo*m*. oc vero*m* þo ſ*em* *ver* mego*m* coſtgeſſt*ı*r at varþveıta oS. En eſ ıн fornı fıanð*ı* verþr *fra* hugſcotı recıн. þa gørıſc þ*at* oft af Gvþſ mıſcun at fıaнðıн hreþıſc crapt retlatra maнa. Dott́ír necqverſ rıcſ maнz vaſ ı borg þeırrı eſ ſpolıtana heıt*ı*r. en hon elſcaþı hımneſct lıf. Faþ*ı*r heнar ſtoþ ı geн fvſı 20 heнar. en hon vırð*ı* Gvþ ´meıra en foþor ſıн. oc toc nuнo vıgſlo. þa réðıſc faþ*ı*r heнar. oc ręntı hana ol*l*o ſe oc arf von þeırrı er hon att́í. En m*a*rgar gofg*a*r mevıar lıſþo at heнar ðømo*m* oc helgoþo Gvþı mevðo*m* ſıн. Abbatı ſa eſ Eleutherıuſ het co*m* of ðag t*ıl* heнar at keнa heнe orþ 25 Gvþſ. En þorpcal*l* necqv*e*ʀ vaſ þar comıн oc ſtoþ fvr*ı*r þeım. en ſa varþ grıpıн af ohrenom anða oc ørþıſc oc ſel*l* nıþr oc toc at gnıſta tøнom. oc ópa. Heılog nunнa reıſ up oc leıt t*ıl* enſ oþa. oc m(eltı) vıþ fıanðaн. Far br*a*vt*t*u veſal*l*. far br*a*vt*t*u veſal*l*. þa ſv(araþı) fıanðıн fvr muн enſ oþa. Hvern 30 ſcal ec grıpa eſ ec flé heþaн. Nuнaн ſvaraþı. Far a br*a*vt tu fra maнı þeSo*m* oc tac grıſ þaн eſ her er ı vell*í* ſcamt[2])

**56. bls.** *fra* oS. þa fløþı | en ohreını andı *fra* maннom oc greıp grıſ

---

[1]) í hdr. melteı.   [2]) í hdr. ſc̄āt ı vell*í* með tveimr deplum.

oc ðévðı oc fettı braʋt fıþan.  PETR⁹  Uıtá vılða ec hʋart
heʋe vaſ lofat at gefa grıfıɴ fıandanoᷝ.  G.ʹG.  Uerc
ðrotınſ varſ marca toft fvr oroᷝ vercom. þa eſ hann rac
marga ðıofla fra eınoᷝ oþoᷝ m(anı). þa mẹlto þeır vıþ hann.
Eſ þu recr oS heþan a braʋt. þa fentu oS ı fvına floc. En 5
hann vettı þeım þat at þeır hhopo ı fvının oc føcþu þeım ı
fevar ðıvp. I þeSoᷝ hlut fcvrıfc þat at ılgıarn andı. ma ekı
ı geŋ ·moɴoᷝ ọn levfı Gvþſ. þar er hann mattı eıgı fvının
grıpa nema honoᷝ verı lofat. Af þvı er oc naʋþſvn at þıona
þeım er aʋllo ftvrır. at ver verþım ftvrcrı en fıanðr órır. þa 10
er ver þıonoᷝ fcapara oroᷝ ı lıtılletı. En hvat eſ unðarlıct
þott helgır meɴ lıfandı górı ıarteınır. þar er morg tocn verþa
at lıcomoᷝ þeırra onðoþoᷝ.

Preftr necqueʀ heılagr vaſ ı Valerıa heraþı fa eſ rócıɴ
vaſ at tıþagórþ fını. oc goþoᷝ vercom oc lıfþı heılagt lıf. 15
En eſ hann andaþıfc þa vaſ hann gráfıɴ fvr kırcıo ðuroᷝ.
Eu faʋþa qʋıar voro nẹr kırcıonı oc la gata tıl qʋıaɴa nẹr
leıþı preftcınſ. Eu er keɴımeɴ· veıtʋo tıþır ı kırcıonı eına
hverıa nott. þa com þıofr tıl qʋıaɴa oc toc þaþan a braʋt
hrʋt  En er hann com tıl leıþıf preftz(ınſ). þa mattı hann 20
hvarngı fot fvr aɴan hefıa. þa lagþı hann ofan hrutıɴ af
oxlom fer oc vılðı laʋfan lata oc mattı eıgı. Hann ftoþ þar
bunðıɴ vıþ ftulþ fıɴ. þvı at andaþr keɴım(aþr) hellt lıfanda
þıofı oc batt henðr hanſ oc fótr. En er tıþoᷝ var locıt of
ᷝorgınıɴ. þa geŋo keɴımeɴ ut or kırcıo. oc fæ þar ftanða 25
ọcuɴan maɴ. oc halða á hrʋtı. oc vaſ þeım ıfı a hʋart fa
monðı vılıa gefa þangat hrʋtıɴ eþa¹) a braʋt taca. En eſ
þıofrıɴ fagþı tıl glópfınſ oc meınſ. þa unðroþofc allır crapt
heılagſ m(anſ). er hann hafþı þıofıɴ bunðıt²) vıþ ftulþ fıɴ.
þa boþo þeır fvrır honom oc motto tʋavtt þat geta at fa fórı 30
braʋt meþ tver henðr tomar eſ ftela vılðı fra þeım. oc fettı
þıofr þegar a braʋt eſ hann varþ laʋS oc com eıgı þar fıþan.

---

¹) í hdr. ⱶ = vel.  ²) í hdr. bunð.

Fiall er fcamt *fra* borg þeirri er Preneftina heitir. en ı
þvi fialfı er munchf Petrf pioftoıla. I þvi munchfı fóðı abbatı
munc. oc leıðı hann tıl algoꝛa fıþa oc let vıgıa hann fıþan
tıl preftc. En ef hann var vígþr. þa var fvr honom vıtrat at
hann monðı eıgı legı lıfa. oc baþ hann abbata levfıf at hann  5
letı gøra *fer grof*. Abbate fvıararı. Far þu oc bu tıl grof
þına fem þu vıll. en ec mon fvꝛ anðafc en þu. PreftrıꞀ bıo
tıl grof fına. en abbatı toc fott fæm nottom fıþaꞀ oc · m(ęltı)
vıþ preftuꞀ þa ef hann la a náftróm. Legþu mıc ı grof þına.
PreftrıꞀ fv(araþı). Uéıftu at ec mon anðafc a fcommo bragþı. 10
oc mon ocr eıgı vıꞀa rúm boþom ı grofıꞀı. Qvað abbatı
fagþa ec þer aþr. rúm mon ocr boþom ı grofıꞀı. þa anðaþıfc
abbatı· oc var lagþr ı þa *grof* ef preftr hafþı *fer* buna.  En
þa toc preftrıꞀ fott oc anðaþıfc *bratt*. þa boro muncar líc
hanf tıl grafar þeırrar ef hann hafþı *fer* buna oc lucu hana 15
up. oc fó allır þeır er hıa voro at eıgı var rum at leɢıa
hann þar nıþr. þvı at líc abbata fvlðı alla grofna. þa callaþı
.l. af broþrom oc męltı. Hvar er nu þat er þu fagþır faþır.
at vcr monðı boþom vıꞀa rum ı grofıꞀı. þa fó allır at líc
abbatanf fnórıfc a hlıþ. ef aþr la a hrvɢ. oc gaf rum at 2u
leɢıa nıþr líc preftfınf. oc fvlðı hann þat anðaþr ef hann het
lıfanðı at þeım monðı boþom vera rum ı grofıꞀı.

I þeSı borg Preneftina varþveıtı fa maþr kırcıo Petrf
poftola ef Theoðoruf het. En ef hann hafþı fnıma uprıfıt a
necqveꞃı nott. oc gorþı at hofı þa fvnðıfc honom Petr 25
poftole ı hvıto cleþı oc m(ęltı) vıþ hann. Fvr hvı reıftu fva
fnımma up ~ En eptır þeSı orþ hvarf poftolıꞀ *fra* ꜵglıtı
hanf. En Theoðoruf varþ fva hreðr vıþ fvn þeSa at allt
megın toc *fra* honom oc mattı hann eıgı or hvılo rıfa marga
ðaga fıþan. PoftolıꞀ fvnðı navıfto fına þıonom fınom . . . . 30



**57. bls.**  En er helgı hotıþarenar ðvalþı lengı groft enf anðaþa.
þa ruꞀo fýftr hanf gratanðe tıl bvfcopf. oc męlto. Uıtom uıt

at þu hev*ir* poftola velð*i*. grøp*ir* licþro lvfer blinða. com þu
oc reif up broþor occarn af ðæþa. En er Fortunatu*f* fra
anðlat hanf þa fellði hann tǫr oc fvaraþi þeim fvftrom. Farit
a bræt it oc meliþ eigi þet*t*a. engi maþr ma góra igeŋ
boþorþi Gvþf er alra lifi ré*p*r. En er þér foro a bravt þa 5
var bvfcop eptir hrvɢr af anðlati Marcellu*f*. En i ðagftiŋ of
morgoniɴ þa for hann til huf. enf anðaþa .Y. oc ðiacnar
hanf .II. meþ honom oc ftoþ hann leŋi a bøn ývir licino.
En er hann hafþi bøn locit þa fet*t*ifc hann hia likino oc
nefnði en anðaþa m(aɴ) oc melt*i* lágt. Marcelle fr(ater)[1]. 10
En en anðaþi hof up ægo fin þegar fem hann vere or fvefni
vacþr oc leit til bvfc(opf) oc melti. Hvat górþirþu hvat
górþirþu. Bvfcop fv(araþi)*. Hvat þott*i* þer fem ec gørþa.
Tveir (meɴ qváð hann)[2] qvomo i gér oc leiðo ænð mina fra
licam i goþan ftaþ. En i ðag vaf .I. feɴðr fa ef melti viþ 15
hina .II. Leiþiþ it aptr hann þv*i* at Fortunatuf epifcopuf ef
comeɴ i huf hanf. En eptir þeSi orþ þa reif Marcellu*f*
heill up oc lifþi leŋi fiþan. En þat ef vift at hann mónði
eigi týna goþom ftaþ þeim ef hann hafþi tecit. þv*i* at iflæft
ef at hann matt*i* af bónom býfc(opf) betra lif hafa eptir 20
anðlat en fvr*ir*. þott hann lifþi vel aþr. En ver þurfom eigi
mart at fegia fra lifi Fortunatu*f* býfc(opf). þa er ver fiæm
allt til þeSa ðagf margár iarteinir verþa at leiþi hanf. Par fa
fivkir meɴ helfo oc fleia ðioflar fra oþom. oc geta þeir
bønir ef meþ rett*r*e trv biþia. 25

Martiriu*f* het I Gvþf þreL i Valeria heraþi. en fa þionaþi
trvlega Gvþi oc boro iarteinir vitni heilagleic hanf. A nec-
qveriom ðegi þa er muɴcar hofþo gorvan bvlmiŋ oc com
þeim eigi i hug at gøra .†. marc a bravþhleifi fem vanþi vaf
til. þa fægþo þeir Martirio at hlefren vaf eigi mercþr. oc var 30
þornaþr i eimýrio. Þa górþi Gvþf þrell meþ fiŋ*r*i finom .†.
marc ývir gloþonom. þa toc bravþit at fpraca fem fteiɴ
micill i elðinom. En ef hleifriɴ var bacaþr oc or elði teceɴ.

---

[1] FR.  [2] óglöggt í hdr.

þa vaſ .✝. marc funðit a hleifinom þat eſ meþ *trv* vaſ gort
helðr en meþ henði.

[1])Dalr heitir interorina[2]). i þeim ðal ſtenðr[3]) Gvþſ moþor
kirkia. En þeirre kirkio þionaþi heilagr preſtr ſa eſ Severuſ
het. Honom fenði orþ .I. buanði þa eſ ſa la á náſtrǫm. at 5
hann ſcvlði coma oc veita honom fcript oc benir at hann
levſtiſc *fra* ſýnþom aþr hann anðaþiſc. En eſ fenði meɴ
buanðauſ qvomo þa atti Seueruſ preſtr fcvlða fvflo i vingarþi.
oc melti viþ þa fenðimeɴena at þeir føri fvrir. en hann lezc
coma mónðo litlo ſiþaʀ. Oc er litit vaſ eptir vanuɴit i 10
vingarþinom. þa lǽc hann fvflo fini aþr hann føri til enſ
ſivca. En eſ hann vaſ a leiþ comiɴ. þa qvomo þeir a mot
honom eſ fvʀ voro fenðir oc melto. Fvr hvi ðvalþir þu faþir ∾
Eigi þarptu legr at møþa þic a farveg þeSom anðaþr er
hann nu. Severuſ varþ þa acafliga hrvgr eſ hann hevrþi 15
þetta oc virði hann ſic verþa fecian af anðlati hanſ. oc fór
kløcqvanði unz hann com til huſ enſ anðaþa. oc fell allr til
iarþar fvrir rekio hanſ oc kallaþi a Gvþ meþ torom. En eſ·
hann greit acafliga oc hof eigi hofoþ af iorþo oc talþi ſic
fekian fvr Gvþi af ðǽþa hinſ. þa toc en anðaþi ǽnð fina oc 20
**58. bls.** lifnaþe. En eſ þeir ſǿ þat eſ hia ſtoþo | þa toco þeir at
unðrafc oc felðo tǽr fvr fagnaþi. oc fpurþo hvar hann hefþi
verit. eþa hverſo hann hvrfi aptr. En hann fv(araþi). Svartir
meɴ oc hreþilegir leiðo mic. en elðr braɴ or muɴi þeim oc
naſom. En eſ þeir léðo mic of mvʀqua ſtaþi. þa com a mot 25
oS ungr m(aþr). fagr at aliti. oc mẹlti viþ þa eſ mic leiðo.
Leiþit aptr er hann þvi at Seueʀuſ grẹtr. En eſ Severuſ
hevrþi þetta. þa reiſ hann up af iorþo oc veitti buanðanom
fcriptir oc bónir. En eſ enðrlifnaþr var en ſivci oc hafþi
gorva iþron vii. ðaga fvr fvnþir finar. þa anðaþifc hann a 30
enom atta ðegi oc vaſ þa fuſ at ðévia. PETR᷎. Lengi hafa
leýn(ð verit)[4]) fvrir mer mikil ageti þǽ eſ nu hevrþa ec. En

---

[1]) yfir þessari sögu stendr: fever', en mjög óglöggt.   [2]) int't'na.
[3]) í hdr. ſteinð᷎.   [4]) bætt við milli lína að virðist með annari hendi.

hvɪ gegnɪr þat ef nu fvnafc eigɪ flɪkɪr meɴ.   G.G.   Eɴ
etla ec marga flɪca vera ɪ þeSom heɪmɪ þótt þeɪr gørɪ eɪgɪ
flɪqar ɪarteɪnɪr. þvɪ at faɴ vɪrþɪg lɪff ðømɪfc at fɪþom en eɪgɪ
at ɪarteɪnom. þvɪ at margɪr gøra þeɪr eɪgɪ ɪarteɪnɪr ef flɪkɪr
ero fem hɪnɪr ef ɪarteɪnɪr gøra.   PETR⁹.   Hverfo mattv  5
þat faɴa at þeɪr fe flɪkɪr¹) ef eɪgɪ gøra ɪarteɪnɪr. fem hɪnɪr
ef gera.   GREG.   Veɪztv at Pɑ/ll p(ofto)le ef kal/aþr ɪamn-
ɪgɪ oc broþɪr Petrf p(ofto)la ɪ fɪɴɪ fvflo.   PETRᵛ.   Vɪft ef
þat at hann var ꜵllom framaʀ at erfɪþɪ þott hann telþɪ fic
fɪalfr mɪnztan poftola. (G.G.) Þat monðv muna fagt fra Petro po-  10
ftola. at hann gek þuʀom fotom of fę̨. en Pꜵll gek III. af
brotno²) fcɪpɪ. A eɴe fomo fcepno gek Petr þuʀom fotom. ef
Pɑ/ll matɪ eɪgɪ comafc meþ heɪlo fcɪpɪ.   En þat ef vɪft at
eɪgɪ ef verþleɪcr þeɪrra mɪfɪamn a hɪmnɪ. þott craptar þeɪrra
verɪ mɪfɪamnɪr ɪ ɪarteɪn.   PETRᵛ.   Hugnar mer alluel þat  15
ef þu fegɪr. þvɪ at nu veɪt ec vɪft at meɪra ef vɪrþanða
heɪlagleɪcr lɪff helðr an ɪarteɪnɪr.   En fvr þvɪ at ɪarteɪnɪr
bera vɪtnɪ Goþf lɪff. þa bɪþ ec þɪc at þu fegɪr en flérɪ goþ
ðómɪ heɪlagra þꜵ ef fóþa megɪ hugranðɪ ꜵnð mɪna.   G.˜G.
Segɪa etla ec þer nacqvat fra ɪarteɪnom heɪl(agf) Beneðɪctuf.  20
en nu ma eɪgɪ vɪɴa ðagr tɪl þeS.   En þa megom ver þetta
ful/ɪgaʀ af henðɪ levfa ef ver gerom aɴat uphaf at þeSo male.

### Incɪpɪt lɪber fecvnðuf.

BЄneðɪctvf var gofogr ɪ lɪfɪ fɪno. oc vaf atferþ hanf eptɪr
nafnɪ hanf. en þat þvþɪfc blezaþr. Haɴ hafþɪ þegar gamalf
maɴz atferþ ɪ øfco fɪɴɪ. oc lɪfþɪ ekɪ eptɪr lɪcamf munoþ.  25
helðr fvrléɪt haɴ heɪm þeɴa fva fem þornaþan. þott hann
mettɪ mɪota fegrþar hanf her a ɪorþo.   En hann var ętfcaþr
at flefto kvnɪ or heraþɪ þvɪ ef Nurfia heɪtɪr. en felðr ɪ Ruma-
bo(rg) tɪl lerɪgar.   En ef hann fa marga vɪl/afc af verallɪgre
fpekɪ. þa hvarf hann af þeɪrre goto veraðlɪgf nafnf ef hann  30
hafþɪ uptekɪt. oc vɪlðɪ hann ekɪ bergɪa af vɪtro þeSa heɪmf

---

¹) upphafl, ritað glík en krotað ofan í g-ið.   ²) b°no í hdr.

at eigi fvr fórifc hann ı veraðlıgom ahvɢıom. þa fvrlét hann
bocnam oc for braʏt fra hufı faʏþor fınf. þvı at hann vılðı
Gvþı enom þıona ı heılagrı atferþ[1]). En hann for ovıS
vıflıga. oc olę́rþr fpaclıga. En ef hann hafþı raþıt at gaɴa ı
eınfeto þa fvlgþı honom foſtra hanf ef honom uɴı mıkıt. En 5
ef þaʏ qvomo tıl ſtaþar þeS ef effıðe heıtır. þa ætto þaʏ þar
ðvol necqverıa ðaga. En foſtra hanf hafþı beþıt conor at
lıa fer trogf at fęlða mıol. oc fetlı hon þaı ẏvır burþ ovarla.
en þaı fell af borþıno oc brotnaþı í .II. hlutı. En foſtra
hanf varþ hrvg er hon fa trog þaı brotıþ ef conor hofþo let 10
heʏe. | En ef Beneðıctuf en mılðı fveıɴ fa foſtro fına grata
þa bar hann a braʏt meþ fer trogf brotın oc felðı tǫ́r a bøn.
En ef hann reıf up af bøn. þa vaf trogıt fva heılt at engı
breſtr var a þvı. þa hucaþı hann foſtro fına oc felðı heʏe
heılt trog þaı ef hann toc brotıþ. Sıa ıarteın varþ bóıar 15
moʏom fva tıþ at þeır feſto up tıl fvnıS ı kırcıo ðurom þaı
ıt fama trog. at allır metlı fıa hverfo ðvrlega Beneðıctuf hof
up atferþ fına. oc hek trog þaı marga vetr fıþan yvır kırcıo
ðurom. En Beneðıctuf vılðı helðr hefıa fıc fvr Gvþı ı erfıþı
en hefıafc up ı maɴa lofı. Þa floþı hann fra foſtro fıɴı 20
levnılıga tıl þeS ſtaþar ef Sublacuf heıtır. Sa ſtaþr ef
XL mılna fra Rumabıorg). oc fpretr þar up´ kalt vatn oc fellr
þaþan lécr or þeım bruɴı. En ef Gvþf maþr com þangat.
þa faɴ hann a goto munc þan ef Romanuf het. oc fpurþı fa
hʏart hann førı. En ef Beneðıctuf fagþı honom hvat hann 25
vılðı. þa fec Romanuf honom munkf bunıɴ oc þıonaþı
honom fem hann matlı. En Gvþf þrell bvrgþı fıc þar ı
lıtlom hellı. oc var þar III. vetr fva at engı Ƴ. vıSı tıl hanf
nema Romanuf .I. En Romanuf vaf fcamt þaþan ı munklıfı.
oc for hann a bravt þaþan fʏa at abate hanf vıSı eıgı oc 30
fórþı Beneðıcto braʏþ þaı er hann ðro af fıɴı føzlo. En
Romanuf matlı eıgı fara gaɴſtíg fra munklıfıno þvı at hamaɴ
geɢ a mıllı tıl hellıf Beneðıctı. en hann let fıga ofan tıl

---

[1]) atfeþ[7] í hdr.

hanſ bravþ ı lꜹngom ſtreŋ. I· þeim ſtreŋ hafþı **hann** feſta
bıollo *tıl* þeS at Beneðıctuſ viSı a hveʀe ſtunðo *honom* verı
fózla fórþ. En en formı fıanðı ofunðaþı ꜹſt aɴarſ en føtſlo
aɴarſ oc kaſtaþı ſteını a bıol*l*ona of ðag oc *bravt* ı funðr.
En Romanuſ let eıgı af at þıona Beneðıcto a þa lunð ſem 5
**hann** cuɴı. En eſ Gvþ almatıgr vılðı[1] Romanom lata hvılaſc
af erfıþı. en ſvna m(oɴom) hf Beneðıctuſ *tıl* ðømıſ at allır þeır
er ı Gvþſ hu*ſ*e ero. ſę̨e hoſ gøzco hanſ. þa ſvnðıſc ðrotıɴ
preſtı nocqveríom a paſcha ðegınom fvrſta oc mel*tı* vıþ **hann**.
þu letr góra þer craſır en þrel mıɴ huɴgrar ſcamt fra þer. 10
Þa reıſ preſtrıɴ up þegar oc for meþ føtſlo þeırre eſ **hann**
hafþı *ſer* buna oc leıtaþı Gvþſ þrelſ of fıalðala oc of ðølar
oc faɴ **hann** of fıþır ı hel*l*ınom. En þeır qvoðoſc oc lofoþo
Gvþ. Þa mel*tı* preſtrıɴ eſ comeɴ vàr. Rıſ up þu FR(ater)[2]
oc tocom vıt *tıl* fózlo þ*vı* at nu ero paſcar. Beneðıctuſ 15
ſ(varaþıı. Paſcar ero mer nu er ec naþa at fıa þıc. Bene-
ðıctuſ viSı eıgı at þa var · paſca tıþ þvı at **hann** vaſ fıaʀı
ꜹþrom m(oɴom). Qvꜹþ **hann** preſtrıɴ. Vıſt er nu paſca tıþ
oc uprıſo ðagr ðrotınſ oc gegnır[3] þer eıgı at faſta. þvı at
ec em *tıl* þeS fenðr at vıt tacım baþır ſaman gıafar Gvþſ. 20
En er þeır voro met*tı*r· þa for preſtr aptr heım *tıl* kırcıo
fıɴar. Sıþan funðo ſmala meɴ Beneðıctom fvr ðurom hel*l*ıſſınſ.
En eſ þeır ſó **hann** ſcıɴn cleþom ſcrvðan þa hugþo þeır fvrſt
at ðvr verı. En er þeır cenðo Gvþſ þrel. þa ſnóroſc þeır
margır *tıl* mıſcunnar fra ðvra lıfı. þa toc nafn hanſ at 25
cvnaſc ı enom neſtom[4] ſtoþom oc qvomo margır at føra
honom hcamſ føzlo en þeır toco anðar føzlo af honom ıgeŋ.

A necqrerıom ðegı þa eſ Beneðıctuſ vaſ I. ſaman þa
com freſtnı at honom. þvı at nacqvaʀ ſvartr fogl lıtı*l*l flo ſva
nę̨r anðlıtı hanſ at **hann** mattı ꜹþvellıga taca henðı ef **hann** 30
vılðı. En hann górþı .†. marc a mot oc fløþı foglıɴ. þa
varþ Gvþſ maþr fvr ſva mıcıl*l*ı hcamſ freſtnı at hann hafþı

---

<sup></sup>[1] í hdr. vılðı almatıgr með tveimr deplum yfir hvoru um sıg.
[2] frater = broþir. [3] í hdr. geŋn. [4] bætt við út á spázíu.

60. bls.

aldregı flıca revnða fvr þvı at ılgıarn anðı leıðı fvrır hug-
fcotf[1] ᴀgo honom necqverıa | cono þa ef hann hafþı fvʀ
fena. En fva mıcıll gırnðar elðr braɴ ı brıoftı hanf ı alıtı
cono þeırrar at hann hafþı mıoc fva eınraþıt at hverfa eptır
munoþ fıɴı. oc gaŋa bravt or evþımorc. Þa leı Gvþf mılðı 5
tıl hanf oc hvarf aptr tıl fınf fıalff. oc fa hann hıa fer
cluŋr oc þvrnı. oc for hann þegar or cleþom fınom oc
veltıfc lengı beʀ ı þýrnınom. Þa grøðe hann fǫr anðar fınar
þvı at hann fnørı þeım ı lıcamlıgan farleıc. oc flócþı hann
gırnðar brvnaɴ þa ef hann fvıðı utan af þornonom. En fra 10
þeırrı tıþ hvarf fva gorfamlıga fra honom lıcamf freıftnı at
hann cenðı aldregı fıþan flıcrar freıftnı. Sıþan toco margır
at fvrlata heım þeɴa oc górafc lerıfveınar hanf. þvı at þa
górþıfc hann maclıgr at vera lerıfaþır crapta ef hann hafþı
aþr ftıgıt ývır lofto fva fem Moýfef baþ at eıgı fcvlðı øre 15
ðıacnar en halfþrıtøgır ı mufterı Gvþf. en þeır fcvlðı varþ-
veıta heılog ker. ef fımtógır verı. PETR⸱. Lýfer nac-
qvat fvr ᴀgom mer of fcılnıŋ þeSa hlutar. en þo bıþ ec at
þu fcvrır þetla framaʀ. G.⁓G. Þat ef fvnt at a øfco
alðre ef heıtoft ᴀll lıcamf freftnı en hon colnar fra enom 20
fımtogonða vetrı[2]. En heılog ker ero hugfcot truaþra m(aɴa).
En meþaɴ Gvþf vınır ero ı freıftnı þa ef þeım naþfvn at
móþa fıc ı erfıþı oc þıona lıtıllatlıga. En þa ef lıcamf hıtı
hverfr fra þeım. þa verþa þeır varþveıtflomeɴ[3] heılagra kera.
þaı ero lerıfeþr anða. PETRᵘ. Fvr þvı at mer fcılfc 25
nu þaı er þu fegır þa vıl ᷉ec at þu halðır fram fogonı fva
fem þu hoft up at fegıa. G.G. Þa er Gvþf mᐧaþrı vaf
hreınfaþr af freıftnı fva fem goþ ıorþ af þornom. þa gaf
hann margan crapta avoxt oc varþ nafn hanf ageıı of alla
ena nęfto ftaþı. Munclıf vaf (fc)amt þaþan a bravt oc vaf 30
þar abbaıı anðaþr. þa qvomo allır munkar ór þvı munclıfı oc
boþo mıoc Benedıctum at hann fcvlðı vera abbaıı þeırra. En
hann ðvalþı leŋı at veıta þaı er þeır baþó oc fagþı hann

---

[1] í hdr. hugfcof. [2] í hdr. vet⁷. [3] í hdr. varþveıtlfom.

at eigi móndı faman coma fiþır hanf oc`þeırra. En þo vettı
hann þeım of fiþır þat ef þeır baþo. En er hann helt fevnfamlıga
atferþ ı þvı munklıfı oc lofaþı øngom at hneıgıafc af Gvþf
goto tıl høgre handar ne vınftre. þa toco munkar at reıþafc
oc focoþo fvrft fıalfa fıc ef þeır baþo þaN vera ftıornara fın 5
er fva fıarlęgr var fıþom þeırra. En ef þeır fo fer baNaþa
vera alla raga hlutı oc voro ofvfır at fvrlata vanþa fín þa
reþo þeır fıorroþom umb hann oc blendo ðrvc hanf éıtrı[1].
En ef honom vaf fıa ðaþaðrvcr forþr ı glercere. þa górþı
hann þegar .†. marc amott aþr honom verı glerkerıt felt. fem 10
hann var opt vanr. En þa fprac ı funðr glerkerıt. fva fem
hann lvftı fteını a þat. Þa fcılþı Gvþf m(aþrı at þat ker hafþı
ðaþaðrvc er eıgı mattı ftanðafc lıff marc. þa reıf hann
þegar up oc callaþı tıl fın alla broþr oc męltı vıþ þa blıþlıga.
Gvþ almattıgr mıfcunı ýþr broþr fvr hvı gorþoþ er fva vıþ 15
mıc ～ Eþa fagþa ec ýþr eıgı fvrır at fiþır mınır oc ýþrıı[2]
móndı eıgı faman coma ～ Farıt er nu oc leıtıt ýþr abbata
eptır fıþom ýþrom þvı at er monoþ eıgı mıc legr hafa. þa
for hann aptr tıl eınfeto fıNar. oc bvgþı meþ fer eıN ı aglıtı
Gvþf. PETR[u]. Eıgı ma ec fcılıa hverfo hann mattı 20
býeva meþ fer. G.G. Ef heılagr[3] m(aþr) vılðı legr vera
þar vıþ vanðreþı þeırra ef fva oglıkır voro honom at þeir vılðo
raþa bana hanf. þa męttı verþa at þvı. at hann tvnðı kvrleıc
hugar fınf. og hneıgþı hugfcotf ǫgo fın fra goþlıgrı uplıtnıgo
oc fvrletı fıalfaN fıc. oc hvgþı mıþr at fıno lıfı ef hann berı 25
**61. bls.** ahveıo hvern ðag fvr þeırra vanðreþom. þvı at | hvert fıN er
hugr vaʀ recar lagt fra þurpt vaʀı. þa erom ver (oc eıgı
fialfır)[4] meþ oS. þvı at ver lıtom eıgı fıalfa oS en hveıom at
aþrom. eþa fegıom ver þaN verıt hafa meþ fer fıolfom er
·for lagt fra feþr[5] fınom oc logaþı allom arom fınom. fiþan 30
þıonaþı hann enom borgarm(aNı). oc gęttı fvına hanf oc
hugraþı hann. Þa mıntıfc hann á. hvı hann hafþı tvnt. oc

---

[1]) í hdr. éıt[7]. [2]) í hdr. ýþ[7]. [3]) í hdr. fcf = fanctuf. [4]) rifıð
utan af blaðı. [5]) í hdr. feþ[7]ō = feþrom.

ef ſva ritiþ of hann. at hann hvarf' aptr til ſinſ ſialfſ oc
melti. Margir legomen hafa gnogt i huſi foþor minſ en ec
ſvellt her. En ef hann var aþr meþ ſer hvaþan hvarf hann
þa aptr til ſin. En ſia heilagr[1] Benedictuſ bygþi meþ ſer
þvi at hann varþveitti ſic avalt i ꜹgliti ſcapara ſinſ oc rendi 5
aldregi hugſcotſꜹgom fra ſer til onvtra hluta. PETR⁹. Hvat
ef þat ef ſagt ef fra Petro pioſtoila þa ef engill Gvþſ lédi
hann or mvrqva ſtofo þa hvarf hann aptr til ſin ſialfſ oc
melti. Nu veit ec viſt at drotin ſendi engil ſin oc levſti mic
or hondom Herodiſ oc or ꜹllo clandi gvþiŋa. G.G. Tveim 10
hottom verþom ver leidir fra oS ſiolfom anat tveGia at ver
follom undir oS fvr reicon hugreniŋar. eþa ver heſiomſc yvir
oS fyr miſcun uplitniŋar. Sa miaþri ef ſvina gétti oc ſvalt.
hann fell undir ſiolfom ſer i reicon hugar oc ohrenſo. En
ſia ef engill Gvþſ levſti hann var leidr fra ſer ſiolfom oc 15
hafiþr up yvir ſic. En hvartveGi hvarf aptr[2] til ſin þa er
anaʀ vitkaþiſc af villo. en anaʀ hvarf aptr fra uplitniŋar
héþ til þeirrar ſcilniŋar er hann (haſ)[¹]þi ſameiginliga meþ
ꜹþrom monom. En gofogr Benedictuſ bvgþi meþ ſer i þvi
ef (hann)[3] varþveitti avallt hug ſin. en hann var opt uphafiþr 20
yvir ſialfan ſic fvr ꜹſt uplitniŋar. PETR⁹. Hugnar mer
þat er þu ſegir. en þat vil ec vita. ef Benedicto veri lofat at
fvrlata þa bróþr er hann toc of ſin at varþveita. G.G. þat
etla ec vel fallit vera at ſitia ollom monom meiŋgorþir. þar
er necqverir ero goþir meþ þeim þeir ef hialpiſc. En þar 25
er tomt erſiþi fvr illom er engi verþr (a)voxtr af goþom. En
fvr hveriom goþom metti Gvþſ miaþr þar erſiþi drvgia er allir
vil(do)[³] raþa bana hanſ. Þat góriſc oft i hug heilagra mana.
þa er þeir ſia erſiþi ſitt avaxta laſt at þeir fari i anan ſtað
til nvtſamligra erſiþiſ ſva ſem Pall pioſtoih górþi ſa er ſuſ 30
var at andaſc oc lifa meþ Criſti[4] oc taca piſlir fvr Gvþſ
namni oc fvſti aþra til þolinmóþi. þa er hann varþ fvr ofriþi
i Damoſco þa let hann ſic niþr ſiga i vandlaꜹpi fvr borgar

---

[1] í hdr. ſcf. [2] í hdr. apt. [3] rifid utan af bladi. [4] í hdr. Xi.

veg. oc flópi eigi af þvi at hann hreddisc banaN. heldr af þvi
at hann fa i þeim ftad erfiþi fitt micit en avoxt litiN. oc
hirdi hann fic til avaxtfamligra erfiþif.  Gvþf riþari[1]) vildi
eigi hondlaþr verþa i borgiNi held(r) gek hann ut a voll til
orrofto.  Sva gørþi óc fia heilagr Benedictuf. þa er hann fvr-  5
let þeSa munka ef hann matti eigi léra til liff þa reifti hann
marga aþra up andar daþa i aþrom ftaþom fem fcvrafc moN
i þvi er eN feR eptir.  Þa er Gvþf Ψ fcein iarteinom i
einfeto fiNi þa qvomo margir til hanf oc górþofc lérifveinar
hanf oc fetti hann xii. munklif i nond fer þa er xii. munkar 10
voro i hverio. en forraþfm(aþr) eN xiii. en hann hafþi fa
munka meþ fer þa er honom þotto maclicftir fiNar keNigar.
Þa toco Rumab(orgar) meN at felia honom fono fina til lerigar
at þiona Gvþi.  Eqvitiuf gofogr maþr feldi honom fon fiN
Marum. en Tertulluf Placidum.  Marruf fcein bratt i goþom 15
fiþom oc glicþi eptir lerifoþor finom. en Placiduf var ugr
fveiN | (oc þotti)[2]) gott manzefni vera.  I eno munclifi þvi ef
Benedictuf hafþi fett vaf eiN munkr fa ef eigi matti ftanda a
bónom oc recaþi hann fvflolaff þa ef aþrir munkar boþo
fvr fer.  En ef abbati hanf matti eigi honom fnua aleiþif.  þa 20
var hann leidr fvr Benedictum oc avitaþi hann munciN of
heimfco fina.  En ef muncr com heim þa varþveitti hann eigi
legr en ii. daga orþ Benedictuf en a enom þriþia degi hvarf
hann aptr til vanþa finf.  En ef þat var fagt Benedicto þa
melti hann fva.  Ec mon coma oc bóta hann.  En Gvþf m(aþr) 25
com til þeS munkliff oc muncar ftoþo a bónom eptir tiþir.
þa fa hann at fvartr fveiN toc i cleþi munkfinf þeS er eigi
matti ftanda a bónom oc leidi hann ut.  Þa melti Benedictuf
viþ Pompeianum abbata oc viþ Marum lerifvein fiN.  Seþit
eigi hveR þeNa munc leiþir ut.  En ef þeir letofc eigi fia þa 30
melti hann.  Biþiom ver gvþ at it megit fia hveriom muncr
fia fvlgir.  En ef þeir boþo þeS þa fa Marruf abbati en
Pompeianuf abbati matti eigi fia.  Þa Gec Benedictuf ut eptir



---

[1]) í hdr. þiþari.  [2]) rifið framan af efstu línu.

muncinom oc fa hann ftanða uti oc laſt til hanſ venði. En
fra þeim ðegi com en fvarti fveiʍ eigi at fréfta muncfinf oc
vaf hann avallt fiþan ftaþfaftr a bónom fem aþrir mvncar oc
þorþi en (forni)[1] fianði eigi at frøffa[2] i hugreniɴo hanf fiþan
ef hann var bravt reciɴ meþ bardaga ór þvi hcnefci.                                5

Af þeim munclifom er Beneðictuf let fetia voro iii. munclif
ovarla i fialʎ oc otto munkar beþi laɴt oc bratgeɴt til vatf
fva at ner var manhafci at fara. Þa qvomo bróþr or þeim
iii. munklifom oc mɛlto viþ Beneðictum. Torvelig leiþ til
vatf oc ef þer fvrir þvi naʃþfvn at føra bvgþ ora. Gvþf Ⱡ. 10
huɢaþi þa oc baþ þa heim fara. En hann for nott ena fomo
eptir oc Placiðuſ ungr fveiɴ meþ honom til fialfinf oc ftoþ
hann lengi a bøn a gnipo nacqvari oc fetti hann up þar
ðraɴfteina iii. til marcf oc for hann heim fva at engi viSi
at hann hefþi farit. En er munkar qvomo aɴaɴ ðag oc boro 15
up vanðꝛeþi fin. þa mɛlti Beneðictuf viþ þa. Farit er til
gnipo þeirrar er ðraɴfteinar iii. ero up fettir oc holit iɴaɴ
biargit. En ɢvþ almattigr ma letta erfiþi ýþro oc gefa ýþr
vatn i fialʎ. þeir foro til biargfenf oc var þat þegar alvatt
allt. En ef þeir holoþo biargit iɴaɴ þa fvlði grofina þegar 20
vatf oc fell þaþan lócr a iofno niþr oc heltfc þat allt til
þeSa ðagf.

A aɴari tiþ com litillatr Ⱡ. nacqvaʀ til Gvþf þrelf oc toc
Beneðictuſ viþ honom. En hann felði fniþil i honð honom
of ðag oc fenði hann at hoɢva up þorna or ftaþ þeim er 25
hann vilði fetia lata calgarþ. En þar var hia ðvp tiorn[3] oc
var þetta a bakanom tiarnarenar. En ef hann hreinfaþi
ftaþiʍ oc hio up þornana þa fell fniþilʎiʍ or hepti oc hraʃt
a tiornina þar er hon var ðivpoft. Uercmaþriɴ varþ hrvɢr
oc fagþi Maʃro at hann hafþi glatat fniþlinom. En ef Maʃruf 30
fagþi Beneðicto þa gek Beneðictuſ til tiarnareɴar oc toc
fniþilfheptit ór henði vercmaʃenom oc retti þat i tiornina.
Þa renði iarnit neþan fem fifcr at ongli oc varþ þegar faft i

---

[1] vantar í hdr.   [2] þannig í hdr.   [3] t°rn í hdr.

hefti oc feldi hann fnıþılın vercmannom oc mᴇlti. Vın þu
nu oc vef eıgı oglaþr.

Þa ef Benedıctuf fat ı hufi fıno þa for Placıduf fveın
til tıarnar at taca vatn. En er hann føcþı ovarlıga keraldı ı
vatnıt þa fell hann eptır ut a tıornena oc drogo ftranmar 5
hann oc vındar út fra landı mıoc fva ordrag allt. Benedıctuf.

63—64 bls. Diall. Lib. II. 17—28.

 Þeoprobuf het m(aþr) fa er trv hafþı tekıt af kenıgo
Benedıctuf. hann fa þat at Gvþf þrell var oglaþarı en vanþı
vere þa ef hann vaf eıgı a bønom oc feldı hann tór af
hrvg(leıc)[1] eınom faman. þa fpurþı Þeoprobuf hvat ogleþı 10
hanf mercþı. Gvþf m(áþr) fv(araþı). Allt (munclıfı)[1] þetta mon
evþafc at Gvþf dómı. þeSı orþ hevrþı Theoprobuf oc fagþı
fra en ver vıtom nu hverfo Laŋbarþar evðo munklıfıt þa ef
þeır como þar of nott at fofonðom bróþrom. oc toco bravt
þaþan allt þat femᴇtt vaf en þeır gørþo ongom munkı geıg. 15
þvı at þat fvlðıfc ef ðrottın het þrelı[2] fınom Benedıcto at
hann monðı varþveıta anðır þott hann feldı eıgo þeırra til
avþnar.

Єn vaf fenðr fveın necqveʀ of ðag meþ vıntunor ıı. til
munklı(fıfınf).[3] en fa fal aþra tunona of goto en aþra fórþı 20
hann til ftaþar. en Gvþf m(aþrı (fa)[3] hvat hın hafþı gort oc
toc vıþ þvı fegınfamlıga ef honom vaf fórt en mᴇlti (vıþ)[3]
fveıneN aþr hann for a bravt. Se vıþ þu at ðrecca or tunonı
er þu falt. (Halla)[3] þu henı varlıga oc hvᴦ at hᴦat ı fe.
Sveının vılðı revna þat ef Gvþf (maþr)[3] fagþı þa ef hann for 25
aptr oc hallaþı tunonı. en þa fcreıþ þar or hoᴦormr. (oc)
ıþraþıfc fveının ılfco þeırrar er hann górþı er hann faн granð
ı vınıno.

Béor fıolmeþr vaf fcamt fra munklıfı Benedıctuf. oc voro
þar nuнor oc mart maнa þeırra e(f tıl) trᴦ h(urfo)[4] af kenıgom 30
Benedıctuf. oc fenðı hann oft þaŋat munka fına at keнa

<hr>

[1]) rifið utan af blaði.  [2]) í hdr. þ°lō.  [3]) rifið utan af blaði.
[4]) sér glöggt á eptir h— i fremra legg af *u* eða v.

þeım trv. . En ef munkr necqveʀ vaſ ſenðr of ðag þa boþo
nuɴor hann taca vıþ ðucom þeım ef þer ſenðo tıl munklıſſ
Beneðıctuſ. en hann toc vıt ðuconom oc fal ı ſerc ſer. En
ef hann com heım þa toc Beneðıctuſ þegar at avıta hann oc
meltı. Fvr hvı com ılſzca ı ſerc þer ⸯ þa fell munkr tıl fota 5
Beneðıctuſ. oc ıþraþıſc ılzco ſınar oc toc ðucana ór ſerc ſer.

A ɴecqverıom apnı ſat Beneð(ıctuſ) of borþı oc helt
munkr liofı fvr honom en ſa vaſ rí(kſ) maɴz ſonr oc toc ſa
at ðramba ı hug ſer. Hvat m(aɴa) er ſıa hugþıſc hann þeS
ef ec ſcal honom þıona oc halða liofı fvr honom. Gvþſ m(aþr) 10
leıt tıl hanſ oc meltı. hvı geɴnır þat er þu melır. ſıngþu[1)]
þıc fʀ(ater). Þa heımtı hann þangat munk oc let taca kertıþ or
henðı honom oc baþ hann fara at ſıtıa. En ef munkar ſpurþo
hvat honom verı of henðr þa ſagþı hann ſıalfr hverſo hugr
hanſ hafþı ðrambat ıgeɴ Gvþſ m(aɴı). oc hvat hann hafþı 15
melt ı hugrenıɴo ſını. þa þottı allom ſvnt at eccı mattı of
levnaſc fvr Beneð(ıcto). ef hann vıSı hugrenıɴar m(aɴa).

A ɴacqvaʀı tıþ górþı óaran mıcıt oc toc þat vıþa oc
varþ þa vant fotſlo ı munklıfı Beneð(ıctuſ) ſvat eıgı var meıʀ
en v. bravþleıfar ɵllom muncom tıl fotſlo ı. hvern aptan. en 20
ef Beneð(ıctuſ) ſa broþr hrvgva fvr fótſlo lévſı þa huɢaþı
hann þa oc meltı. I ðag ef ýþr føtſlo vant en a morgon
monoþ er gnott hafa. En er aɴaʀ ðagr com þa fvnðoſc. cc.
méla mıolſ fvr ðurom huſ Beneð(ıctuſ) oc vıSı engı hverır
þat hofþo þaɴat borıt. Bróþr þokoþo þat Gvþı ef þeır ſó 25
þetta oc noþo þa at hafa þat ef þeır vılðo.

PETR[9]. Hvart ſcolom ver trva þvı at Gvþſ þreL hefþı
avalt ſpaleıcſ anða eþa varþ[2)] þeſſ a mıþlı ſtunðom ⸯ G.G.
Spaleıcſ anðı fvllır eıgı avalt hug ſpamaɴa. þvı at ſva ef
rıtıt of helgan anða at hann bléS þar ef hann vıll oc þa ef 30
hann vıll. Sva ſem górþıſc þa ef Elıſeuſ ſpam(aþr) ſa cono
necqverıa oglaþa oc vıSı eıgı of hverıa ſoc hon vaſ ogloþ
oc meltı hann ſva. Qnð heɴar ef ı hrvgleıc oc levnðı ðrotıɴ

---

[1)] þannig í hdr. = ſıgn þu. [2)] í hdr. vaþ.

mic oc fagþi mer eigi hvat hem vaſ. þat górifc af micilli
**64. bla.** Gvþſ forſio eſ hann gefr ſtundom ſpaleicſ anða. | en ſtun-
ðom tecr· a bravt. at hugr ſpam(aNa) hefiſc til ðvrþar oc
halðıſc þo ı litillętı til þeS at þeır vitı hvilicir þeır ero af
Gvþı þa eſ þeır taca helgan anða oc þeır ſcili hvilicir þeır  5
ero af ſiolfom ſer þa er þeır miSa ſpalécſ anða.

A aNarı tıþ baþ necqveR ſıþſamr m(aþr) .Beneð(ictuſ)
ſenða ſer. lerıſveına ſína þvı at hann vılðı gora lata munklíf
hia borg þeırrı eſ Terracinenſiſ heitır. En Beneð(ictuſ) ſenðı
munca ſem hıN baþ. oc fagþı hver abbatı ſcvlðı vera eþa[1] 10
hveR prıor. oc het þeim at coma at nemnðom ðegı. oc fvna
þeim hve þeır ſcvlðo ſetıa munklífıt. eþa hvar hvertkı huſ
ſcvlðı ſetıa. e(n a)[2] þeırrı nott er næſt vaſ fvrır þaN ðag eſ
Beneð(ictuſ) hafþı heitıt at coma. þa (ſvnðıſc) hann ı ðravmı
þeim muncom eſ hann hafþı aNan ſett abbata eñ aNan prıor. 15
oc fvnðı þeim (gloggliga)[3] hverſo þeır ſcvlðo hvertkı huſ ſetıa ı
munklífıno. hvaR þeırra ſagþı oþrom ſıN ðravm (þeır logþo at ſva
bv)[3]no eigi trvnoþ a þat eſ fvrır þa bar oc vętto at Beneð(ictuſ)
mǫnðı coma ſem hann het. (en eſ) hann com eigi at nemn-
ðom ðegı þa urþo þeır oglaþır oc foro aptr til munklíſſ 20
Beneð(ictuſı. oc melto vıþ hann. Bıþom ver þıN p̄r[4] oc
vettom at þu monðır coma ſem þu hezt. oc fvna oS (hver)ſo
ver ſcvlðom ſetıa munklíf vart oc comtu eigi. En Gvþſ maþr
ſv(araþı). Fvr hvı melit er ſva f̄rī.[5] Com ec ſem oc het. oc
fvnðomc ı ðravmı. oc fagþa ec hverſo er ſcvlðıt hvat(kıı[3]) góra. 25
Farıt er nu oc ſetıt munclífıt ſem ec fvnða ýþr. Þa hurfo
þeır aptr oc unðroþoſc oc ſetto munklífıt eptır þvı ſem Bene-
ð(ictuſ) hafþı þeim ſvnt.

PETR[9]. Uıta vılða ec hverſo þat mettı verþa at hann
førı laŋan veg oc ſegþı ı ðravmı þat eſ þeır ſǫ oc keNðıſc 30
vıþ ſıþan hvarırtveggıo.     G.͂G.     Hvat ıſar þu of þena hlut
PetR. þat er ſvnt at gofgora er øþlı anðar en licamſ. En

---

[1] í hdr. = ϝ.   [2] rifið utan úr blaði nema auga af e-i sést.
[3] rifið af blaði.   [4] þannig í hdr. = pater: faþir.   [5] fratres = brøþr.

fva ef fagt aþ Abbacuc veri up num*in* meþ fotflo af ᴇvþiᵹa
landi oc fet*tr* niþr a Serclan*di* oc forþi hann fótflona Danieli
oc vaf heima neft a Gvþiᵹalan*di*. En ef fpamaþr mat*i* a eno
a*r*gabragþi licam*l*iga fara meþ lica*m*f fótflo. þa ef eigi unðar-
lict þot*t* Beneð(ictuf) met*i* fara a*n*ðliga oc fvna anðlict lif 5
anðligo*m* broþro*m* i ð*r*avme.

. PeTR°. Melfca þin toc ifa af hiarta mino     G.˜G.
Hverfðaglict mal hanf mifti eigi micil*l*ar fcvnfemi. þvi at hugr
hanf vaf hafiþr t*il* crapta heþar. oc mot*i*o af þvi orþ hanf
verþa eigi tó*m*. Ef hann melt*i* ognar mol of necqvern hlut 10
þa varþ fva micil*l* mot*i*r at mali hanf fem þat veri ðomf at-
qveþi ful*l*t oc varþ þegar fra*m*geᵹt[1].

Tver nuɴor voro fcamt fra munklifi Beneð-ictuf- gofgar
at kvni. En morgo*m* verþr cvnf tiᵹn at ogofugléc hugar. þvi
at þe*i*r fvrlit*a* miþr fic fialfa i þeSom heime. ef i necqveri*om* 15
hlut hafa me*i*ra metnir verit en aþrir. þeSar nuɴor varþveit*t*o
eigi vel tungo fina. oc voro avitfamar viþ þaɴ maɴ er þeim
fórþi lica*m*f fótflo oc gorþo hann opt reiþan. En hann for
of fiþ*i*r oc fagþi t*il* Beneð-ictufi. hve nuɴornar gerfto hug
hanf opt. en er Beneð(ictuf)- hevrþi þet*t*a. þa fenð*i* hann maɴ 20
meþ þeim orþo*m* at þᵉr fcvlðo hirta tuᵹo fina. eþa el*l*a
mónð*i* hann þᵉr i baɴ fetia. en þa*t* let hann eigi fra*m* fara.
þot*t* hann ógþi þvi. En þᵉr hirto fic eigi oc lifþo fá ðaga
fiþan. oc voro þᵉr i kircio grafnar. en ef meSor voro
fungnar. þa fvnðifc foft*ro* þe*i*rra fem þᵉr rifi up or grofom 25
finom oc geᵹi út or kircioni at hveɴi meSo. En ef þa*t* fvnðifc
opt. þa com heɴe i hug hvat Beneð(ictuf)- hafþi melt þa
ef þᵉr lifþo ef hann ógþi þeim bani. ef þᵉr bótifc eigi. en .
ef Beneð(ictuf)- vaf þet*t*a fagt meþ hrvglec.

65—66 bls. Diall. Lib. II. 31—85.

**65. bls.**     Hertogin cal*l*aþi acaflega a Beneð(ictum). oc hugþifc 30
fcelfa monðo hann i ognar molo*m* einom fama*n* oc melt*i*.
Rif up þu oc fel me*r* a*r*ra þorpcalf þeSa ef þu toct viþ. En

---

[1] í hdr. frāgeᵹn.

ef Beneð(ictuſ) hevrþı þeSı orþ þa leıt hann fra bocını oc ſa
ıgeŋn hertoganom.  En ef hann leıt þorpcal*h*ın bund*ın* þa
loſnoþo ſva ſcıot bonð af honom at engı m(aþr) mattı ſva
ſcıott lévſa.  En ef hın ſtoþ laſ ef lengı hafþı bund*ın* verıt.
þa hreðıſc Zal*l*a hertogı vıþ ſva mıcı*n* crapt oc legþı grım- 5
leıc ſın oc fel*l* tı*l* fota Beneð(ictuſ) oc baþ ſer lıcnar.  Gvþſ
m(aþr) réıſ eıgı up fra boc en hann talþı fvr hertoganom at
hann ſtıltı ſıc fra grımleıc.  Zal*l*a hertogı for a braſt oc
þorþı eıgı at clanða þorpcal*h*ı*n* ſıþan ef hann ſa hann ſva
ſcıott levſta*n* or bonðom fvr Gvþſ craptı.  Scıotleıcr ıarteınar 10
ſıalfr beʀ vıtnı at Beneð(ictuſ) gorþı þetta af velðı eıno ſaman.
ef hann ſtoþvaþı ſıtıanðı grımleıc hertoganſ oc levſtı bonð
af þorpcal(hınom) ı tıllıtı ſıno.  En ſeʀ eptır aſnor ıarteın ſu
ef hann gat at Gvþı af craptı heılagra bona.  Þorpcal*l* nec-
qveʀ com of ðag meþ lıc ſonar ſınſ tı*l* munclıfıſ Beneð(ictuſ) 15
oc ſpurþı hvar hann verı.  En honom var ſagt at hann vaſ a
acre meþ bróþrom.  þa let þorpcal*h*ı*n* lıcıt eptır fvr kırcıo
ðurom oc for ſcvnðılıga at fına Beneð(ıctum).  En þa for Gvþſ
m(aþr) heım af acre meþ bróþrom.  En ef þorpcal*h*ı*n* ſa hann
þa callaþı hann þegar oc meltı.  Gıaltu mer ſon mın ɢıaltu 20
mer ſon mıɴ.  þa nam Gvþſ m(aþr) ſtaþar oc meltı.  Eıgı toc
ec ſon þıɴ fra þer.  Qvaþ þorpcal*h*ı*n* ðaſþr ef hann farþu oc
reıſ hann up.  þa varþ Gvþſ maþr hʀvɢr ef hann hevrþı þetta
oc ſva(raþı).  Farıþ bravt ér bróþr oc bınðıt oS eıgı þer
bvrþar ef ver megom eıgı valða.  Eıgı ef þetta vart verc helðr 25
poſtula Gvþſ.  En þorpcal*h*ı*n* vaſ þrahalðr a bøn ſıɴı.  oc fór
þeS at hann mønðı eıgı bravt fara aþr Beneð(ictuſ) reſtı up
ſon hanſ.  Þa ſpurþı Beneð(ictuſ) hvar lıcıt verı.  En þorp-
cal*h*ı*n* ſagþı at þa*t* var fvr kırcıoðurom.  En ef Gvþſ m(aþr)
com þangat meþ muncom.  þa fel*l* hann a cne oc helt honðom 30
tı*l* hımna oc meltı.  Drottın lıttu eıgı ſvnþır mınar helðr
trv þeSa maɴz.  ef lıff bıþr ſónı ſınom oc ſenð aſnð þa aptr
í lıcam ef þu toct a bravt.  En ef hann hafþı þeSı orþ mę lt.
þa ſcalf lıc ſveınſınſ ef aptr com anðıɴ tı*l* lıcamſ.  Beneð(ictuſ)
toc ı honð honom oc ſelðı hann lıfanða oc heılaɴ ı honð 35

foþor fínom ı ᴀ́glıtı al*l*ra þeırra eſ hıa *voro*.    Petr.    Seg
þu *mer* þa*t* hvart helgır meɴ mego geta at Gvþı al*l*t þat eſ
þeır vılıa.    G.˜G.    HveʀÞ ſe gᴀ́ꝼgarı ı hemı en Pᴀ́l*l* p(oſto)lı
oc baþ *hann* ııı. þeS eſ *hann* mattı eıgı geta.    Af þvı eſ oc
ſcvlt at ſegıa nacqvat þat ꝼra Beneð(ıcto) eſ aɴaɴ veg varþ 5
en *hann* vıl𝛿ı vera lata.    Svſtır heılagſ Beneð(ıctı) het Scola-
ſtıca eſ Gvþı haꝼþı þıonat al*l*a ę́ꝼı ſína. en hon vaſ von at
koma of [ſıɴ a hverıom ıı. mıſſorom at ꝼıɴa broþor ſıɴ. oc
com *hann* tıl funðar vıþ *hana* a bø þeım eſ neſtr var munc-
lıꝼıno.   En eſ þᴀ́ funðoſc of ðag a þeım bó eſ þᴀ́ otto vanþa 10
tıl at ꝼıɴaſc. þa ðvolþoſc þᴀ́ þaɴ ðag allaɴ ı Gvþſ loꝼı oc
helgom molom oc toco føſtlo beþı ſaman vıþ røcr.   En eſ þᴀ́
ſǫto of borþı eptır nottorþ oc røðo eɴ of hımneſca hlutı þa
mę́ltı ſcolaſt(ıca) vıþ broþor ſıɴ.   Bıþ ec þıc faþır at þu farır
eıgı ꝼra mer ı nott. oc røþom vıt nacqvat of hımneſca ꝼag- 15
naþı alt tıl morgınſ.   Beneð(ıctuſ) ſv(araþı).   Hvı geɴır þat
ſvſtır eſ þu mę́lır nu. eıgı ma ec aɴarſtaþar vera en heıma
ı nott.   En þa vaſ heıþ oc ſa hvergı ſcvꝼcᴀ́fo a hımne. en eſ
heılog nuɴa hevrþı þeSı orþ broþor ſınſ. þa lᴀ́t hon ꝼram í
gopnır ſer a borþıt oc baþ Gvþ meþ torom.   En eſ hon hof 20
up hofuþ ſıtt aꝼ borþı þa fvlgþo elðıɴar oc ðuɴþo reıþar
þrımor oc gorþ* regn ſva mıcıt at maɴıgı vaſ or hu/ı út
geɴt.   en heılog mę́r haꝼþı ut helt mıclo regnı | tara ſıɴa a
borþıt. oc gat hon þvı ſva ſcıott regn aꝼ hımne. oc alt vaſ
a eıno ᴀ́gabragþı at hon hof hofoþ aꝼ borþı oc regn ðunþı 25
ofan aꝼ hımne. en eſ Gvþſ m(aþr) ſat veþrꝼaſtr oc muncar þeır
eſ honom fvlgþo. þa meltı *hann* vıþ ſvſtor ſína.   Fvrgeꝼı Gvþ
þer þat eſ þu gorþır ſvſtır. aꝼ hvı gorþır* þu þetta ⸱⁓ Scola-
ſtıca ſva(raþı).   Baþ ec þıc oc vıl𝛿ır þu eıgı ueıta *mer*.   Baþ
ec ðrottın mıɴ oc veıttı *hann* *mer*.   Far þu heım nu tıl 30
munklıfıſ þınſ ꝼra *mer* eſ þu matt. en *hann* mattı eıgı or
hu/ı gaɴa oc var nᴀ́þıgr ı þeım ſtaþ eſ *hann* vıl𝛿ı eıgı. en
þᴀ́ vocþo nott þa al*l*a ı gegnom oc róðo of ðyrþır anðlıgſ
lıꝼſ.   I þeSom atburþ eſ ꝼvnt at Beneð(ıctuſ) vıl𝛿ı þat eſ *hann*
mattı eıgı. þvı at þat vaſ ıꝼlᴀ́ſt at *hann* mønðı vılıa at þat 35

heiþviþrı helðıfc fem þa vaf ef hann com. en hann faɴ Gvþf
crapt af qvenmaɴz hıarta ıgeŋn fınom vılıa. oc vaf þat eıgı
unðarlıct þott a þeırrı tıþ mettı conan meıra ı Gvþf craptı.
þvı at hon hafþı fvr aftar facar laŋa leıþ farıt at fıɴa hann.
Iohannef fegır fva at Gvþ ef oft. oc ef af þvı rett at Gvþ  5
veıttı þeım ıarteın helðr ef meıra uɴı. en Scol(aftıca) for aɴaɴ
ðag heım tıl huf fınf. en Beneð(ıctuf) for heım meþ brøþrom
tıl munklıff. En ef ııı. ðagar lıþo þaþan. þa fat Beneð(ıctuf)
ı hufı fıno oc hof up ǫgo fın tıl hımınf oc fa aɴð fvftor
fınar fara fra lıcam ı ðufo lıcı tıl hımınf. en hann varþ 10
fegıɴ ðvrþ heɴar oc gorþı Gvþı þaccır oc fagþı brøþrom
anðlat heɴar oc fenðı þa þegar eptır lıcı heɴar oc baþ þa
føra tıl munclıff fınf oc leɢıa ı fteınþro þa ef hann hafþı fer
gora latıþ. oc varþ fva at eıgı fcılþı groftr lıcamı þeırra fva
fem ı. vaf aftarhugr þeırra beɢɢıa.                        15
    Seᴦvanðuf het ðıacn oc abbate þeS munklıfıf. ef Lıberıuf
rıcıf m(aþr) let gora ı campanıa heraþı. hann vaf vanr at
coma tıl munclıff Beneð(ıctuf) oc røðo þeır of føtleıc hım-
nefcra fagnaþa oc berɢþo þeım opt ı hugfcotı þott þeır metþı
eıgı ná ı lıcam. en ef at fvemfn[1])malı com þa vaf Bene- 20
ð(ıctuf) ı ftoplı necqverıom ovarla en Seᴦvanðuf ðıacn neþaᴦ
ı enom fama ftoplı oc mattı þar gaŋa a mıþlı. en fvrır þeım
ftoplı vaf huf mıcıt oc hvılðo þar lerıfveınar beɢıa þeırra.
en ef Beneð(ıctuf) vacþı ı. oc vaf a bønom þa ef aþrır fvofo
oc ftoþ vıþ gluɢ. þa fa hann hof mıcıt coma af hımnı fva 25
at þat rac a bravt oll mvrcr nǫtreɴar. En fvlgþı unðarlıgr
hlutr hofıno. þvı at hann fa allan heım fvr aˀgom fer fva
fem unðır eınoþ geıfla. en ef Beneð(ıctuf) fa ftaþfaftlıga
a hof þetta. þa fa hann onð Geᴦmanuf epıfcopuf[2]) borna tıl
hımınf af eŋlom ı elðlıgo alıtı. þa vılðı hann hafa meþ fer 30
aɴan vott fva ðvrlıgrar fvnar. oc callaþı hann a Servandom
ðıacn hórı roðo oc nefnðı hann a nafn ıı. eþa ııı. Servanðuf
vacnaþı vıþ call hanf oc reıf up þegar oc fa necqvern hlut

---

<sup>1</sup>) í hdr. fvēfn.    <sup>2</sup>) í hdr. eꝑc.

af hofino. oc þotti honom micilſ vert um þat. þa ſagþi Bene-
ð(ictuſ) honom hvat hann hafþi ſet. oc ſenði maɴ þegar ena
ſomo nott til caʀpoborgar at ſpvria hvat of Germanom býſcop
· veri. en epc vaſ anðaþr eſ ſenði m(aþr) com þangat. oc gat
hann þat ſpurt at hann hafþi a þeirri ſtunðo anðatſc ſem 5
Beneð(ictuſ) ſa onð hanſ fara til himinſ af iorþo.

PeTRⁱⁱ. Eigi oſ ſcil ec þvi at eigi fiɴaſc ðómi til hverſo
1. m(aþr) matti of ſia allan heim. eþa allr heimr veri leiðr
fvr aʀgo honom ſva ſem unðir einom ſolar geiſla.

GREG. Vittu viſt þat Petr at hveriom þvckir litilſ ſcepnan 10
verþ eſ can ſcaparaɴ oc þott hann ſe litiɴ hlut af hoſi ſcap-
aranſ. þa ſcilr hann hverſo litil ſcepnan eſ oll fvrir ſer. þvi
at hugr heffc up í ſýn goþligſ lioS oc verþr heri en ſia
heimr oc ſer hann þa i Gvþſ hoſi hverſo litilſ þat eſ vert eſ
honom þotti micit meþan hann vaſ eigi up hafiþr. Sva ſem 15
maɴi ſvniſc her mart litit a ho fialli þat eſ honom ſvniſc
micit i ðivpom ðal. en ſia m(aþr). eſ ſa engla Gvþſ fara til
himinſ meþ onð heilagſ maɴz. þa matti hann þat eigi ſia
nema hann ſẹi i Gvþſ hoſi. en hvat eſ þat unðarlict þott
hann ſẹi allan heim eſ hann ſa þat eſ meira vaſ. en þat eſ 20
ſagt eſ at alr heimr —  —  —  —  —  —  —  —  —  —

**67. bls.**    67—68 bls. Diall. Lib. III. 37 í miðiu máli—IV. 1.
ðiacniɴ. en Langbarþar beiðo Sanctolum[1] at morne at hann
ſelði fram ðiacniɴ. En hann ſagþi at ðiacn veri a bravt. Laŋ-
barþar mẹlto viþ hann. eigi vihiom ver quelia þic þvi at meɴ
ſegia þic goþan m(aɴ) vera. nú kioſtu þer ðaʀþðaga þaɴ er 25
þu vill. Gvþſ þreL ſva(raþi). I Gvþſ velði em ec baɴit[2]
er mer þaɴig ſem er viliþ oc gvþ lofar ýþr. en þeim þotti
ollom þat raþ at hoGva hofoþ af honom oc qvelia hann eigi
meiʀ. en eſ þat ſpvrþiſc at agẹtr m(aþr) vaſ til hoGſ leiðr.
þa ðrifo til allir Langbarþar þeir er í nonð voro at ſia bana 30
hanſ. oc ſlogo hring umb hann. oc voro glaþir. þa var til
valþr en ſterxti m(aþr) at hoGva hann ſa er ollom þotti ein-

---

[1] í hdr. ſcōlū.   [2] þannig í hdr. — banit.

fvnt at þegar mónði hoava hofoþ af *honom* í eino hoavt. en
ef Gvþf m(aþr) ftoþ a miþli vapnaþra ovina þa toc *hann* til
fiNa vapna. oc baþ fer levfif til bønar necqveria ftunð. En
ef *honom* var þat veitt þa fell *hann* a cnebeþ. oc baþ fvrir
fer lengi. þa fparn vigm(aþr)iN føti til (hanf,[1]) oc baþ *hann* 5
up rifa oc lia half. þa reif Gvþf þrell up oc ftoþ a cniom
oc réti halfiN. en ef *hann* fa fverþi brugþit. þa m(eltii *hann*
þat eitt orþa fvat meN hevrþo. Heilagr Iohannef tacþu viþ
fverþino. en iN fterxti vigm(aþr) reiði fverþit at *honom* fem
*hann* var ramr til. en *hann* matti eigi fram of hoava þvi at 10
honð hanf ftirnaþi. þa toc allr Langbarþa lvþr at hreþafc er
hia ftoþ. Unðroþofc allir Gvþf crapt þvi at þa lvfti yvir hverfo
heilagr Scōl" var er *hann* batt henðr ovinar finf i lofti. þa
boþo þeir *hann* uprifa oc grøþa honð vigmaNzinf. en fcf[2]
fcōl[9] fv(araþi). eigi mon ec biþia fvr *honom* nema *hann* fveri 15
þeS at *hann* vegi alðregi criftiN maN meþ þeirri henði. en
vigm(aþr)iN ef .honð fina hof i geg Gvþi for þeS at *hann*
monði alðregi criftin maN vega. þa m(elti) Gvþf þrell viþ
*hann*. Hef ofan þu honð þina. en *hann* gørþi fva. þa baþ
*hann* *hann* fela fverþit i fliþrom. oc gørþi *hann* fva. en er 20
allir fó þena crapt. þa vilðo þeir føra Scōlo navt oc faþi ef
þeir toco at hernaþi. En *hann* vilði eigi flica giof þigia oc
beiði þa helðr at þeir førþi Gvþi goþan vilia oc m(elti) fva.
Ef er vilit mer nocqvat veita. þa latiþ er lavfa alla þa meN
ef ér hafiþ herfigna. at er hafiþ necqvern verþleic til þeS at 25
ec mega biþia fvr yþr. Þa voro lavfir latnir meþ *honom*
margir herleiðir meN. oc levfti *hann* marga fra ðavþa þa ef
*hann* felði fic til ðavþa eiN fvr einom. PeTR[9]. Agethgr
hlutr ef fia oc mer avaldt iafnnýr er ec heýri. G.G.
Ecki þarptu at unðrafc Scōlū. i þeSom hlut helðr virþu ef 30
þu mátt hvilicr anði fa fe ef þena m(aN) varþveitti litillatan.
oc hof *hann* up i crapta héþ fvat *hann* hreðifc eigi at ðevia
fvr nøngi oc fvrléit *hann* fitt lif þa ef *hann* com oþrom fra

---

[1] rifið utan af blaði.  [2] í hdr. = sanctus.

ðaþa. Sva micil vaſ ǫſt ı brıoſtı hanſ. at hann hreðıſc eıgı
at devıa tıl eınſ maɴz heılſo. þat vıtom ver at ſıa preſtr
Scōl⁰ var lıtt lę́rþr oc vıSı eıgı laga boþorþ en hann fvlðı þo
oc ſvnðı aⁿll lǫg ı elſco gvþſ oc nǫ́ɴſ. þvı at ǫſt eſ fvllıg
laga. Oc ma verþa at þⁿı at hann vıSı eıgı þat boþorþ eſ 5
Gvþſ p(oſto)le baⁿþ. oc m(ę̣ltı). Sva ſcolom ver lata onð ora
fvr bróþrom ſem gvþ let onð ſına fvr oS oc fvlðı þo ſcōlᴶ
þat boþorþ ı vercom. eſ honom vaſ eıgı ı kunlec. Ioſnom
ſaman ver nu oc þa ovıſſe vıtro varı oc ſpacrı ovıtro hanſ.
Uᵉr róþom of crapta oc erom tomⁱr. oc ðrogom ılm af 10
gózco alðını oc etom þevgı þat alðın. en Scōlᴶ cuɴı bergıa
crapta avextı. þott hann cⱱ́ɴı eıgı ðraga ılnı af þeım.
PeTRᵍ. Hvı geɴnⁱr þat er goþⁱr meɴ lıfa ſtunðgı ı þeSom
heⁱme. oc ſınaſc travtt þeⁱr eſ m(oɴom) megı ðuga ı kenıngom
eþa ı goþom ðømom. G.G. ILzca þeⁱrra eſ eptⁱr lıfa eſ eıgı 15
verþ at ɴıota lengı goþra m(aɴa). oc tecr gvþ bratt ſına m(eɴ)
or heⁱmⁱenom. at eıgı ſe þeⁱr ena¹⁾ verrı hlutı þa eſ nolgaſe
meþ heⁱmſ enða ſva ſem ſpaⱯıɴ m(elⁱr). Retlatⁱr oc mıſcun-
ſamⁱr ðevıa. þvı at engı vıll þat athuga leıþa. þvı helðr
ſem heⁱmſ enðı nolgaſc. þvı mẹ́ırı naⁿþſvn eſ at lıfanðı ſteⁱnar 20
ſamnıſc tıl ſmıþıſ hımneſcrar ıeruſalem. en eıgı mono ſva
allⁱr goþⁱr abravt tacaſc or heⁱmınom at engı ſe eptⁱr. þvı
at alðregı móndo ſvnþgⁱr meɴ ſnuaſc tıl ıþronar eſ engı
tevgþı ıþa goþ ðømı goþra maɴa)²⁾.

**68. bls.** | REðemptuſ het epc.³⁾ Ferentıne borgar. hann ſagþı 25
mer vıtron þa eſ fvr honom vaſ vıtroþ at heⁱmſ enðı
nolgaſc. Þa eſ hann for of býſcopſ ſvſlo ſına. þa com hann tıl
kⁱrcıo Zotıcuſ.⁴⁾ en at apnı ſet hann góra rekıo ſına ıhıa leıþı)⁵⁾
enſ helga maɴz. en a mıþrı nott þa eſ býſcop vaſ ſofnaþr
ſva laⁿſt at hann þottⁱſc hⁱⱴartce vaca ne ſofa. þa ſvnðıſc honom 30
ſtanða hıa ſer heⁱlagrᴾⁱ Zotıcuſ oc m(eltı) vıþ hann. Uakⁱr

---

¹⁾ í hdr. ſena; en ſ er punktað út.  ²⁾ rıfıð neðan af blaðı.
³⁾ þannig í hdr. = býſcop.  ⁴⁾ á að vera Eutichius.  ⁵⁾ í hdr.
vantar auðsjáanlega það ſem inn í er bætt; í frumritinu. iuxta
sepulchrum.  ⁶⁾ í hdr. ſcſ.

þu Redemptu*f*~ *hann* f(varaþi) oc letck[1] vaca. Gvþf vot*r*
m(elti). Com*in* ef al*l*c end*ir*. com*in* ef al*l*c end*ir*. Þa hvarf
Gvþf vot*r* or a*r*glıtı hanf. en býfc(op) reıf up oc for t*il*
bónar. en þeS var fca*m*t a mıþlı at fén *voro* ogorlıg und*r* ı
loftı *fva* fem eldlıg fpıot oc a*r*rvar flvgı ór norþr*ı*. Sıþa*n*  5
herıoþo Laɴbarþar oc evdo *margar* borg*ır* oc heroþ. brendo
k*ır*cıor oc munchfi. oc górþo mıcıtjmaɴfpel*l*. Nu lıɢıa morg
la*n*d ı a*r*þn. oc bólafc dvr ı þeı*m* ftoþom ef mıcıl býgþ
m(aɴa) hev*ır* verıt. Eıgı uıto*m* ver hvat tıt*t* ef ı a*r*þrom ǫtt*om*
heımfınf. en meþ oS fvnır heımrı*n* enda fın·heldr en *hann* 10
fegı. þv*ı* na*r*þfvnlıg*ra* er oS at leıta eılıfra hluta fem v*er* fıom
fcvnd*ı*lıgar um lıþa ftundlıga hlutı. Fvrlıtand*ı* verı oS heımr
fıa þot*t* hann verı blıþr· oc tevgþı oS meþ ept*ır*lıfi. En nu ef
*hann* þrongv*ır* oS ı meıno*m* oc ı fot*t*om oc ı bardogom oc
fvll*ır* oS harma, hvat fe þa nema *hann* haɴı oS fıalfr at 15
elfa fic. Mart verı eɴ t*il* at fegıa *fra* verco*m* heılag*ra* m(aɴa).
þa*t* ef ec mo*n* ýv*ır* þegıa. þv*ı* at ec fcvnd*ı* t*il* aɴarf.
PeTR[9]. Marga veıt ec þa ı heılag*re* crıftnı ef ıfa of andar
lıf ept*ır* lıcamf da*r*þa. af þv*ı* bıþ ec þıc at þu feg*ır* mer
necqver dǿmı þa*r* ef faɴa megı andar lıf. oc fvna morgo*m* 20
fcvnfemı. at ond fvrferfc eıgı meþ lıcam. G.G. Erfıþ-
lıct éf þeı*m* ef ı morgo*m* fiolfcvldo*m* ef buɴdıɴ. en þar ef
ec ma a*r*þrom of duga þa mo*n* ec me*ı*ra vırþa nvtfemı noɢa
mıɴna. en ept*ır*lıfi vıþ mıc. oc fvna þa*t* fem ec ma ı þeSı
eɴe fiorþo boc hv*er*fo ond lıvır ept*ır* lıcamf da*r*þa.  25

explıc*t* lıb[7] t[7]cı[9] ıncıp*t* lıb[·] quart[9].[2])

Sıþaɴ ef eɴ fvrftı m(aþr) faþ*ır* mancvnf vaf bra*r*t recıɴ
or paradıfar fagnaþı ı þeSa heı*m*f utlegþ. þa matı *hann* eıgı
fıa hımnefcf oþalf fagnaþı[3] þa ef *hann* hafþı fvr lıtıþ. Maþr
naþı ı paradıfo at hevra orþ gvþf oc fıa helga engla. En

---

[1] þannig í hdr. = letfk.  [2] í hdr. með rauðu mjög upplit-
uðu bleki.  [3] í hdr. fagnaþi oþalz með tveimr deplum yfir
hvoru um sig.

ſiþan eſ hann com hingat. þa hvarf hann fra hoſi þvi eſ
hann var aþr fvlðr. en ver eróm comnir fra honom oc alnir
i mvrcrom þeSar utlegþar. oc hofom hevrt at himna ðvrþ er
oc helgir englar Gvþſ. oc heilagra m(ana) anðir i ſveit meþ
þeim. en licamligir men iſa of þa hluti eſ þeir mego eigi 5
ſia ꜹgom. en in fvrſti faþir van matti eigi of þat iſa. þvi at
hann munþi þat eſ hann hafþi ſét oc hevrt. en aþrir mego
eigi a þa ðvrþ minaſc eſ eigi revnðo. *Sva ſem* olett cona
ſett i mvrqva ſtofq oc ale þar ſon. oc ſegi honom þa hluti
er hon ſa aþr· hon com þar. oc nefnði fvrir honom ſol oc 10
tuql oc ſtiornor. en ſa eſ i mvrcra ſtofo eſ fóðr vét ecki
nema mvrcr éin. en þott hann hevri hoſ nefnt. þa ðvlſc
hann viþ þvi at hann ma eigi ſia. Sva verþr oc þeim
m(onom) er alaſc i blinði þeSa heimſ. þa eſ þeir hevra ſagt
*fra* oſvniligom hlutom þa ðvliaſc þeir viþ þvi at þeir mego 15
ſvniliga hluti at einſ revna. Af þvi com ſcapare ſvneligra
hluta oc oſvneligra til laſnar mancvnſ oc ſenði helgan anða
i hiorto ór. at ver trvþim þeim hlutom eſ ver megom eigi
revna. þvi at engi iſar of liſ oſvniligra hluta eſ in helga
anða hevir. En ſa eſ eigi eſ faſtr i þeSi trv. þa ſcal hann 20
trva ſcvnſamra m(ana) orþom. þeirra eſ fvr helgan anða hafa
raꝼn oſvniligra hluta. þvi at ſveinin eſ heimſcr eſ hann etlar
moþor ſina hvga til hoS þott hann haſi mvrcr éin revnð.
PeTR⁹.

69—70 bls. Diall. Lib. IV. 35—36.

**69. bls.**      Fvrir onð ſinni. oc hof ſialfr antemno[1] þeSa. apite m̃. p.[2] 25
en hon þvþiſc ſva. Luciþ up er mer hliþ retlétiſ. oc mon
ec in ganga oc iata ðrotni þvi at retlatir gaꝩa in i hliþ
ðrottinſ. En eſ bróþr ſungo ſalma. þa kallaþi iohanneſ oc
m(ælti). Com þu biorn. en þegar eſ hann hafþi þat mælt. þa
anðaþiſc hann. Brøþrom þotti cvnlect *þat* er hann hafþi 30
melt. oc viSo eigi hvi geꝩði. en eptir anðlat hanſ vaſ

---

[1] fyrir ofan línuna stendr skrifað annarlegri hendi og bleki
antiphona.  [2] aperite mihi portas.

ogleþi micil i munclifino. En ıɴ fiorþo ðag eptır. þa ótto
muncar for tıl aɴarſ muncliff langt þaþaɴ. en eſ þeır qvomo
þangat. þa voro þar oc allır muncar oglaþır. Þa ſpurþo
þeır eſ comnır voro hvat hınom verı at ogleþı. en þeır
ſv(oroþo). auþn ſtaþar varſ gratom ver þvı at ſa broþır 5
anðaþıſc fvrır ɪɪɪ. nottom eſ baztr var ſ voro munclifı. þa
ſpurþo þeır er comnır voro hvat ſa hetı. En þat var ſagt at
hann het Bıorn. en eſ þer ſpurþo a hveʀı tıþ hann anðaþıſc.
þa revnðo þeır þat at hann hafþı á þeırrı ſtunðo anðatſc
ſem ıohanneſ callaþı hann. I þeSom atburþ ſcvrıſc þat at 10
verþleıcr þeırra vaſ ıafn beɢıa oc ótto haþır tıl eınar vıſtar
at fara eſ baþır onðoþoſc a eıɴı ſtunðo. ———— Єckıa eın
het Galla en hoɴ attı ſon þaɴ er Eumorphıuſ het. eɴ þaþaɴ
ſcamt a brɑvt attı ſa m(aþr) huſ eſ Stephanuſ het. en eſ
Eumorphıuſ hafþı tekıt bana ſott þa callaþı hann ſveın ſıɴ tıl 15
ſın oc m(ęltı). Farþu oc ſeg Stephano at hann comı hıɴat
þvı at ſcıp eſ buıt oc·ſcolom vıt fara tıl Sıcıleyıar. en ſveınıɴ
hugþı at hann meltı orar. oc vılðı eıgı hlvþa orþom hanſ.
þa m(ęltı) Eumorphıuſ eɴ vıþ ſveınıɴ. Farþu oc ſeg honom
þat eſ ec męlta. þvı at eıgı ero þetta orar. en eſ ſveınıɴ for 20
oc vaſ mıþleıþıſ comıɴ. þa møttı hann manı oc ſpurþı ſa
hann hvert hann førı. en hann qvaſc ſenðr vera eþtır Ste-
phano. en hın ſv(araþı) oc qvazc comıɴ þaþan oc ſagþı Ste-
ph(anum) anðaþan. Sveınıɴ hvarf aftr oc var Eumorphıuſ
anðaþr eſ hann com heım. en at for ſveınſınſ[1]) mattı mercıa 25
at þeır onðoþoſc baþır a eıʀı ſtunðo eſ hann fra anðlat
Stephanuſ a mıþrı goto. PeTR⁹. Hvı gegnır þat er
fegom manı ſvnðıſc ſcıp. eþa af hvı ſagþı hann ſic fara
mónðo tıl Sıcıleyıar ⁓ G.˜G. Oɴð þarf eıgı fararſcıota.
en þat var eıgı unðarlıct þott farſcoſtr ſvnðıſc ı lıcam ſem 30
lıcamr mattı ſıa. en þat var ogorlıct eſ hann letſc tıl Sıcı-
leyıar fara ſcvlðo þvı at þar ero a'þſęrı pıſlarſtaþır · en hvar
aɴarſ ſtaþar. þar cømr²) elðr up or fıallı ı morgom ſtoþom.

---

¹) í hdr. fveınſf.  ²) í hdr. cør.

oc fegıa þeır ſva eſ þar ero ı nonð at þvı fléri pıſlar ſtaþır
opnıſc ſem meıʀ nolgaſc heımſ enðır. oc ma þaþan af ſcılıa
at þvı fléri ſamnaſc þagat tıl pıſla ſem þar opnaſc vıþara
pıſlarſtaþır. en Gvþ fvnır tıl þeS her ı heımı pıſlarſtaþı. at
otruır meɴ hręþıſc þér qvalar eſ þeır mego of ſıa. eſ þeır 5
trva eıgı aþr ne hreþaſc helvıtıſ qvalar. En þat ſaɴa gvþſpıalſ
orþ. þott eıgı geſı oɴor ðómı tıl. at ıafnır meɴ ı vercı ſıno
ſcolo[1] ıafnar vıſtır hafa hvarſt ſem þeır ero goþır eþa ıllır.
Ef eıgı verı mıſıafnar vıſtır goþra m(aɴa) ı eılıfrı ðvrþ. þa
móɴðı eıgı ðrottıɴ ſva męla. margar ero vıſtır ı huſı foþor 10
mınſ. Margar vıſtır ero í eıno huſı foþor. þvı at Gvþſ vınır
taca ſunðrleıta ombon at verþleıc ſınom oc vercom ı eılıfrı
ðvrþ oc ſęlo. Sva róðı oc ðrottıɴ of ılla meɴ. ec mon mela

70. bls. vıþ cornſcvr|þar meɴ. at þeır ſamnı ıllom groſom oc bınðı
ſamaɴ ı bvnðın oc caſtı ı elð. Cornſcurþar m(eɴ) ero englar. 15
þeır bında ıll groſ ı bunðın þa eſ þeır ſamtengıa glıca glıcom
ı qvolom. at ðramlatır breɴı meþ ðramblǫtom. en ſǫrlıvır
meþ ſǫrlıfom. fegıarnır meþ fegıornom. flǫgır meþ flǫgıom.
oc otruır meþ otrvum. PeTRᵒ. Gnog ſcvnſemı com a
mot ſpurnıgo mıɴı. en hvı gegnır þat er necqverıar anðır 20
verþa ſva ſem mıſtecnar fra lıcǫmom oc cuɴo þer þat ſegıa
eſ þér coma aptr at aɴarſ onð vaſ boþıt at leıþa fra lıcam[2].
G.̃G. Ef rétt er vırt Petr. þa eſ þat kenıg en eıgı mıſſagı.
Gvþſ mıſcuɴ eſ þat eſ necqverıar anðır na aptr at hverfa tıl
lıcamſ. at þér ſe helvıtıſ pıſlır. oc hreþıſc ſena qvol eſ þér 25
truþo eıgı aþr þvı eſ þér hǫrþo.

## Fᵂ PETRO.

PeTRuſ het eınſeto muncr necqveʀ etſcaþr or hıberıa
heraþı. en aþr haɴn gengı í éınſeto. þa toc haɴn ſott oc
þottı anðaþr vera necqverıa ſtunð. En onð hanſ com aptr tıl
lıcamſ oc qvatſc ſet hafa helvıtıſ pıſlır oc necqverıa þeSa 30

---

[1]) í hdr. ıafnır m̄ ſcoᵇlo ıv⁷cıᵃ ſıno ıaᶜfnar.  [2]) í hdr. Fᵂ-lıcam
at-leıþa, með tveimr deplum yfir hvoru um sig.

heimſ metnaþar meɴ í elði. En eſ hann vaſ ſialfr leiðr at
elðinom. þa uitraþiſc hoſſ engill oc let eigi hrinða honom i
logaɴ oc m(elti) viþ hann. Hverſ aptr þu nu oc hvɢ at
van(ð)liga[1] hverſo þu ſcalt ſiþan lifa. Þa toc petruſ at lifna
oc ornoþo liþir hanſ. eſ hann vaſ allr calðr orþiɴ oc ſagþi 5
hann þa hluti eſ of onð hanſ gørþoſc oc vaſ ſva micill
meinlẹta m(aþr) ſiþan i vocom oc i foſtom at atferþ hanſ
vattaþi þat at hann hafþi ſét piſlar ſtaþi oc orþit hreðr. þvi
at almattigr gvþ veitti honom þat i ðarþanom at hann ſcvlði
eigi ðevia ſlicom ðarþa ſiþan. en þeirra m(aɴa) hiorto ero 10
horþ er eigi batna viþ þat þott þeim ſe ſvnðar aɴarſ heimſ
piſlir. — ſtephſ.[2] — þvi at gofogr m(aþr) nacqvaʀ het
Stephanuſ. en hann toc. ſott þa eſ hann var i miclagarþi oc
anðaþiſc. en lic hanſ vaſ eigi graſit a þeim ðegi þvi at kiſto
ſcvlði at honom gøra. Onð hanſ var leið til piſlar ſtapa oc 15
ſa hann þẹr ognir er hann hafþi fvʀ eigi trvat. en eſ hann
var leiðr fvrir ðomanða. þa m(ẹlti) ðómanðiɴ. Eigi baþ ec
þeɴa higat leiþa. helðr Steph(anum) iarnſmiþ. eſ þeSom eſ
nalẹgr at bvgþ. þa vaſ ſia Steph(anuſ) aptr leiðr. en Ste-
ph(anuſ) iarnſmiþr ðo a þeirri ſtunðo oc vattaþi anðlat ſmiþſinſ[3] 20
þat at hinom vere[4] ſaɴir hlutir ſvnðir. en ſia Steph(anuſ)
anðaþiſc i þeirri ſott oc manðarþ er acaſligaſt evði Rumaborg
þa er nocqvorom ſvnðoſc arvar flvga or lofti á meɴ. þa vaſ
oc onð riðara necqverſ leið fra licama ſinom. oc voro honom
ſvnðir aɴarſ heimſ hlutir oc com aptr ſiþan til licamſ. En 25
hann ſagþi ſva at hann ſa ẜ micla þa eſ brú vaſ ẏvir. oc
ór þeirri ẹ up lagþi þoco ſvarta oc illan ðarn. en oþrom
megin áreɴar voro fagrir ſtaþir oc vellir blomgaþir ollom
enom fegrſtom groſom. oc vaſ þar ilmr ðvrligr oc fiolþi hoſa
m(aɴa). Þa ſa hann bói fagra. oc hallir hoSfullar. oc ſa 30
þar ſmiþat i. huſ or golli. oc viSi eigi hveʀ þat huſ atti. eɴ
ſa hann nocqvor huſ ſva nér ẜɴi at ẏvir lagþi ſtunðom ena
ſvorto þoco oc ðarn iɴ illa eſ fvlgþi. En a bruni gørþiſc ſu

---

[1] í hdr. vanliga.  [2] í hdr. með rauðu.  [3] í hdr. ſmiþinſ.  [4] í hdr. v̄.

maNraͤn. at vanðꝛ meɴ fello ı ǫena ef ẏvꝛ vılðo gaꞃa. en
þeꝛ ef ſvnþa laͤSꝛ voro ruɴo ẏfꝛ bruna ꬵruɢır tꝛl enſ fagra
ſtaþar. þar ſa hann eɴ hofþıngıa þaɴ er Pᴇᴛʀuſ het bunðꞃ
ıarnꝛ ı mẏrcom ſtaþ. oc ſpurþı hann hvꝛ hann hefþı ſva
mꝛcla qvol. Honom vaſ ſact at Pᴇᴛʀuſ verı þvꝛ ı pıſl þeꝛrꝛ.   5
at honom gek helðꝛ grꝛmlecr en retlꞇlı tꝛl þeS eſ.

71—74 bls.: Diall. Lib. IV. 2—13, beint áframhald af 68 bls. í hdr.

**71. bls.**   Sa ef ꝛfar of ofvnꝛlıga hlutꝛ. mꝛoc ſva ef hann heꝛþꝛɴ oc
otrúr. En ſa er otꝛvꝛ er grvna vꝛll of þat e(r)[1] ꝛfar en(gꝛ)[1].
(G.G.)   Dꝛarflıga ſegı ec þat at heꝛþnꝛr meɴ ero eꝛgı trv-
laͤSꝛr. Ef þu ſpvʀ heꝛþꝛɴ maɴ hveʀ ſe faþꝛr hanſ eþa moþꝛr.   10
þa moɴ hann þegar nefna þaͤ beþı. En ef þu ſpvʀ hann
hve nꞇr hann verı getꝛɴ eþa[2] alꝛɴ. þa moɴ hann þat eꝛgı
lataſc vıta. oc trvꝛr hann þvꝛ ef hann hevꝛr ſogo at eꝛnſ tꝛl
hverſ ſonr hann ſe. H(afa)[1] otrvꝛr meɴ trv. oc þevgꝛ tꝛl
Gvþſ. þvꝛ at þeꝛr verı eꝛgı otrvꝛr ef þeꝛr trvþı Gvþꝛ. En af   15
þvꝛ ef rett at ſaca þa (of)[1] otrv ſına ef þeꝛr trva þvꝛ of lꝛcam
ſıɴ ef þeꝛr ſıa eꝛgı. En berlꝛg ſcvnſemꝛ ef tꝛl þeS at ſvna
meþ (trv)[1] at onð lꝛfꝛr eptꝛr lꝛcamſ ðaͤþa. Þreɴa lꝛſſ anða
ſcapaþı Gvþ .I. þaɴ ef eꝛgı er holðꝛ hul(þr)[1]. þat ero eꞃlar.
en aɴan þaͤ ef holðꝛ ef hulþr. oc ðevr meþ holðꝛ þat ero   20
ofcvnſamlꝛg cvcq(venðı). en þaͤ en ꝛꝛꝛ. ef holðꝛ ef hulþr. oc
eꝛgꝛ ðev́r meþ holðꝛ þat ero meɴ. Sva ſem m(aþr) er lꞇgrꝛ
en eꞃ(lar)[1]. oc óþrꝛ en cvcqvenðꝛ. ſva hevꝛr hann oc hlut
af eɴꝛ óþrꝛ ſcepno oc eɴe oꝗþrꝛ. oðaͤþleꝛc anðar hevꝛr
(hann)[1] ſem eꞃlar. en ðaͤþleꝛc holðc ſem cvcqvenðꝛ. unc   25
uprꝛſo ðvrþ evþꝛr ðaͤþleꝛc holðzınſ. oc feʀ allt ſaman tꝛl
Gvþſ onð oc lꝛcamı. þvꝛ at hvartvegıa þıonaþı her Gvþı. Sva
fvrferſc oc eꝛgı vanðra m(aɴa) lꝛcamꝛr ı (ðaͤþa)[1] þvꝛ at þeꝛr
ero ǫn enða ı eꝛlꝛfom ðaͤþa at onð oc lꝛcam. er mꝛſgorþo
beþı í onð oc lꝛcam.   PETR.   Vel lꝛca mer allꝛr hlutꝛr   30
þeꝛr ef þu ſegꝛr. En ef ſva mꝛcıl gréꝛn ér a mꝛþlı m(aɴa) oc

---

[1] rifið utan af blaði.   [2] í hdr. ⱴ.

cvcqvenða fem þu fegir. Hvt gegnir þat ef Salomon m(elti).
Gvþ revnðt fono m(ana) oc fvnðt þa glica vera ðvrom. þvt at
I. er ðæþi m(ana) oc fmala oc iafnt óþli hvarftvegia. Sva
ðevr m(aþr) fem fmali. oc hevir hann eki framaR en cvqvenði.
Allir blutir liGia unðir onvtiom oc feR allt til einf ftaþar. 5
Allt þat ef or iorþo ef fcapat fcal i iorþ fara.  G.G.  Sia
boc Salomonf ef þeSi orþ ero ór tecin er colloþ ecclefiaftéf.
en þat þvþifc þigheviandi.  En þigheviandi ftæþvar þretor
alþvþo oc leiþir til einar fcvnfemi morg atqveþi þretanða
lvþf.  En fia boc ef af þvt colloþ þigheviandi. at i heæe ero 10
morg atqveþi þæ er ofcvnfom alþvþa metti hvGia eþa¹) um-
þręta.  oc er þar mart melt eptir alþvþo ahuga oc eptir
funðrleitri fcilnigo margra maNa.  En faþr þighev(iandi)
ftoþvar allar þretor .oc leiþir alla til einf atqveþif. þa ef
hann melir fva i enða bocariNar.  Hevrom ver allir famaN 15
enða þeSa malf.  Hrezcþu Gvþ oc halt boþorþ hanf. þat ef
melt viþ alla meN.  Ef Salomon hefþr eigi margra fcilnig
funðrleita lvfta i boc þeSi oc margra orþom melt. þa mónði
hann biþia alla faman at hevra enða malf meþ fer.  En er
hann męlir fva at niþrlagi hevrom ver allir faman enða malf. 20
þa ef hann þeS vottr ef hann hafþi eigi aþr éinmelt. þvt at
þat ef fumt i þeSi boc ef melt ef fva fem af ofcvnfamligri
fpvrnigo. en fumt fvarat af fcvnfemi. fumt ef męlt eptir
heimf munoþom. en fumt ftoþvar hug fra munoþom fvr
fcvnfemi. þvt at þar ef fva melt. þat fvnifc mer gott at 25
m(aþr) éti oc ðreci oc nioti fagnaþar af erfiþi fino.  En fva
er męlt fiþaR i eNi fomo boc. Betra ef at fara til hrvGleicf
hvf en til fagnaþar.  Her fvnir þat at hann męlir et fvRa
mal af ofcvra m(ana) aliti ɛn et eptra af fcvnfemi. þvt at
hann fvnir þegar hver nvtfemi er at fara til þeS hvf ef 30
ðæþr maþr er gratiN. þvt at þar fvnifc enðir allra hluta. oc
hvɛr lifanði m(aþr) þa at hvtlicr hann fcal verþa. EN ef þar
fva ritiþ. Gleþfc þu ungr m(aþr) i øfco þini. oc let hann þat

---

¹) í hdr. Ⱡ.

eptɪr fara.   Onv́t ef ófca oc munoþ.  þa ef **haɴn** fvftɪ þeS
fvr ef **haɴn** talþɪ onv́tt fiþaʀ.  þa fcvrþɪ **haɴn** þat at **haɴn**
meltɪ aɴat af lɪcamlɪgom hug. en aɴat af lɪcamlɪgrɪ fcvnfemɪ.
fva fe*m* **haɴn** talþɪ fvr gott vera at eta oc ðreca oc lɪfa at
munoþom en fiþaɴ laftaþɪ **haɴn** þat fvr retta fcvnfemɪ.   Sva   5
fórþɪ **haɴn** oc fram af oftvrcra m(aɴa) alɪtɪ þat atqveþɪ ef
**haɴn** m(ęltɪ) fva.  Eɪn er ðaʀþɪ oc ɪafnt øþlɪ m(aɴa) oc fmala.
Sva ðevr maþr fe*m* fmalɪ. oc hevɪr ekɪ framaʀ en cvqvenðɪ.
En þar let h*à*ɴn eptɪr fara fcvnfamlɪct atqvęþɪ.   Hva*t* hevɪr
fpacr m(aþr) framaʀ en heɪmfcr |  (n)ema þat at **haɴn** feʀ 10
þangat ef lɪf ef.  Þar er **haɴn** meltɪ' þat fvʀ at maþr hefþɪ
ekɪ framaʀ en cv(qve)nðɪ[1]. en nu fpvr **haɴn** þeS hvat fpacr
maþr hafɪ framaʀ an cvqvenðɪ oc framaʀ en heɪmfcr m(aþr).
þat þa at (**haɴn**)[1] feʀ þaɴat ef lɪf ef..   I þvɪ atqveþɪ fvnðɪ
**haɴn** at eɪgɪ ef her lɪf m(aɴa) er **haɴn** qvað þat aɴarf ftaþar 15
(ver)[1]a.  þat hevɪr m(aþr) framaʀ en fmalɪ. ·at fmalɪ lɪvɪr eɪgɪ
eptɪr ðaʀþa. en maþr tecr þa at lɪfa (er)[1] **haɴn** lv́cr fvnɪlɪct
lɪf meþ lɪcamf ðaʀþa.   En meltɪ Salomon fiþaʀ ɪ eɴe fomo
(bo)[1]c.  Uɪn þu gott meþaɴ þu matt. þvɪ at eɪgɪ ef verc ne
fcvnfemɪ ne fpecɪ ɪ helvɪtɪ (þa)ɴat ef þu hrapar.   Hʋerfo ma 20
eɪɴ ðaʀþɪ eþa ɪafnt óþlɪ vera m(aɴa) oc fmala. þar ef (fm)[1]alɪ
lɪvɪr eɪgɪ eptɪr ðaʀþa. en anðɪr vanðra m(aɴa) ero leɪðar tɪl
helvɪtɪf oc ðevɪa þęr eɪgɪ þar eptɪr lɪcamf ðaʀþaɴ.   En ɪ fva
funðrleɪto atqveþɪ fcvrþɪ eɴ faɴɪ þɪɴhevɪaɴðɪ (þat)[1] at **haɴn**
m(eltɪ) aɴat af lɪcamlɪgrɪ freɪftnɪ en aɴat af anðlɪgrɪ fcvnfemɪ. 25
PETR⁹.     þeS vɪl ec þɪc nu bɪþɪa at þu lovɪr mɛr at fpvrɪa
necqveʀa hluta af oftvrcra maɴa (he)nðɪ. at þat gefɪ oftvrcɪom
fcvnfemɪ ef ec tec þeɪrra fpurnɪngar.     G.G.     Fvr hvɪ
móna ec þat eɪgɪ lofa at þu varcvɴɪr oftvrcɪom m(oɴom) þar
ef Poll poftole melɪr fva.  Allt varcvnða ec ollom. at ec mętta 30
ollo*m* of hɪalpa.  Nu ef þu górɪr þat af aftar varcuɴ þa mon
þu framarla ɪ þvɪ gofgafc ef þu glɪcɪfc enom ózta keɴanða.
PETR⁹.     Þar var ec ftaðr ef m(aþr) anðaþɪfc fa er lɪtlo aþr

---

hafþı melt viþ mic. Ec fa hann anðafc. en ec matſa eıgı
fıa hvart onðın for fra lıcamnom eþa eıgı. oc þvkı mer
torvellıct at trva þvı at þaſ mónı vera oc lıfa ef engı ma fıa.
G.ˉG.    Hvat unðrafc þu þaſ Petr þoſſ þu fer eıgı onðına ef
hon fcılfc vıþlıcamıɴ þar er þu fer. hana eıgı meþaɴ hon er 5
ı lıcamanom. eþa etlar þu mıc af þvı anðlaͥfaɴ vera at þu
fer eıgı onð mına nu ef þu melır viþ mıc. Ofvnılıct ef óþlı
anðar oc fcılfc hon ofvnılıga vıþ lıcamıɴ fva fem hon ef
ofvnılıga[1] ı lıcamanom.    PETR⁹.    Scılhafc ma mer lıf
anðarınar af lıcamſ hróríɴom. þvı at eıgı metſı lıcamr hrórafc 10
nema onð vere meþ honom. en ec ma af óngom hlutom
eþa[2] vercom of fcılıa lıf anðar eptır lıcamſ ðaͥþa þvı at þaſ
ma ec eıgı fıa.    G.ˉG.    Sva fem afl anðar lıfgar oc
hrórır lıcam fva fvllır afl Gvþf allͤa hlutı. oc gefr fumom at
lıfa en fumom at vera oc lıfa eıgı. Ef þu ıfar eıgı Gvþ vera 15
ofvnılıgaɴ allͤz fcapanða oc ftvranða oc fvllͤanða. fva fcalðu
oc eıgı ıfa hann hafa þıonofto ofvnılıgra hluta. þvı at þaſ
fomır at ofvnılıgır hlutır þıonı ofvnılıgom Gvþı en þaſ ero
englar oc anðır heılagra. Sva fem þu fcılr lıf anðar af
lıcamſ hróríɴo. fva fcalðu fcılıa af Gvþf metſı lıf anðar 20
þeırrar ef viþ lıcam ef fcılıþ. þvı at hon ma ofvnılıga lıfa
þar ef hon fcal ofvnılıgom ɢvþı þıona.    PETR⁹.    Reſſ ef
þaſ allͤt fagt. en hugr ma eıgı trva þvı ef lıcamſ aͥga ma
eıgı fıa.    G.ˉG.    Pollͤ poſtole melır fva. þaſ ef trva at
vetſa þeS ef eıgı ma fıa. þvı at eıgı ma þaſ trva callͤafc þoſſ 25
m(aþr) trvı þvı ef hann fer. En. ef þu hvͤr at. þa matſu
óngvͤa hlutı of fıa af ofvnılıgo óþlı. Allͤa lıcamlıga hlutı ma
lıcamſ ogom fıa. en ekı ma lıcamſ ogom fıa nema ofvnılıg
onð eflı þaſ tıl fvnar. þa er ofvnılıg onð hverfr fra lıcamnom
þa ero opın ǫgo eptır ı lıcamnom. oc fıa ekı. Ef þaͥ fıa 30
aþr m(aþr) verı anðaþr. hvı fıa þaͥ ekı þegar er aͥnðın er a
braͥto. Setıom ver fvr hugfcotſ aͥgo oS at gera huf oc reıfa
up fulor oc bera tıl grıot oc vıþ. Hveʀ vıþr þaſ verc. hvart

---

[1] í hdr. ofı͛nılıga.    [2] í hdr. Ƴ.

heldr fvnilıgr lıcamr ef býrþar beʀ eþa[1] ofvnılıg avnð ef
lıcam hıfgar ⸰⸰ Ef en ofvnılıga onð ef fra lıcam tecın. þa ma
lıcamr fic hvergı hrøra ef aþr fvnðıfc hann hróra ftorar
bvrþar. Af þeSom hlut ma marca at ekı ma fcıpafc ne gort
verþa her ı fvnılıgom heıme nema fvr ofý(nı)lıga[2] fcepno. 5

**73. bls.** þvı at fva fem Gvþ lıfgar | oc fvllır oc hrórır ofvnılıga hlutı.
fva lıfgar hann oc hrórır lıcamlıga hlutı fvr ofvnılıga fcepno.
PETR[9]. Meþ þeSı malfonon verþ ec fcvlðr at vırþa mıoc
fva enfeıf fvnılıga hlutı þar ef ec ıfaþı aþr of ofvnılıga. En
fva fem ec fcıl lıf anðar ı lıcam af lıcamf hróringo. fva vılða 10
ec fcılıa lıf heʀar eptır lıcam af necqverıom faʀonar dómom.
G.G. Eıgı mønðo poftolar oc pınıgar vattar Crıftc. fvrlıta
þena heım oc felıa lıcam fın tıl bana. ef þeır vıSı eıgı vıft
lıf anðareʀar. þu fcılr lıf anðarıʀar af lıcamf hróringo. en
þeSır ef lıcamı fına felðo tıl bana oc truþo anðar lıfı eptır 15
lıc(amf)[3] lıf. þeır fcına nu ı enom héftom ıarteınom. Sıvcır
meʀ coma tıl ðavþra lıcama þeırra oc verþa heılır. oc flóıa
(ðıo)[3]flar fra oþom. Davþır meʀ ero þaʀat bornır oc lıfna.
Uırþu þa[4] hverfo anðır þeırra lıfa þar er alzcvnf ıarteınır
verþa at ðavþom lıcomom þeırra. Ef þu fcılr lıf anðar ı 20
lıcam af lıcamf hróringo fvr hvı fcılr þu eıgı lıf heʀar eptır
lıcamf ðavþa af þeım ıarteınom ef af beınòm heılagra m(aʀa)
gørafc. PETR[9]. Engı hlutr ftenðr nu a mot þeSı foʀon.
þvı at ver verþom fcvlðır at trva af ofvnılıgom hlutom þvı ef
ver fıom eıgı ı þeSom heımı. G.G. Fvr fcomo aþr gaztu 25
at þu mattır eıgı fıa onðına er hòn fcılþıfc vıþ lıcamıʀ. En
þeır hafa margır verıt ef fva hreınfoþo hugfcotf avgo fın ı trv
oc ı bónom at þeır nøþo at fıa anðır þa ef þér fcılþofc vıþ
lıcamı. Af þvı ef mer navþfvn at fcvra þat hverfo anðır hafa
fenar verıt. eþa[5] hvat þér hafa fét. eþa[5] fagt ı bravt fını. 30
at dómı megı ftvrcıa recanða hug. ef eıgı ma orþa fcvnfemı
éın faman. þeS gat ec fvʀ í boc þeSı at fcf Beneðıctuf fa

---

[1] í hdr. Y.   [2] í hdr. ofýlıga.   [3] rifið utan af blaðí.
[4] í hdr. ǵ = ıgıtur = þá eða því.   [5] í hdr. Y.

of miþia nott allan heim.  I þeirri fvn fa hann engla Gvþf
bera onð Germanuf bý(fcopf) til himinf.

Bróþr ii. gofgir voro. aNaR þeirra het Speciofuf en aNaR
Gregoriuf. þeir górþofc lerifveinar Beneðictuf. oc let hann þa
vera i munclifi þvi ef fcamt ef fra borg þeirri ef terracinenfif 5
heitir.  Þeir hofþo aþgir verit. en hofþo all aþefi fin gefit
amom m(oNom) til hialpar onðom finom oc þionoþo i munch-
lifi.  En þa ef Speciofuf vaf fenðr of ð(ag) fvr naþfvniom
munclifif til borgar þeirrar ef Capua heitir. þa fat Gregoriuf
of borþi meþ bróþrom.  oc fa hann þa anð broþor finf 10
fciliafc viþ licamin oc fagþi þat bróþrom.  oc for þegar til
borgarinar. oc vaf þa broþir hanf grafiN ef hann com.  en a
þeirri ftunðo anðaþr fem hann hafþi fet anð hanf fciliafc viþ
licam. ~~~~~~~~~

Necqverir meN foro a fcipi or SiciLevio oc til Ruma- 15
borgar.  En ef þeir voro i miþio hafi.  þa fó þeir anð
necqverf goþf maNz.  þeS er var i Samnia heraþi fara til
himinf.  En ef þeir ftigo a land þa fpurþo þeir a þeim ðegi
Gvþf þrel anðatfc hafa fem þeir fó anð hanf til himinf
fara. ~~~~~~~~~ 20

EiN heilagr abbati het Sepf[1]).  fa ati munclif i Nurfia
heraþi.  honom hlifþi Gvþ viþ eilifom barðaga en hann fvnði
honom her beþi mifcuN oc raþnig.  xl. vetra vaf hann
fionlaS fva at hann matti eki fia.  En egi ma ftanðafc
raþnig Gvþf nema mifcuN hanf fvlgi oc veiti hann þolinmóþi 25
i meinom.  þvi at fvr utan þolinmøþi gerifc fu raþnig at
fvnþa aca. ef til fvnþa bota fcvlði fett vera.  En Gvþ fer
oftvreþ ora. oc varþveitir oS a miþli barðaga oc reþr oS til
batnaþar fem fonom.  Sva górþi hann oc viþ þena maN in
gamla. at let hann alðregi tvna eilifo liofi.  þott hann hefþi 30
mift licamligf liof.  Uarþveitfla heilagf anða hueaþi hiarta
hanf.  þott barðagar móði licam hanf.  En ef hann hafþi xl
vetra fioniaf verit. þa gaf goþ honom fvn. oc vitraþi fvrir

---

[1]) réttara Spef.

honom anðlat hanſ. oc mıntı hann at hann ſvnðı muncom
ſinom anðar hof ı kenıgom þa eſ hann haſþı tecıt lıcamſ
hoſ. En abbatı hlýðı boþorþı ðrotınſ oc for of oll munchſ
þar eſ ı hanſ ſýſlo voro. oc cenðı m(onom) ı orþom þa ſıþo.
eſ hann helt ſıalfr meþ vercom. En hann com aptr a enom 5
fımtogonða ðegı tıl munchſſ oc callaþı tıl ſın bró́þr oc toc
corpuſ ð(omı)nı. oc hof up ſalmaſong meþ þeım. En eſ
þeım vaſ tıþaſt at ſvngva ſalma þa anðaþıſc hann. En allır
ſo þeır er hıa voro ðuſo fara ut or munı hanſ. oc ſlvga or
huſıno ı gegnom gluɢ tıl hımınſ. | En aʼnð hanſ var þvı 10
ſvnð ı ðuſo lıcı at Gvþ vılðı þat ſvna hverſo meınlaʼS ſıa
Y var. ——————

Preſtr necqver vaſ ı Nurſıa heraþı ſa eſ meþ mıcıllı
Gvþſ elſco varþveıttı lvþ ſın. En ſıþan eſ hann haſþı preſtc
vıgſlo tecıt. þa vaſ hann ſva vaʀ vıþ ſamvıſto cono þeırrar 15
eſ hann haſþı atta ſem þar verı fıanðı. en þo elſcaþı hann
hana ſem ſvſtor. oc let alðregı ı nonð ſer coma. þvı at helgır
meɴ venıa ſva at þeır qvıþıa ſer opt loſaþa hlutı at þeır
verþı lant ſcılþır fra oloſoþom. Af þvı let preſtrıɴ alðregı
conona (ſer)[1] þıona. at hann tócı eıgı freıſtnı af heɴe. En 20
a ınom ſertogonða vetre þaþan fra eſ hann vaſ tıl preſtc
vıgþr þa toc hann ſott mıcla. En eſ cona hanſ ſa hann at
bana comıɴ oc náflıtr vaſ a honom. þa gec hon at honom
oc lagþı evra ſıtt vıþ anðlıt honom oc hlóraþı hvart lıff anðı
verı ı noſom hanſ. En hann kenðı þeS þott hann mettı lıtıþ 25
oc leıtaþı vıþ at mę́la. oc ſtvrcþıſc hann ſva at hann m(ę́ltı).
Far a bravt þu cona lıvır elloz gneıſtı tac bravt þu ſǫþena.
En eſ hon for a bravt. þa toc at vaxa megın hanſ oc melte
hann meþ mıcıllı gleþı. Comıt heılır ðrotnar mınır. comıt
heılır ðrotnar mınır at vıtıa þrelſ ýcarſ. En eſ hann m(ę́ltı) 30
opt et ſama. þa ſpurþo þeır eſ hıa ſtoþo vıþ hverıa hann
m(ę́ltı). En hann ſv(araþı) þeım. Seþ eıgı er poſtola Gvþſ
Petar oc Pól eſ her ero nu comnır. þa ſnórıſc hann tıl

---

[1] rıfıð utan af blaðı.

þeirra oc m(ęlti). · Nu mon ec coma nu mon ec coma. En
hann andaþifc þegar ef hann hafþi þat męlt. oc fvlgþi
poftolom þeim ef honom vitroþofc. þat berr opt at hendi
retlotom at helgir meɴ vitrafc þeim i andlati at þeir hreþifc
þa fiþr banaɴ helðr huɢifc þeir af beilagra famlagi.  5

Fra Probufi[1]).

Probuf het bý(fcop) borgar þeirrar ef Reatina heitir. En
þa ef nolgaþifc endimarc liff hanf. þa toc hann þuɢa fott
En faþir hanf Maximuf fende viþa meɴ eptir lęcnom oc
hugþi at þeir mondi hann heilan góra. En ef lęcnar qvomo
til hanf þa viSo þeir þegar. oc fogþo at hann móndi eigi 10
leɢi lifa. En ef at nottorþar mali com: þa melti Probuf
bý(fcop) viþ foþor fiɴ oc viþ þa ef comnir varo at þeir
móndi fara ɪɴ i fcala oc matafc oc hvilafc eptir erfiþi.
Allir hurfo þeir i fcala ɪɴ nema fveiɴ .I. ungr vaf meþ
býfcopi. En ef hann ftoþ fvr rekio bý(fcopf). þa fa hann ɪɴ 15
ganga til hanf meɴ hofa oc fcrvða hvitom clęþom. oc varþ
hann hreðr oc callaþi oc fpurþi hverir þar veri. En ef
bý(fcop) hevrþi call fvein/inf[2]). þa léit hann til oc fa þa ef ɪɴ
geɢo. oc kendi oc huɢaþi fveiniɴ oc m(ęlti). Hrezc eigi þu
þeir Iuvenalif oc Eleutheriuf Gvþf vattar qvomo til min. En 20
fveiɴɴiɴ matti eigi ftandafc fvn þeSa oc raɴ til fcala oc fagþi
þeim ef ɪɴi voro hverir comit hofþo til býfcopf. ´ En þeir
runo ut fcvndiliga oc fundo bý(fcop) andaþan. þvi at þeir
hofþo onð hanf meþ fer ef fveiniɴ matti eigi ftandafc
at fia. ⌇⌇⌇⌇⌇⌇  25
Galla het ricf maɴz dottir i Rumab(org). hon var ung
maɴi gefin en fa lifþi I. vetr fiþan. En ena ungo ekio mętti
beþi ófca oc aⁿþófi fýfa til maɴeignar i aɴat fiɴ. þa þvdifc[3])
hon helðr himnefca famcundo þa ef meþ hrvgleic heffc oc
cømr of fiþir til eiliff fagnaþar en licamliga munoþ þa ef 30
heffc meþ gleþi en endifc meþ grati. En þat fogþo heɴe

---

[1]) Fʷ þbvfi með rauðu.  [2]) í hdr. fveiinf.  [3]) í hdr. þvðófc.

lǫcnar at hon móndi fcesiaþ verþa. nema hon veri maxi
gefin i anat[1] fin oc var þat fem þeir fogþo.  En heilog
cona fcamþifc eigi ena ýtri lýta andlitf finf. þvi at hon
helgaþi himnefcom bruþguma ena iþri fegrþ hiarta finf.
þegar er buandi hexar var andaþr þa caftaþi hon veraldar 5
bunigi oc toc nuno vigflo. oc þionaþi Gvþi marga vetr i
kirciofcoti Petrf poftola i nuno fǫtre meþ hreino hiarta oc
ftaþfefti bóna oc var milð viþ þurfa mex.  En ef Gvþ vildi
hexe gialda eilifa ðvrþ fvr erfiþi fiti þa toc hon brioftf full.
En hon var von at brexa hofi of nętr fvr hvilo fini þvi at 10
hon elfcaþi et faxa hof.

75—78 bls.: Diall. Lib. IV. 26—85.

**75. bls.** þa ef maxdaþr micill for of morg heroþ þa toc fia maþr
foti.  En ef hann vaf at bana comix þa com Felix býfcop til
hanf oc talþi fvrir honom at hann fcvldi eigi ðaþa hreþafc. 15
oc het honom ex lengra lifi oc travfti Gvþf mifcunnar.  En
hann fv(araþi).  Fvlð ef nu tiþ min. þvi at ungr m(aþr)
vitraþifc mer oc fvndi rit oc baþ mic lefa. þar fa ec mitt[2]
nafn fvrft. en fiþan allra þeirra ef þu fcirþir býfcop á enom
nęftom pofcom. oc voro allra nofn gollftofom ritin. en ec 20
veit þat vift at ver allir monom fcioti viþ þetta lif fciliafc.
En Mellituf andaþifc en fama ð(ag). oc ef fair ðagar liþo
þaþan þa voro andaþir allir þeir ef á þeim pafcom voro
fcirþir.  En af þvi fa Gvþf þrell nofn þeirra gollftofom ritin.
at þa fcolo aldregi fcafafc af liff boc a himni.  Sva fem 25
þeSom m(oxom) motto vitraþir verþa óorþnir hlutir.  fva
mego oc ftvndom andir aþr þęr fcilifc viþ licami fia himnefc
taecn. ex helðr vacandi en i ðramom.

F͛ fmala fveini.[3]

30

I hufom ricif maxz þeS ef Valerianuf hét vaf fmalafvein
nacqvar einfalðr oc litillatr.  En ef mandaþr com i huf
Valerianuf.  þa toc fveinin foti.  En ef hann þotti mioc fva

---

[1] í hdr. axā.  [2] í hdr. mix.  [3] Fyrirsögn með rauðu.

at bana comiɴ. þa hvarf hann aptr tıl lıff oc heımtı þangat
Valerıanom haʀa ·fıɴ. oc m(ęltı) vıþ hann. A hımnı vaſ ec
nu. oc veıt ec hverır her mono anðaſc. oc moɴat þu ı þvı
flıoþı verþa. En þat ef at ıarteınom at ec vaſ a hımnı. at ec
nam þar at męla á allar tungor. Þu vıSır at ec cuɴa eıgı 5
gırzco męla. Męl þu nu vıþ mıc gırzct mál. oc rev́n at ec
kaɴ allar tungor męla. Þa meltı Valerıanuſ vıþ hann á
gırxco. en hann ſv(araþı) a þa tungo ſva ſem hann hefþı þar
alıɴ verıt. Eıɴ þıoɴ Valerıanuſ vaſ ętſcaþr af norþrıonðom
oc męltı þv́þeſco. ſa vaſ leıðr tıl enſ ſıvca oc m(ęltı) hann 10
vıþ hann a ſína tungo. En eɴ ſıvcı ſv(araþı) a þa tungo.
ſem hann hefþı meþ þeırrı þıoþo fóðr verıt. þa unðroþoſc
allır þeır ef hevrþo oc ·truþo at hann cvnı á allar tungor
mela. þa er þeır revnðo at hann męltı a þęr .II. ef hann
cunı eıgı aþr. En anðlat hanſ ðvalþıſc tva ðaga. En á enom 15
III. ðegı þa órþıſc hann oc bét meþ toɴom arma ſína oc
anðaþıſc ſıþan. En ef hann vaſ anðaþr þa anðaþıſc hveʀ at
oþrom þeırra ef hann hafþı ſagt at anðaſc móndı. oc óngvır
aþrır ı þvı huſı en hann hafþı a qveþıt at anðaſc móndı.
· PETR². Ogorlıct mal ef þat· er hann varþ ſıþan fvr ſva 20
mıcıllı pıſl þar er· hann naþı fvʀ ſva ðvrlıgrı gıof. G.G.
Hveʀ megı vıta levnða ðoma Gvþſ·ꝏ Hreþaſc ſcolom ver
ogn þeırra. en grafa eıgı umb þat ef ver megom eıgı ſcılıa.

ÞƐophanıuſ het I. rıcıſm(aþr) ı borg þeırrı ef Centum-
cellenſiſ hetır. ſa var geſtrıſıɴ oc olmoſogıarn oc coſtgęfr 25
tıl goþra verca. oc bar hann ahvɢıo fvr morgom veraðlıgom
hlutom. en at þvı ſem ęfıloc hanſ urþo. þa ſtarfaþı hann
meıʀ af naꝛþſvnom ı ıarþlıgrı ſvſlo en af ſvſt ſıɴ. En ef
nolgaþıſc anðlat hanſ þa górþı hrıþ mıcla. Kona hanſ varþ
hrvɢ vıþ þat oc vanðreðıſc umb þat hverſo lıc hanſ ſcvlðı tıl 30
grafar fóra. ef eıgı mattı or huſı ut comaſc fvr hrıþ. En
þeophanıuſ m(ęltı). Grat eıgı þu cona. þvı at þegar moɴ heþ
vera ef ec em anðaþr. Oc ef hann hafþı þat melt. þa
anðaþıſc hann oc górþı þegar héþ. þar foro aþrar ıarteınır
eptır. þvı at henðr hanſ hofþo hrvfar verıt oc føtr oc vall 35

**76. bls.** hᴜartveɢıa vagı. | En ef lıcı hanſ var þvegıt. þa voro henðr
hanſ ſva heılar oc føtr ſem alðregı hefþı hrvfı á verıt. Sıþan
var hann lagþr ı ſteınþro. en ef þaþan lıþo IIII. ða(gar). þa
górþıſc ſa atburþr at up var locıt grof hanſ oc lagþı ſva
ðvrlıgan ılm or ſteınþromı ſem þar verı ðvrlıg ſmvrſl en eıgı 5
fuıt holð.     PETR⁹.     Gnoglıga tel ec nu ſvarat vera
ſpurnıŋo mını. en þat ef eptır ef mer þvkır þarf eɴ at
ſpvrıa. ef heılagra m(aɴa) anðır ero þegar a hımnı ef þḗr
ſcılıaſc vıþ lıcamı.     Hᴜart ıllra m(aɴa) anðır ſe þegar oc ı
helvıtı. þᴠı at ſumır ꬶtla at eıgı ſe ſvnþogra m(aɴa) anðır ı 10
qᴠolom fvrır ðomſ ðag.     G.ᷓG.     Ef þu trvþır heılagra
m(aɴa) anðır a hımnı veſa ſem helgar rıtnıŋar ſegıa. þa
bvrıar at þu trᴠır vanðra m(aɴa) anðır ı helvıtı vera. þᴠı at
ſva ſem retlatır fagna af æmbonn retlḗtıſ í ðvrþ. ſva ef oc
naᴠþſvn at trᴠa þᴠı at ranglatır brennı í eılıfom eldı þegar 15
eptır anðlat ſıtt.     PETR⁰.     ·Hverſo ma þᴠı of trᴠa at
lıcamlıgr elðr megı halða á olıcamlıgom hlut.     G.ᷓG.     Ef
halðaſc ma olıcamlıgr anðı ı lıfanða lıcam m(aɴ)z. fvr hᴠı
megı þa eıgı eptır anðlat lıcamlıgr elðr of halða olıcamlıgom
anða.     PETR⁹.     Af¹) þᴠı helzc olıcamlıgr anðı í lıfanða 20
lıcam at hann lıfgar lıcamıɴ.     G.ᷓG.     Ef olıcamlıgr anðı
ma halðaſc ı holðı þᴠı ef hann lıfgar. fvr hᴠı megı hann
eıgı halðaſc þar ef hann ðevþıſc ı qᴠolom.     En ſva ſegıom
ver anða halðaſc eþa²⁾ ðevþaſc ı elðı at hann lıvır þar oc
kennır ſın oc er þat qᴠol hanſ oc brunı ef³⁾ hann ſer ſıc 25
qᴠelıaſc oc breɴa.     Sva breɴır lıcamlıgr hlutr olıcamlıgan
anða at af ſvnılıgom elðı górıſc oſvnılıgr ſarlécr ſa ef qᴠelr
olıcamlıgan hug.     En þo bera ɢvþſpıallᴜc orþ þat vıtnı at
anðır qᴠelıſc beþı ſvnılıga oc oſvnılıga ı helvıtı. ſem ſagt ef
fra oþgom m(aɴı) ef grauıɴ ᴠar ı helvıtı.     En hann vattaþı 30
þat at hann vaſ bundıɴ ı elðı þa ef hann mꬵltı vıþ Abraham.
Sentu Lazarom at hann ðrevpı a tungo mer vatſ ðropa af
enom mınſta fıngrı ſınom. þᴠı at ec qᴠelıomc ı þeSom loga.

---

¹) í hdr. Ɛf.   ²) í hdr. Ⲅ.   ³) eſ tvítekıð í hdr.

Hveʀ møni fpacra m(aɴa) miftrua þaʇ at elðr megi halða a
· ǫnðom fvnþʏþogra. þar ef ðroʇʇɪɴ fialfr fagþi fvnþgaɴ m(aɴ)
vera fvrðømþaɴ tɪl elðf. PETR⁹. Scvnfamlɪg foɴon
eɢiar hug miɴ tɪl tru. en harþleicr hiartanf ma eigi of
fcilia hverfo licamlɪgr hlutr má halða eþa qvelia olicamlɪgan. ·5
G.⁓G. Hvart etlarþu ohreina anða þa ef af himni fello
vera licamliga eþa¹) olicamliga ⁓ PETR⁹. Hveʀ møni
héilviti m(aþr) etla engla vera licamlega. G.⁓G. Hvart
etlarþu helvitif elð vera licamligaɴ eþa eigi ⁓ PETR⁹.
Eigi ifa ec þaɴ elð licamligaɴ vera. ef víft ef at licama brenir. 10
G.⁓G. Dʀoʇʇɪɴ melɪr fva viþ rekniga a ðomf ðegi. Fariþ
ér ɪ eilífaɴ elð. þaɴ ef ðiofli ef buɪɴ oc englom hanf. Ef
ðiofolʇ oc englar hanf olicamligɪr qveliafc ɪ licamligom elði.
hvat ef þa unðarlict þoʇʇ anðɪr keɴi licamligra qvala aþr þę́r
taci licami. PETR⁹. Avþfę́ ef fia fcvnfemi oc ma hugr 15
eigi lengr ifa ne grafa uɱ þeʇʇa mál. G.⁓G. Siþan er
þu truþɪr faþre fcvnfemi. þa verþr mer naʏþfvn at faɴa þeʇʇa
meþ necqveriom ðómom. A ðogoɱ þioþrecf k(onoɢ)f. for
ricífm(aþr) necqʏeʀ tɪl Sicileviar or Rumab(org) a fcipi. En
ef haɴɴ for aptr þa lenði haɴɴ viþ év þa ef Liparif heitɪr. 20
en þar var muɴcr necqʏeʀ heilagr í einfeto. En ef aþrɪr
fcipverar bøʇʇo fcipfréiþa. þa gek ftvrim(aþr) tɪl fvnðar viþ
muɴcɪɴ at haɴɴ fę́li fic unðɪr bønɪr hanf. oc foro necqverɪr
meɴ meþ honom. En ef Gvþf m(aþr) fa þaʇ. þa męlʇi haɴɴ
viþ þa. Uituþ ér at þioþrecr k(onoɢ)r er anðaþr ⁓ þér 25
fvor(oþo). Uer fcilþomc viþ haɴɴ heilaɴ oc hofom eigi fpurt
anðlat hanf fiþan. Uift er haɴɴ ðaʏþr qʏað Gvþf þrelʇ. þvɪ
at ɪ gér at noɴi ðagf toko þeɪr Iohaɴɴef pave oc Simacuf
| hofþɪɴi oc fórþo haɴɴ or fotoɱ oc bunðo henðr hanf oc
fótr oc coftoþo honoɱ niþr ɪ Sicilevio þar er elðr cømr up 30
or fialʌi. En ef þeɪr hevrþo þeʇʇa þa mercþo þer þaʏ ðag
oc foro aptr tɪl Rumab(orgar). oc urþo þa vifir at k(onoɢ)r
hafþi a þeim ðegi oc á þeɪrri ftunðo anðaftc fem Gvþf þreli

---



¹) í hdr. Ⱶ.

vaſ ſvnðr ðarþi hanſ oc qvol. En af þvi vaſ ſra vitrat. at
Iohanneſ pafi oc Simacuſ caſtaþi honom i elð. at hann hafþi·
þa baþa ragliga ðómþa i þviſa liñ. oc latiþ pina þa ſvr
Gvþſ nafni. ~~~~~~~

Separatuſ het I. arþigr m(aþr) oc goſogr at veraldar 5
metnaþi. En eſ hann toc banaſott. þa la hann lengi ſtirþr.
oc ómale. ſva at hann þotti mioc ſva anðaþr vera. En hiv
hanſ ſtoþo yvir honom oc margir aþrir oc greto. þa ſtvrcþiſc
hann oc toc mal ſitt. oc unðroþoſc þeir er aþr greto. en
hann mælte Senðiþ ér man til Laurentiuſ k(ircio). oc vitiþ 10
hvat gort ſe ór Tiburt(io) preſti[1]. oc ſegit mer ſcvnðiliga.
En ſa Tiburt(iuſ) vaſ mioc þrógr i licamligom girnþðom. En
eſ ſenðim(aþr) vaſ farin. þa toc Separatuſ at ſegia hvat ſvrir
hann hafþi borit. Bál ſa ec micit qvað hann. oc vaſ teciv
Tiburtiuſ preſtr oc lagþr a balit oc loſtiþ elði i ſiþan. En 15·
ſa ec anat bál miclo meira oc toc logi þeS allt til himinſ.
En eſ Separ(atuſ) ſagþi þetta þa anðaþiſc hann þegar. en
hin m aþr) eſ ſenðr var hitti anðaþan Tiburtium preſt[1]. En
þar eſ Separatuſ vaſ leiðr til piſlarſtaþa. oc ſa beþi ſina piſl
oc anarſ oc hvarf aptr ſiþan oc ſagþi fra. oc ðó þegar. þa 20
er ſvnt. at hann ſa þeSa hluti eigi ſer til nvtia helðr oS eſ
en er lofat at lifa oc hirtaſc fra ſvnþom. Separatuſ ſa bal
hlaþit. eigi af þvi at tré brvni i heluiti til elðſ qéco. helðr
af þvi at þat matti helðzt lifonðom m(onom) ſcihaſc eſ eptir
þeim ðemom veri ſagt fra anarſ heimſ piſlom ſem her mego 25
licamligan elð óxla. ~~~~~~

Ogorligr hlutr górþiſc i Valeria heraþi. necqver goſogr
maþr veitti goþſiſlar meio necqveri þvat ð(ag) ſvrir paſca. en
hann for heim of aptanin til huſ ſinſ oc baþ at mérin ſcvlði
honom ſvlgia heim. En eſ hann varþ of ðrukin af vini. þa 30
miſþvrmþi hann mevioni a þeirri nott. En at morni þa for
hann ſvrſt til lavgar. ſva ſem hann metti i lavgarvatnino
ſvnþina þva af ſer. Siþan gek hann til kircio oc toc at

---

[1]) í hdr. p[7].

fcammafc oc hreþafc ef *hann* geɴgɪ eɪgɪ ɪ kɪrcɪo a flɪcrɪ
hǫtɪþ. þà fcammaþɪfc *hann* meɴ. en ef *hann* geɴgɪ ɪɴ þa
hreðɪfc *hann* dóm Gvþf. en þo vɪrðɪ *hann* meɪra meɴ en
Gvþ. oc gek ɪɴ ɪ kɪrcɪo oc vaf þo hreðr um fɪc. oc var
hverɪa ftunð von fra aɴarɪ at *hann* mónðɪ felðr verþa ohreɪnom 5
anða oc qvalþr ɪ ɑ'glɪtɪ allz lvþf. en ef *honom* varþ ekɪ
berlɪga at meɪnɪ of meSo þa gek *hann* ut glaþr or kɪrcɪoɴɪ.
En aɴaɴ ð(ag) gek *hann* óruɑr ɪɴ ɪ kɪrcɪo oc fva VI. ðaga
ena nęfto oc vaf fva glaþr oc óruɑr fem Gvþ hefþɪ eɪgɪ fét
fvnþ hanf eþa[1] þegɑr fvrgefɪt *honom* ella. En en VII. ð(ag) 10
þa varþ hann braþðɑ'þr. En er *hann* var grafɪɴ þa fvnðɪfc
ollom lengɪ fɪþan elðr breɴa or leɪþɪ hanf oc fɪatnaþɪ fva
leɪþɪt fem allr lɪcamr hanf hefþɪ bruɴt af þeɪm elðɪ. Þaþaɴ
af ma mercɪa hverɪar pɪflɪr onð hanf hafþɪ ɪ levnðom ftað er
logɪ brenðɪ lɪcam hanf fvr maɴa ɑ'glɪtɪ. 15

**78. bls.**    PETR[9].  Uɪta vɪlða | ec *þat* nu hvart goþɪr keɴa goþa
ɪ ðvrþ. eþa ɪllɪr ɪlla ɪ quolom.    G.¨G.    Þetta atqveþɪ
lýfɪfc af ðrottɪnf varf orþom. þa ef *hann* fagþɪ ɪ guþfpɪallɪ.
at ɑ'þɪgr m(aþr) necqveʀ var purpura fcrvðr oc hvern ð(ag)
crofom føðr. En ualaþr m aþrɪ het Lazaru/ ef la fɪvcr oc 20
fáʀ fvr ðurom hanf. oc vɪlðɪ fóþafc af mola þeɪm er fell af
borþɪ enf ɑ'þga m anzɪ. en engɪ gaf *honom* þat. En ef þeɪr
onðoþofc baþɪr þa vaf Lazaru/ borɪɴ ɪ faþm Abrahamf. en
en ɑ'þgɪ vaf grafɪɴ ɪ helvɪtɪ. Oc hof *hann* up ɑ'go fɪn oc fa
of lànct Abraham oc Lazarom oc callaþɪ *hann* oc meltɪ. 25
Faþɪr Abraham mɪfcuɴaþu mer. oc fenð Lazarom at *hann*
ðrevpɪ af enom mɪncfta[2] fɪngrɪ fɪnom vatf ðropa a tuɴgo
mɪna. Abraham fv(araþɪ). Mɪncftu fonr at þu toct goþa
hlutɪ ɪ lɪfɪ þɪno en Lazaru/ ɪlla. En er eɴ ɑ'þgɪ órvɪlnaþɪfc
fɪɴar heɪlfo þa mɪntɪfc *hann* nonga fɪɴa. Bɪþ ec þɪc þa faþɪr 30
qvað *hann* at þu fenðɪr Lazarom tɪl bróþra mɪɴa. V. at *hann*
varɪ þa vɪþ þeɴa pɪflarftaþ. Af þeSom ðómom er fvnt at
goþɪr keɴa goþa eþa[1] ɪllɪr ɪlla. Ef goþɪr kenðɪ eɪgɪ goþa.

---

[1] í hdr. Ⱦ.   [2] þannig í hdr.

þa mónðı eıgı Abraham fegıa fra lıþno erfiþı Lazaruſ at
hann hefþı tecıt ılla hlutı ı lıfi fıno. En ef ıllır kenðı eıgı
ılla. þa mónðı eıgı eN aþgı mınaſc bróþra fına ı qvolom. Ef
hann mıntıſc þeırra eſ eıgı voro þar. Hverſo mónðı hann
eıgı keNa þa ·er þar voro. I þeSom orþom er þat fvnt at 5
goþır meN keNa ılla oc ıllır goþa. Abraham kenðı ıN aþga
m(aN). þa eſ hann ſva m(ęltı) vıþ hann. Mıncſtu ſonr at þu
toct goþa hlutı ı lıfi þıno. En aþgı m(aþr) kenðı Abraham
oc Lazarum þa er hann nefnðı hvarntveɢıa a nafn. oc m(ęltı).
Abraham· faþır mıfcunnaþu mer oc fenð Lazarum. I þeSı 10
kvNıngo verþr hvorom tveɢıom óxlıng fınar ombonar. þa er
goþır fagna þeS at meıʀ eſ þeır fıa vmı fına gleþıaſc ı ðvrþ
meþ ſer. en ıllom er þat arcı fınar qvalar eſ þeır qvelıaſc
meþ þeım er (þeır)[1] elſcoþo her ı heımı lıcamlıgrı oft en
orócþo Gvþ. þvı er oc framaʀ ſact fra helgom monom at 15
þeır ·keNa ıamnt þa eſ þeır hafa alðregı ſena. ſem hına er
þeır hafa ſétt her ı heımı. Þvı at þa eſ þeır fıa ena fvʀı
feþr ı ðvrþ. þa verþa þeım þar þeır eıgı ocuNır. þvı at þeım
voro her kuN avallt verc þeırra. ⸺

þvı at necqveʀ fıþfamr maþr oc trufaſtr ı Rumab(org) fa 20
á anðlatſ tıþ fıNı coma tıl fın fpameN Gvþf Ionam oc Ze-
chıelem oc Danıelem. oc calʟaþı þa ðrottna fına. En eſ
hann fagþı þa comna vera oc lart þeım þa fcılþıſc[2] and
hanſ vıþ lıcam. A(f) þeSom hlut ma marca hverſo mıcıll
cuNlécr er a mıþlı m(aNa) ı eılıfrı ðvrþ. ef fıa maþr ı ðaþ- 25
lıgom[3] lıcam mattı ceNa fpameN gvþf. þa eſ hann hafþı
alðregı ſena. Þat górıſc oc oft aþr anðır fcılıſc vıþ lıcamı.
at þęr ceNa þa meN helzt er ıafnan verþléc hafa þeım aNat
tveɢıa ı ðvrþ eþa ı qvol.

<h2 style="text-align:center">ꝼ‴ anðl' Ioħıſ.</h2>

Ioħanneſ het broþır Eleutherıuſ þeS eſ fra vaſ fagt ı eNı 30
fvʀı boc. en hann vıSı oc fagþı anðlat fıt xıııı. ðogom fvʀ

---

[1] bætt við milli lína.　[2] í hdr. fcıþlıſc.　[3] í hdr. ðaþlıgð.

en ýrþe.. En þrimr ðogom aþr hann anðaþifc þa toc hann
riþo fotł. En á anðlatf ðegi finom toc Iohannef corpvf
ð(omini). oc heimti þangat munca. oc baþ þa fýngva falma
79—80 bls.: Diall. Lib. II. 7.

**79. bls.** viSi þał ef orþit var oc mẹłłi viþ Maʀrum. Rendo fcvnðiliga 5
ſʀ þvi at fv(ein fa ef)[1] vatn[2] for taca felł a tiornina oc
bar ftravmr hann laṇt fra lanði. Maʀuf toc (blezon) af
Beneð(icto) oc for at boþorþi hanf oc hugþifc hann a iorþo
fara þa ef hann gek a vatn(i. oc ðro) hann fveinłʌ tił lanðf.
En ef hann fte a lanð af vatnino þa let hann aptr oc fa a(t 10
hann ha)fþi a vatni geṇit oc unðraþifc er þat hafþi hlvt þar
er hann mónði eigi travfta(fc[3] ef)[1] hann viSi oc fagþi þat
Beneð(icto) ef hann com heim. Beneð(ictuf) eignaþi þat
hlýþni hanf en eigi v(erþleic) finom. En Maʀruf qvað þetła
orþit vera af boþorþi eino famaṇ Beneð(icti) oc blezon. oc 15
(qvaþfc) eṇi hlut eiga i þeim crapti ef hann gørþi ovitanði.
En fveiʌeʌ fcilþi þeSa litill(etif)[1] þreto meþ þeim oc mẹłłi.
þa ef ec vaf af vatni ðregin þa fa ec cleþi abbała minf c(oma)
vfir hofoþ mer. oc ðro hann mic utan af vatne. ———

Þa er margir hurfo tił Gvþf eptir ðómom Beneð(icti) oc 20
fvrleto veraðlict lif. þa va(rþ preftr) nacqvaʀ loftiʌ af ðiofolf
ilfco en fa het Florentiuf. oc toc hann at ofunða oc a at
leita á atferþ[4] Beneð(icti) fva fem vandra m(aʌa) (vanþi)
ef at ofunða aþra fvr þa goþa hluti er þeir vilia eigi fialvir
hafa. En er hann fa at hann matłi eke at viʌa at þveʀa 25
ageti crapta hanf igaṇftoþo fini þa cvnðifc hann af ofunðar
elði oc verfnaþi þa er honom fcvlði batna. þvi at hann
vilði hafa lof m(aʌa). en hann fvrleit loffamligt lif. þa fvlðifc
preftriʌ þeirrar ilłzco at hann fenði Gvþf m(ani) eitr blanðiʌ
hleif. Beneð(ictuf) toc viþ hleifinom oc viSi hvat granð i var 30
i braþino. En hramn var ʌanr at coma or fcogi (hvert)
matmal at taca føtflo or henði Beneð(icti). En er hramniʌ

---

[1] rifið utan af blaði; ellefu efstu línurnar skerðar.  [2] í hdr.
vant.  [3] í hdr. tˮfta.  [4] í hdr. atferþ[7].

com at vanþa ſinom þa ca(ſta)þı Beneð(ıctuſ) fvrır hann þeım
hleıfı er Florentıuſ hafþı ſent honom oc mẹltı vıþ hramnıɴ.
I nafnı ðrott(ınſ) tac þu hleıf þeɴa oc caſtaþu honom þar
nıþr er alðregı finıſc. Hramnıɴ gapþı muɴ´ oc flóctı um
hverfiſ hleıfiɴ oc ſcrẹctı ſva ſem hann ſvnðı þat at hann 5
vılðı hlvþa þvı ef honom vaſ boþıt en þorþı eıgı. þa mẹltı
Gvþſ m(aþr) vıþ hann. Hef up þu hleıfiɴ evruɢr oc ber
hann þar ef hann megı eıgı fiɴaſc. Þa tæc hrafnıɴ up
hleıfiɴ of ſıþır oc flo a braѵt meþ. En hann com eptır ııı.
ſtunðır oc toc føtſlo or henðı Beneð(ıctuſ) ſem hann var 10
vaɴr. En ef Gvþſ maþr ſa aѵfunð vaxa ígeɢ ſer þa harmaþı
hann hug ceɴımaɴzınſ. En ef Florentıuſ matfı eıgı ðevþa
lıcam· lerıfoþor þa leıtaþı hann at glata onðom lerıſveına
hanſ. oc ſenðı vıı. møıar at þẹr lecı ı aѵglıtı þeırra. oc letaþı
at tela hugſcot þeırra ı leıc ſinom. En ef Beneð(ıctuſ) ſa þat 15
oc vıSı at fvr hanſ ſacar vaſ gort þa vgþı hann fréſtnı
lerıſveınom ſinom. oc gaf hann rum reıþı oc com haɴn at
vıtıa alƚra munclıfa þeırra ef hann hafþı ſett oc ſcıpaþı hann
þvı ef hann vılðı ı munklıfonom oc fórþı bvgþ ſina oc flóþı
hatr Florentıuſ. En ef preſtrıɴ fra bravtfor· Beneð(ıctı) oc 20
fagnaþı þa er hann ſtoþ ı lopſtı[1] necqvorıo þa fell ofan
loptıt alƚt. oc lamþıſc ovınr Beneð·ıctuſ) oc ðó. En Maѵruſ
muncr fra þat oc ſagþı Beneð(ıctuſ). þa ef hann var of x.
mıƚor á leıþ comeɴ. Hverf aptr faþır qvað Maѵruſ ðaѵþr er
preſtrıɴ ſa er þıc hataþı. þa varþ Beneð(ıctuſ) hrvɢr oc gret 25
ðaѵþa ovınar ſınſ oc þat aɴat er lerıſveıɴ hanſ ſagþı honom
þetᵗa meþ fagnaþı oc baѵþ honom ſcrıpt fvrır þat ef hann·
fagnaþı ðaѵþa ovınar ſınſ.        PETR⁹.        Mıcılſ er vert of
þeSa hlutı er hıer ero ſagþır þvı· at hann glıcþıſc Moýſı ı
þvı er hann gat vatn or ſteını. en Elıſeo ı þvı er ıarn renðı 30
tıƚ eptıſ. en Petro poſtola ı vatſ ývırgongo. en Elıa ı hlvþnı
hrafnſ. en Davıð ı þvı ef hann gret ðaѵþa ovınar ſınſ. oc
vıѵþıſc mer ſem hann verı fulƚr af anða alƚra þeSa m(aɴa).

---

[1] þannig í hdr.

G.͂G.     Beneðictuſ hafþi einſ anða þeS er miſcuɴar fvll*r*
hiorto al*lra* ·ſina vina ſe*m* Iohanneſ ſagþ*i*.  Sat*t*·liof þa*t* er
**80. bls.** lvſir h*v*ern ma*ɴ*. er c*œ*mr ı heım þeɴa | (oc toco*m* v*er*)[1] all*ir*
miſcuɴ af han*ſ* fvll*i*ɳo.  Helg*ir* me*ɴ* mego hafa crapt af
Gvþı en ſelia (eıgı a*/*þro*m*).  En Cr*i*ſtr gefr ſino*m* moɴom 5
c*r*apt oc ıarteın*ir*. ſa er ðramlato*m* m(oɴom) ſvnð*i* ða*/*þa ſıɴ.
(en li)tıllætto*m* dvrþ oc fognoþ upr*i*ſo ſıɴar. ⸺

(Þa e)ſ heılagr maþr førþı bveþ ſına. þa mat*li* eıgı of
fløıa fianða gaɳſtoþo. þ*vı* at en fornı anðfcotı gec ſıþan
(meı)ʀ ı berhoɢ vıþ han*n* en aþr.  Þorp heıt*ir* Caſſınom þa*t* 10
er ſtenðr ı fıal*li* þar er (Norþ)menn calla montacaſſın.  En
þar eſ ııı. mılna for af ıomno t*il* þorpſınſ. (þa*ı*r ſtøþ fort[2])
hof þa*t* er blotıɴ var ðıofol*l* ſa eſ cal*l*aþr vaſ ſolar áS. oc
voro (þa)r umbhverſıſ þeır ſtaþ*ir* eſ allt þaɳat t*il* hofþo
heıþn*ir* me*ɴ* blotıt.  En er Benedıctu*ſ* com þaɳat þa br*r*t 15
hann ſcurþgoþıt oc brenð*ı* al*l*a blotvıþo umhverſıſ. oc górþı
or hofıno k*ir*cıo oc helgaþı Maʀtıno. en þar er ſcurþgoþıt
hafþı ſtaþıt. þar let han*n* gora (Ionſ) altare. oc ſnórı hann
t*il* trv rett*rar*[3] ı kenıngo ſıɴı a*/*ll*om* lvþ et nẹ́ſta. oc hurfo
marg*ir* (t*il* m)unca atferþar oc górþoſc lerıſveınar hanſ.  En 20
en fornı fıanð*ı* ofunð*ı* þa*t* oc geɢ ðpt ı berhoɢ vıþ han*n*. oc
leıtaþı vıþ at ſcelfa hann ı breþılıgo*m* ſıonhverſıɳom oc
ogorlıgom roðo*m*.  En Gvþſ m(aþr) hafþı þ*vı* ðrvglıgra ſıgr
ſem fıanð*ıɴ* górþı honom fleırı þravt*ir*. þa eſ m*u*nkar ſmıþuþo
h*uſ* of ðag þa vaſ ſteıɴ ſa eıɴ eſ þeır mot*to* eıgı up of 25
hefıa.  Þa geɳo fleırı t*il* eſ eıgı mot*to* ıı. eþa ııı. of hróra
ſteınıɴ.  En eſ þeır mot*to* ekı at vıɴa at helðr þa ſcılþo
(þeır .a)t ohreıɴ anð*ı* hofgaþı ſteınıɴ. oc bæþo þa Beneð(ıctuſ)
coma t*il* oc reca nıþıɳ a br*r*vt meþ bónom. at þeır met*li*
up hefıa ſteınıɴ. þa for Beneð·ıctuſ) t*il* oc blezaþı ſteınıɴ oc 30
varþ ſteıɴıɴ þegar letr. þa mel*ti* Gvþſ Ⴤ. at þeır ſcvlð*i* grafa
ıorþ unð*ir* ſteınıno*m*.  En eſ m*u*nkar grofo. þa funðo þeır
þar ſcurþgoþ or eırı gort. oc koſtoþo (þvı)[4] í el*l*ð h*uſ* of

---

[1] rifið framan af blaði.  [2] þannig í hdr. ⸺ fornt.  [3] í hdr.
rett[w].  [4] í hdr. koſtoþ[i].

aptaniɴ. En þa nott fvndifc munkom elðr breɴa af fcurþ-
(go)þino[1]) oc þotti þeim ollom fem elðhu/it logaþi allt. En
ef þeir boro til vatn at flócqva elðiɴ. þa vacnaþi Beneð(ictuf)
viþ glavm þeirra oc com til oc fagþi þeim at fionhverfigar
elðr vere i avgom þeirra. þvi at hann fa eigi elðiɴ. Þa gek 5
hann til bónar oc baþ munca gøra croS marc fvr avgom fer.
En ef þeir górþo fva þa fó þeir eigi elðiɴ oc fa elðhu/it
heilt oc fundo þa at fionhverfig hafþi tęlða þa.

Þa ef muncar gørþo hu/veg of ðag þa fat Beneð(ictuf) i
hu/i fino. En iɴ formi fianði com at honom oc hló oc letfc 10
fara til brøþra. Gvþf Υ. fenði þegar til munca oc męlti.
Uefit er varir fratref illgiarn anði mon coma til ýþvar. þa ef
fa hafþi þetta męlt er fenðr var þa felði ohrein anði vegiɴ.
oc varþ þar unðir fveiɴ nacqvar oc lamþifc. Muncar urþu
hrvgvir viþ fcaþa fveinfinf oc fogþo þat er orþit var. þa let 15
Beneð(ictuf) bera en lamþa fvein i hu/ fitt oc vaf hann boriɴ
í iiii. fcavtom. þvi at beþi var coftat holð hanf oc bein.
Gvþf m(aþr) lagþi fveineɴ i mottol fin oc fenði bravt alla
munca oc lavc aptr hu/ino oc baþ legi ſvrir enom lamþa.
þa ftvrcþifc fveiɴiɴ oc varþ hell þegar oc fenði Gvþf þrell 20
hann til vercf finf oc naþi fianði eigi at fagna bana hanf
fem hann hugþi. En Beneðictu/ toc at hafa fpalécf anða oc
fegia fvrir oorþna hluti oc vita þat er fiari honom górþifc i
levnðom hlutom. ∼∼∼∼∼

Þat vaf vanþi þott muncar vere nacqvar fenðir at þeir
fcvlðo eigi aɴarftaþar matafc en heima. En nacqvarir broþr 25
voro fenðir of ðag or munclifino oc var þeim ðvalfamt. oc
como þeir i hu/ nacqvaʀar trvfaftrar[2]) cono oc motoþofc þar.
En ef þeir qvomo heim fiþ of aptaniɴ oc beiðo Beneð(ictum)
blezonar fem vanþi vaf til. þa fpurþi hann þa þegar hvar
þeir hefþi matazc. En ef þeir letofc hvergi ·hafa matafc þa 30
męlti hann. Fvr hvi livgit er ∼ Eigi qvomoþ er i hu/
cononar oc otoþ þar oc ðrukoþ ∼

---

[1]) í hdr. fcⁿþino.  [2]) í hdr. tᵛfaftᵂ.

**81. bls.**

[1]) En er hann qvað a giftina oc ſva hvat þeir hofþo at verþi. þa fello (þeir til fota Benedictuſ oc boþo) feſ licnar fvr afgórþ ſina.˙ oc qvoþoſc miſgort hafa. (En hann veitti þeim þat eſ þeir boþo) oc ſa at þeir mondo oðiarfligar miſgera i anat ſin (eſ þeir motto nu eigi levnaſc). Leriſvein 5 Beneð(ictuſ) ſa eſ Valentinianuſ hét atti br(oþor olerþan man) oc trvfaſtan þan eſ a hveriom miſſerom vaſ vanr at coma (i munclif Benedictuſ ok faſtaþi) hann þan ðag. En eſ hann for þangat of ðag þa floſc brvtigi (nacqvan i for meþ honom) ſa eſ leiþarneſt hafþi. En eſ þeir hofþo necqveria 10 ſtunð (farit þa melti brvtingin) at þeir mondi hvilaſc oc mataſc. En hann ſv(araþi). Eigi mon ec þat (gera þvi at ec em vanr at) faſta þa eſ ec fer til Beneð(ictuſ). Þa hetti hin fvrft þvi mali. (En þo minti hann a eſ) ſcamt vaſ a miþli. oc let fR̃ [2]) munkſinſ eigi (at) þvi En eſ þeir hofþo 15 (lengi farit baþir ſaman) oc leiþ a ðag. þa varþ a goto þeirra vollr fagr oc bruþr (hreinn oc melti brvtingin) at þeir móndi hvilaſc. oc qvað þar vel fallit at dveliaſc eſ (ſva vaſ fagr ſtaþr. En eſ) orþ bliþ voro fvr evrom en ſtaþr fagr fvr avgom þa let hann (at þvi eſ hinn melti oc) mataþiſc. En hann 20 com at aptni til munkliſſ oc qvaði Beneð(ictuſ) ble(zanar. En Gvþſ maþr) bar þegar a brvn honom þat eſ hann hafþi gort of gotona oc (melti viþ hann. Hvat eſ nu) fr̃ ⁓ Illgiarn anði tevgþi þic fvr mun bravtiniani of ſin (oc matti eigi tela þic) tevgþi hann þic i anat ſin oc van þic eigi telðan. Tevgþi 25 hann þic (i þriþia ſin oc telði) þic. Þa ſcamþiſc hin oftvrcþar ſinar oc fell til fota Beneð(ictuſ') oc ſaca(þi ſic þvi meiR fvnþar) ſinar ſem hann viSi at Beneð(ictuſ) ſa þat eſ hann hafþi gort þott hann veri fia(rri).

Konogr þioþar þeirrar eſ Goþi ero callaþir het Totila. 30 en (hann ſpurþi at Benedictuſ) hafþi ſpalex anða oc trvþi þvi eigi oc vildi þo revna oc baþ (þav orþ ſin bera at) hann móndi

---

[1]) rifið af ytra parti blaðsins, en það sem vantar fyllt eptir 239 folio.　[2]) fR̃ = frater = broþir.

coma t*il* munchfıfenſ.   En eſ *hann* var a léþ comeɴ þa na*m*
(hann ſtaþar. · þıoɴ hanſ) ı. het ʀɪɢo vén at alıtı. þaᴎ ſcrⱴⷠ
*hann* ſcruþı ſıno oc ſendⷭ t*il* (munkltfıſ Beneðıctuſ ok let
hann) fⱴlgıa *honom* þa þegna oc þıona er k(*onoɴ*)e voro van*ır*
at fⱴlgıa. oc G(vþſ maþr męttı þat hv)ɢıa at þar verı kono**ɴ**r  5
ſıalfr.   En eſ ʀɪɢo vaſ ſcrⱴðr k(*onoɴ*)ſ ſcruþı (oc com tıl
munkltfıſ) meþ þⱴⷭ lıþı eſ *honom* fⱴlgþı.   Þa ſat Beneð(ıctuſ)
utı oc callaþı a *hann* þe(gar er mattı call) nema.   Leɢ nıþr
þu ſoⷨr þ*at* er þu beᴙ. era þ*at* þıt*t* eıgın.   þa h*re*(ðıſc ʀɪɢo
oc fell allr tıl) ıarþar oc all*ır* þ*eır* eſ *honom* fⱴlgþo oc 10
ıþroþoſc þeS eſ þ*eır* hofþo h(legıt at Gvþſ þrꬲlı) oc boþo ſer
lıcnar.   En eſ þ*eır* rıſo up af ıorþo. þa þorþo þ*eır* eıgı
nę(r at coma þeSom Gvþſ) ᴍaɴı. oc ſogþo k(*onoɴ*)e ſıno*m*
hverſo br*att* þ*eır* voro funðn*ır*.   En eſ Totıla k(*onongr*) co*m*
(tıl munchff þar eſ) Beneð(ıctuſ) ſat þa þorþı *hann* eıgı neʀ 15
at ganga oc fel*l* t*il* ıarþar.   Beneð(ıctuſ mꬲltı tıl hanſ tvſ-)
var eþa ııı. at h*ann* ſcvlðı uprıſa af ıorþo en *hann* þorþı
eıgı. þa g(ec Beneðıctuſ ı mot) *honom*  oc toc ı honð *honom*
oc reıſtı *hann* up oc avıtaþı *hann* af grⷭmleıc hanſ (oc ſagþı
honom) þa hlutı er ept*ır* geɴo.   Mart ıl*l*t hev*ır* þu gort qⱴaþ 20
Beneð(ıctuſ). lat*t* tu a(f ıllzco þınnı) ſıþa*n*.   Coma mo*n* þu t*il*
Ruᴍaborg*ar*. oc all*t* ut of ſꬲ. ver*a*. ıx. vetr k(*onongr*) (en
ðevıa a enom X.) *Conongı* vaſ ꬼgn at orþom hanſ oc for *hann*
a br*a*vt oc vaſ ogrⷭmare ſıþan en aþr.   E(n þeır hlutır) all*ır*
gıɴo ept*ır* eſ Beneð(ıctuſ) ſagþı *honom*  at hann com t*il* 25
Ruᴍaborgar oc for t*il* Sıcıleýıar (oc ðó a) eno*m* x. vetrⷭ. ∼∼∼∼
Býſcop necqveʀ co*m* t*il* malſ vıþ Beneðıctum oc røð(ı vıþ
hann) um þ*at* er Totıla k(*onoɴ*)r herıaþı t*il* Ruᴍáb(orgar).
Þat hⱴɢ ec qⱴað eṗc. at k̄. ſıa mó(nı evþa) Ruᴍaborg
ſva at alðregı mønı bⱴɢvaſc. Beneð(ıctuſ) ſv(araþı).   Eıgı mo*n* 30

**82. bls.** Ruᴍaborg evþaſc | (af þıoþom helðr af elðıngo*m* oc) lanð-
ſcıolptom.   Þa ſpaſogo ſıo*m* ver nu fram co*m*na. þⱴⷭ at nu
(ero brotnır borgarveggır oc mar)gar kⷭrcıor fal*l*nar af lanð-
ſcıolptom ı Ruᴍaborg. oc þveʀ(a herbergın og hrornar
b)org*ın* a̶l*l* oc fⱴrnıſc oc er at fallı comın. ∼∼∼∼∼∼ (Klercr 35

necqueʀ varþ ðıofoloþr í bor)g þeırrı eſ Aqvınenſıſ heıtır.
En Conſtancıuſ býſcop let fóra hann (tıl margra heılagra
ſtaþa) at hann mettı heılſo fa. En Gvþſ vattar vılðo honom
eıgı heılſo (gefa. at ollom mettı aʹghoſt verþa) hve mıkıll
craptr Beneðıctuſ) vaſ. Þa vaſ en óþı leıðr fvr Beneð(ıctuſ). 5
(en hann rac a bravt) ılgıarnan anða eſ hann baþ fvr honom.
En eſ klercrıɴ var heıll þa mẹltı Beneðıctuſ vıþ) hann. Far
þa nu heım oc ıet eıgı kıot ſıþan oc tac alðregı vıgſlor.
(fleırı en nu hefır þu. en) a þeım ðegı eſ þu ðırfır þıc at
taca vıgſlor méırı en nu (hefır þu mon þu) felðr verþa enom 10
fama ðıoflı. Clercr for heım oc hellt nec(querıa ſtunð þat
eſ boþıt haſþı) Beneð(ıctuſ). þvı at hann hreðıſc nýlıþna pıſl.
En eſ margır vetr lıþo (þaþan. þa onðoþoſc þeır er elðrı)
voro en enır 'óre toco méırı vıgſlor. þa glevmþı klercrıɴ
orþom (Beneðıctuſ. þvı at þaʹ foro honom at) fvrnaſc er laɴt 15
vaſ fra lıþıt oc toc vıgſlor. En hann varþ (þegaʹ ðıofloþr)
oc helt þvı meþan hann lıfþı ſıþan. (PeTRᵘ.) (Avghoſt
eſ at) Beneð(ıctuſ) vıSı levnða hlutı Gvþſ eſ hann of leıt at
klercı̇ vaſ af þrı ðıofvl óþr at hann ſcylðı eıgı vıgſlor taca.
G.G. (Hvı ſcvlðı ſa) eıgı vıta levnðı hlutı Gvþſ (eſ helt 20
boþorþ hanſ. þvı at ſva eſ rıtıt at .ı. anðı eſ Gvþſ oc þeS
er honom þıonar vel. PeTʀuſ. (Ef eıɴ er anðı
Gvþſ) oc þeS er honom þıonar vel. fvr hvı (fegır Paʹll
poſtolı): Hve ʀ megı vıta ræþ eþa vılıa ðrottınſ ⁓ En þaı
ſvnıſc mer eıgı famberı(lıct at ſa vıtı eıgı) Gvþſ ræþ ef eıɴ 25
anða hevır meþ Gvþı. G.ᷓG. (Helgır menn eſ
þıo)na Gvþı vıto þeır ræþ hanſ ſva ſem Poll meltı. Sva ſem
engı vet hug maɴz ne(ma manz anðı eſ) ı ſıolfom er. ſva
vet oc engı þa hlutı eſ Gvþſ ero nema Gvþſ anðı. (Oc enn
fegır hann ver hofom eıgı þeſ)ſa heımſ anða. helðr þaɴ anða 30
eſ af Gvþı er. En meltı hann ſva ı oþrom (ſtaþ: mart þat)
vıtraþı Gvþ oS fvr anða ſıɴ. er aʹga maɴz ſa eıgı. ne evra
hevrþı (ne hıarta kenð)ı þat eſ Gvþ hẹt aſtvınom ſınom. ⸺
(Petʀuſ: Ef poſtolanom voro þeSır hl)utır vıtraþır eſ Gvþſ
ero. Fvr hvı meltı hann þetta. hveʀſo oumróþılıgır ero ðomar 35

Gvþf (oc fva vegar hanf). En þvi igeŋ melti David fpam(aþr).
I voʀom minom boþaþa ec alla doma (muánf þinf. En
meþ þvi at ʒ)þveldra er at vita en fra fegia. Fvr hvi talþi
Poll oumróþiliga (doma Gvþf. en David) letfc eigi at einf vita
doma hanf heldr nema oc kuna fra at fegia. (G.G. Allir 5
þeir menn ef) þiona Gvþi þa ero þeir meþ Gvþi i trv fini
oc elfco. En þeir ero (eigi meþ honom ef eigi þiona) Gvþi
af þvi er þeir þvngiafc af daʒþligo holdi. Levnda doma Gvþf
of vito (allir þeir ef) ero famteŋþir Gvþi. En þeir vito eigi
i þvi ef þeir ero fiarlégir Gvþi oc callafc (af þvi do)mar 10
Gvþf oumróþiligir at eigi verþa algorliga fcilþir. En af þvi
letfc David þa (doma boþa at) þeir ef meþ hrenom hug þiona
Gvþi. mego beþi vita oc fegia þat ef þeir (mono vita) af
helgom ritniŋom eþa Gvþf vitron. þa doma vito þeir eigi er
Gvþ þegir ýfir (þvi at þat ein)a vito þeir ef hann fegir. Af þvi 15
melti David fva. Ec boþaþa alla dǫma muʀz þinf. fem (opin-
berliga) melti hann. Pa doma þina matta ec vita oc boþa ef
þu fagþir drottin. En þeir ero (folg)nir fvr orom hugfcotfʒgom
er þu melir eigi. Sva famtengifc[1] fpamaʀzenf atqveþi (oc
poftola)nf at oumróþiligir ero domar Gvþf oc mego þo meʀ 20
of vita oc fegia þa doma ef (fram) ero forþir af hanf munni
fialff oc fagþiʀ.

---

[1] í hdr. fátēgif..

## Marc. 16, 1—5.

(Iɴillo tempore). Maria Magdalena ok María móðir Jacobs
Salomas dóttir, þær keypto jurtir at smyrja líkama Jesú; komo
þær snemma drottins dags morgin til grafar Jesú at upprennandi
sólo, ok mælto þær með sjer; hverr mun vellta steini frá durum
leiðesens fyrir oss.  Þá lito þær til ok var hann frá olltinn;  5
steinnenn var harðla mikill.  þá gingu þær í leiðit ok sáu eingel
sitja til hœgri handar hvíto klæði skrýddan ok hræddoz þær.
Eingollenn mælti við þæri  »Eigi skolot þjer hræðaz; þjer leitið
Jesú ens naddverska ok ens krossfesta; upp reis hann; eigi er
hann hjer; komit þjer ok sjáit stað þann, er hann var niðrlagðr. 10
Farið ok segit lærisveinum hans ok Petro, at hann mun koma,
ok fara fyrir yðr í Galileam.  Þjer munoð hann sjá þar sem hann
sagði yðr«.
   Heyrðoþjer góðir brœðr, at helgar konor þær er drottni hofðo
fylgt komo til grafar með smyrslum ok villdo þjóna þeim dauðum, 15
er þær elskuðo lifanda.   Enn þetta unnit verk merkir, hvat oss
er vinnanda í heilagri kristni; því at svo er nauðsyn at heyra
það er giorz hefir, at vjer nemum í eptirlíkingo, hvat vjer skolum
gera.  Þá komom vjer með smyrslum til grafar drottins, ef vjer
trúum á þann er dauðr var ok grafinn, ok leitum hans með ilm 20
góðra verka.  Þær konor sáu eingla, er með smyrslum komo til
grafar, því at þær áhyggjor líta himneska hluti, er með krapta
ilm fara til guðs fyrir helgar girndir.  En það er merkjanda er
eingell sat til hœgri handar.  En vinstri hond hans merkir þetta
líf, svo sem heilog kristni mælir: En vinstri hond hans er undir 25
hofði mínu, en hin hœgri faðmar mik.  Heilög kristni leggr ena
vinstri hond guðs undir hofuð sjer, en hin hœgri faðmar hana, því
at hon þrongvir undir sig girndum þessa lífs, en elskar af ollom
hug eilífa sælu yfir sjer.  Lausnare vor hafði stigit yfir óstyrkt
þessa lífs, ok sat af því sá eingell til hœgri handar, er boðaði 30
eilífa dýrð uppriso hans.  Skrýddr var hann hvíto klæði, því at
hann boðaði fognoð hátíðar vorrar.  Hvart helldr vorrar hátíðar

eða sinnar. Segjum satt, ok kollom bæði hans hátíð ok vora[1]).
því at upprisa lausnara vors var bæði vor hátíð ok eingla. því
at þá fylldi hann tolo eingla, er hann kallaði oss til himna dýrðar
ok gjorði ódauðliga. Heyrum vjer ok þá hvat eingillinn mælti við
konornar: »Eigi skolot þjer hræðazt«, svo sem hann þetta mælti: 5
Hræðiz þeir er þrongvaz í jarðligum girndum, ok elska eigi til-
komo himneskra eingla, en þjer skolot eigi hræðaz, er þjer sjáit
yðra borgarmenn. Svo sagði Matheus frá þessom eingli: Andlit
hans var sem elding, en klæði hans svo sem snjór. Í elldingo er
ógn, en í snjó merkiz blíðligt ljós. Guð er ógorligr sínom 10
óvinum, en blíðligr rjettlátum; af því sýndiz vottr upprisunnar í
elldligo áliti og í skine búnings, at hann skelfdi ómillda en gleddi
góða í algerfri ásjóno sinni. Þá er Gyðinga lýðr fór of eyðimörk,
þá fór fyrir þeim elldligr stólpi um nætr en ský ljóst um daga.
Elldr merkir ógn, en ský ljóst blíðleik. Dagr merkir líf rèttlátra, 15
en nótt syndogra, svo sem Paulus mælti við þá er sneruz frá
syndum. Þjer voroð myrkr, en nú eruð þjer ljós með drottni.
Á degi sýndiz ljóst ský, en elldr um nótt; því at almáttigr guð
sýniz blíðr rjettlátum, en ógorligr syndogum. Eingellinn spurði:
»Hvart leitiþjer Jesúm ens naddverska, ok ens krossfesta« — Jesús 20
þýðiz þrifgiaf eða græðari — »uppreis hann, eigi er hann hjer.«
Eigi er hann hjer at návisto líkams, en hann er hvetvetna at
návisto guðdóms. Farit þjer ok seigit lærisveinum ok Petro, at
hann mun fara fyrir yðr í Galileam. Hví gegnir það, er Petrus
var nefndr á nafn ok hann var til þess nefndr helldr en aðrir 25
postolar? Því at sá er neitti meistara sínum mundi eigi þora at
koma með lærisveinum, ef eingillenn nefndi hann eigi á nafn, ok
hann var til þess nefndr at hann orvilnaðiz eigi. At það er oss
lítanda, til hvers guð ljet þann neita sjer, ok hræðaz við
ambáttarorðin, er hann hafði settan höfðingja allrar kristni — til 30
þess at hann nemi af sinne óstyrkt.

En makliga (er) sagt frá lausnara vorum, at hann mundi
sýnaz í Galilea — Galilea þýðiz framfor. Lausnare vorr hafði
þá farit fram frá písl til upprisu ok frá dauða til lífs; í Galilea
sýndiz hann postolum eptir upprisu; því at vjer munum glaðir þá 35
sjá dýrð hans, ef vjer forum nú frá laustum til kosta. Þetta
hofum vjer mælt góðir brœðr um skýring guðspjallsens. En nú
fýsir oss at mæla nockot skýrra um þessa sjálfa hátíð.

Líf ero tvenn; annat það er vjer vitum, en annat það er
vjer haufum eigi reynt: annat dauðligt; enn annat ódauðligt. En 40
Jesús Kristr kom hingat ok tók annat líf á sig; en hann sýndi
annat í upprisu sinni. Ef hann hjete oss upprisu sinni ok sýndi

---

[1]) Nostræ dicamus an suæ? Sed ut fateamur verius & suæ dicamus & nostræ.

eigi á sjer sjálfum, þá mundo eigi dauðligir menn trúa heitum
hans. Verðr at því at nockorr mæli svo: skyllt var at hann
rise upp, því at eigi má dauði hallda á guði. Enn sá er maðr
gerðiz at líkam ok ljet sjer sóma at deyja fyrir oss, svo reis
hann upp í krapti sínum, ok sýndi oss dœmi uppriso; enn villdi 5
hann framar efla óstyrkt hjarta til uppriso traustz, enn með sinni
uppriso einni. Því at hann dó einn á þeirri tíð, enn svo er sagt,
at margir líkamir heilagra manna, þeir er í grofum lágu, risu upp
með honum ok sýndoz morgum. Af ero tekin oll braugð ótrú.
eingi má ætla, at eigi sje monnum væntanda þeirrar upprisu, er 10
(guð) ok maðr sýndi á líkam sínum; þeir riso upp með guði, er
vjer vitum, at menn at eins voro. Ef vjer erom liðir lausnara
vors, þá skulom vjer treystaz yfir oss þeim dœmum, er hofuð
vort sýndi á sjer, þótt vjer sjeum enir lægzstu liðir hans, þá
skolom vjer vænta oss þess, hvat gyðingar mælto, þá er þeir hlógo at 15
krossfestum guðs syni: Ef hann er konungr Israelis, quaðo þeir,
stigi hann niðr af krosse ok munom vjer trúa honom. Ef hann
ljeti fyrir háði þeirra ok stigi niðr af krossinum, þá sýndi hann
oss eigi dœmi þolinmœði; ok reis hann upp úr gröf, enn hann
villdi eigi stíga niðr af krossi. Meira tákn var, at stíga yfir 20
dauða upprísandi, en halda lífi niðrstígandi af krossi. En er
Gyðingar sáu hann dauðan, en eigi niðr stíga af krossi, þá
hugðoz þeir hafa yfir stigit yfir hann, ok fyrir farit nafni hans;
en af dauða hans tók nafn hans at kynnaz um allan heim, þá
er Gyðingar þóttuz farit hafa honom, ok hormoðo þeir það síðan, 25
er þeir fognoðo fyrst; því at þeir reyndo það, at hann dýrkaðiz
fyrir dauða. Þetta verk hans merkir Samson enn sterki, þá er
hann kom í borg þá er Gaza heitir. Enn er borgarmenn sá
hann kominn, þá byrgðo þeir aull borgarhlið, ok setto varðhalldz
menn ok þóttoz hafa gripinn Samson enn sterka; enn hann braut 30
borgarhlið á miðre nótt ok stje upp á fjall. Samson merkir
lausnara vorn í verki; en Gaza merkir helvíti, en þeirrar borgar-
lýðr merkir Gyðinga, þá er sáu IHm dauðan, ok líkam hans í
grof lagðan, þá settu þeir varðhalldz menn um gröfina ok hugðuz
byrgðan hafa lifs hofðingja. sem Samson í Gaza. En Samson 35
braut borgarhlið ok stje til fjalls, því at lausnari vorr braut
helvítis byrgi, ok stje upp til himins.

Elskum vjer ok þá af ollom hug, brœðr, dýrð uppriso hans,
þá er oss var fyrr sýnd í tákni, en síðan framhofð í verki.
Í uppriso lausnara vors kenndum vjer eingla hans borgarmenn 40
vora. Skundom vjer ok þá til eilífrar hátíðar þessa borgarmanna,
ok samteingiumz svo þeim í hug, þótt vjer megum eigi at líkams
sýn. Forum vjer ok þá frá lostum til mannkosta, at vjer megum
sjá lausnara vorn í Galilea; en almáttigr guð efli fýst vora til

lífs, sá er fyrir oss selldi til dauða Jesúm Krist drottin vorn,
þann er lifir ok ríkir með feðr ok anda helgum um allar alldir
allda. AMEN.

A. M. 624. 4to. bls. 243. Intrauit Jesus in quoddam castellum &c.

Inn gieck Jesús í nockuru (sinni) í einhvern kastala ok tók
kona nokkur hann í hús sitt, sú er Martha hjet; en hún átti 5
systur ok hjet María. Enn hon sat hjá fótum drottins, ok heyrði
orð hans, enn Martha starfaði ok vann beina. Hún nam staðar
fyrir drottni ok mælti: »Rækir þú ecki drottinn það, er systir
mín lætr mic eina starfa? Mæltu við hana at hún tæi mjer«;
enn drottinn svaraði ok mælti: »Martha, martha! áhyggjusamt er 10
þjer, ok starfar þú í mörgum hlutum; en þó er ein nauðsyn; en
María valdi sjer enn bezta hlut, þann er eigi mun frá henni
takaz.«

Nú sem drottinn vor Jesús Kristr kenndi oss í orðum, hversu
vjer skulum lifa, svo sýndi hann oss ok í líkamligum verkum sínum, 15
hvað hann veitti oss í verkum andliga. Ok svo sem vinir
hans þjónoðo honom hjer líkamliga þá er hann var í líkam. svo
skolom vjer nú þjóna honum ódauðligum andliga. Þá gjeck Jesús inn í
kastala, andliga at skilja, er hann vitraðiz monnum sýniligr ok
ljet beraz í heim frá meyjo; ok tók kona nockur hann í hús 20
sitt, sú er Martha hjet, enn hún átti systur, er María hjet. Tvær
systr trúfastar, þær er við drottni tóko, merkja tvenn líf kristens
lýðs; það er sýslo líf ok upplitningar líf. Sýslo líf er at fœða
hungraðan, ok klœða nauktan, þjóna sjúkum, ok grafa dauðan,
gleðja hryggvan, ok leiðrjetta syndugan ok leysa hertekna úr bondum, 25
ok bera áhyggjo fyrir ollom nauðsynjum heimsins. þetta líf
merkir Martha, er starfaði ok vann beina drottni. Upplitningar
líf er at skiljaz við oll fjolskylldo (verk) heims, ok hafna öllum
veraldar áhyggium fyrir ást guðs, ok vilja at guði einum ávallt
hyggja, svo at hugrinn sje ávallt upphafinn til himneskrar dýrðar, 30
þótt líkamrinn sje á jorðo at nauðsynjum. Þetta líf merkte
María, er sat hjá fótum drottins, ok heyrði orð hans; en það
verðr mörgum þeim, er vel þjóna guði í sýslu lífi. at þeir hyggja
það eitt líf algjort vera, er þeir hafa, ok skilja þeir eigi krapt
upplitningar lífs, ok ætla þá sýslolausa, er sig hafa skilit frá 35
veralldar fjolskylldum. Þau dœmi sannaz í því, er eptir ferr í
guðspjallino. Martha nam staðar fyrir drottni ok mælti: »Rækir
þú ecki drottinn það, er systir mín lætr mik eina þjóna? mæl þú
við hana at hún tæe mjer«. En drottinn skýrði, hversu miclu
betra er upplitningar líf. enn sýslolíf, ok lastaði eigi góðverk, þótt 40
hann lofaði eð betra; því at hann mælti svo: »Martha martha
áhyggjosamt er þjer, ok starfar þú í maurgo; enn þó er ein

nauðsyn. María valldi sjer enn bezta hlut, þann er eigi mun frá henni takaz.«

Í maurgo starfa þeir er veralldligri sýslo þjóna, því at margar eru fjolskylldur heims, þær er mikla áhyggjo gera þeim, er í sýslolífe þjóna guði, enn þó er ein nauðsyn; það er at elska guð 5 af ollo hjarta; því at oll fjolskyllda sýslu lífs endaz með heimi þessum; enn dýrð upplitningar lífs fyrir fersz alldrige. Þá er heimr endiz, þá þarf eigi at fœða hungraða, nje klœða nockta, nje onnor verk þau at gera er sýslu lífi fylgja. Enn María valldi sjer enn bezta hlut, þann er eigi mun takaz frá henni, því at þá 10 magnaz dýrð upplitningar ʼlífs, er endiz allt erfiði sýslo lífs, því at þá megum vjer sjá guð, svo sem hann er í guðdómi, ok líta algerliga himneska fegrð, er endaz allar áhyggjor þessa lífs. Enn allz vjer holldum í dag góðir brœðr hátíð dýrðligrar guðs Mariæ, þá skulum vjer líta enn gjorr á skilning guðspjalls þessa; því 15 at margir spyrja, hvat til heilagrar Maríe guðs móður kome í guðspjallinu er það er lesið um alla kristne á hennar hátíðar deigi. Ef vjer hyggium vandliga at guðspjallino, þá munum vjer finna, hvat til guðs móður kemr í þessu máli: Inn gjeck Jesús í einhvern kastala. Í helgum ritningum finnst opt einn hlutr fleira 20 merkja enn eitt. Svo sem annat er eð óarga dýr það er sigr vo úr kyni Júda: það er Kristr; enn annat er eð óarga dýr það er ferr ok leitar, hvern það megi svelgja; en það merkir enn forna fjanda. Ok svo sem annarr er elldr sá, er drottinn sendi á jorð, ok villdi brenna láta, en annar er sá elldr, er fellr yfir syndoga 25 menn, at þeir sjái eigi sól. En þótt illska Gyðinga merki kastala, sá er drottinn sendi ·til postula sína, ok mælti: »Farit þjer í kastala þann er í gegn yðr erʼ, þá merkir þó sá kastali helga mey guðs móður Marío. það er kastale er bæði hefir vegg ok vígstopul. Úr þessu víge má vel verjaz, því at veggrinn verr 30 fjondum atgaungu, en úr stople má vega í gegn þeim. Makliga er heilagri Maríu meyio jafnat við kastala; því at meydómr hugar ok líkams hlífði henni svo sem veggr, svo at alldregi mátti líkamligr losti granda líkam hennar, nje enge raung munoð teygja hug hennar; enn allz ofmetnaðr má stundum spilla meydóme, þó at 35 eigi meigi líkams losti, þá hafði sjá en dýrðliga mær lítelætis staupul þann er braut rak allan ofmetnoð frá meydóms vegg. Lítelæti seigi ek merkir stopol, því at drottinn mælti svo: Hverr er sig lægir mun upp hefjaz. En allz líkamsloste má stundum spilla lítelæti, þótt eigi meigi ofmetnaðr, þá hafði heilaug María 40 meydóms vegg þann (er) braut rak allan losta frá lítelætis staupli. þetta krapta virki hlífði svo hvort auðro, það er meydóms veggr ok lítelætis stopoll, at alldregi fannz í lítillátri meyiu drambandi meydómr, nje saurgat lítelæti, helldr var ávallt í henni lítelátr meydómr ok hreint lítelæti. Enn þótt þetta sje satt, at ekki meigi sannara vera í kristinni trú, þá skulum vjer þó taka úr guðspjalli nockur vitne meydóms hennar ok lítelætis. Þá er eingell guðs hjet henne, at hún mundi son geta, þá svaraði hún: Hversu má þetta verða, því at eg em eigi manni gift. Ef það 5 væri sagt nocqverri fastnaðre meyio, þeirri er giptazt ætlaði, at hún mundi son geta, þá mundi hún það eigi undraz, nje spyrja, hversu það mætti verða, því at hún mundi ætla sig son mundu geta at eðlis vanda við manni þeim er hún vissi sig fastnaða, ok því næst gefna. Enn María undraðiz at rjettu, ok spurði, hversu 10 verða mætti, það er henne var heitið; því at hún vissi víst, at hún mundi eigi giftazt þótt hún væri fostnuð. Þetta er vitni meydóms hennar. Enn síðan er eingellinn sagði hana blezaða vera yfir allar konur ok mundu verða móður guðs at heilum meydómi ok yfir komanda helgum anda, þá svaraði hún: »Sje hjer ambátt 15 drottins; verði mjer eptir orðum þínum«. Enn mælti hún í oðrum stað: »Leit guð lítelæti ambáttar sinnar«. En hæsta mær guðs móðir einvalldz sýndi ok sagði sig lítelátá ambátt guðs. Drottning himens ok jarðar sagði sig ambátt guðs vera; hvat má tignara vera, hvat má lítelátligara um sig ræða. »Inn giekk Jesús í 20 einnhvern kastala«, segir í guðspjallinu. Þenna kastala ætla nokkrir vera þann Magdalum heitir; þaðan af kallaz María Magdalena; enn ef það er satt, þá fulltingir það þessi skilningu, því at Magdalum þýðiz staupull, enn það merkir lítillæti, því at hverr er því hærri fyrir guði, sem hann virðir sig minna fyrir mönnum. 25 Enn er hjer - eigi nefndr kastali í guðspjallinu, helldr einn hver kastali; það skal eigi umlíða svo at óskilit verði. Einn hver kastali var María mær, það er ein sjer frá öðrum meyium þótt aðrar margar hafi meydóms virke ok lítelætis stopul, það er, at þær sje hreinar ok lítelátar, þá meigo þær þeygi mœðr 30 vera ok sono ala at heilom meydómi, sem María ól. Af því kallaz hon makliga einn hverr kastali, það er ein sjer frá oðrum, því at hún ein var bæði mær ok móðir, sem einge var onnor, nje vera mun. Enn þótt það verði, er eigi má verða at mær ale son bæði guð ok mann. Ok svo sem hún er ein mær sjer frá oðrum, 35 svo er ok einn sjer faðir hans ok ein sjer móðir hans. — »Inn gieck Jesús í ein hvern kastala« — því at græðari ljet sjer sóma at byggja í lítelátrar meyiar kviði; hlið það er inn gjeck Jesús merkir trú hennar, því at þá fyllduz allir hlutir af guði, er hún trúði því er eingillinn sagði henne. Enn eigi saurgaðiz 40 sjá kastali, þótt inn geingi Jesús, því at Jesús græðir, enn eigi meiðir, hreinsar hann, enn eigi saurgar; bætir hann enn eigi brýtr. Svo eru verk hans, sem nafn hans; en Jesús þýðist græðari. Enn kona nockur sú er Martha hjet tók hann í hús sitt; en hún átti

systur, er María hjet. Tvær systr merkja tvenn líf í heilagri
kristni, sem vjer saugðum fyrr: Martha sýslolíf, sú er lítelætis
þjónosto veitti þurfondum, ok starfaðe, enn María upplitningar líf,
er sat hjá fótum drottins, ok hlýddi orðum drottins. Onnor
starfaði í enum ytrum fjolskylldum, en onnor tæmdist til enna 5
innre hluta. En svo sem guðs móðir er ein sjer frá oðrum, svo
hafði hún ok í sjer framar enn aðrar alla þessa krapta hvorstveggja
lífs, er þessar systr merkja. Eingi framdi annara jafnvel þjónosto
Marthe, ok tæmdist eingi annara jafnvel til upplitningar Maríe.
Þá er ek nefni Maríam eða Martham, þá skil ek það undir er 10
þær merkja. Lítum vjer fyrst ok þá sýslo Marthe, enn síðan
merkjum vjer at líkindum þjónosto Maríe. enn at vjer meigum
þetta ath fullo skilja, þá virðum vjer saman það, er aðrir vinna í
sýslu lífi ok það er guðs móðir vann. Aðrir taka nokkra gesti
í hús sitt; enn sjá mær tók einka son guðs, eigi í húsi sínu 15
helldr í kviðe. Aðrir klæða noktan mann skiptilegu ok brigðiligu klæði
nockro, en María skrýdde í sjer orð guðs óskiptiligo ok óbrigðiligo
holldi. Aðrir fæða nockurn hungraðan ok þyrstan enni ytri
fæzslu, enn María fæddi guð ok mann eigi at eins enní ytri fæzlu,
helldr fæddi hún hann á brjósti sjer, þá er hann þurfti mannligrar 20
fæzslu. Ok (at) vjer farim skyndiliga yfir oll saman sex miskunnar
verk þau, er Kristr telr við sig gior, þá er þau eru veitt enum
minnstum liðum hans, þá tók sjá mær María eigi einn af enom
minnzstom helldr enn hæsta guðsson gest, ok fæddi hann á brjósti,
ok klœddi hann holdi ok reifum, ok þjónaði honum svo sem 25
sjúkum í bernzsku, þá er hann lá í vauggu ok laugaði hann ok
kældi ok vermdi ok hafði allt fjolskylldi fyrir honum, það fyrir
barni þarf at hafa; svo at makliga mátti frá hennar fjolskylldi
það segjast, er eptir ferr í guðspjallinu: en Martha starfaði í
fjolskylldum beina. Þá er Jesús var hondlaðr ok krossfestr af 30
Gyðingum, þá var María þar stodd svo sem sagt er í guðspjollom:
»Stóð hiá krossi Jesú móðir hans«. Enn það er vitanda at hugr
hennar fylldiz hryggleiks ok áhyggju þá er hún flúði til Egipta-
lands undan Herode, þeim er svo ákafliga hataði son hennar, at
hann ljet drepa marga sveina þá er á hans alldri voru. Hryggðiz 35
hún enn, þá er hún sá Gyðinga opt vilja ráða fjorráðum við
hann. Hryggðiz hún allra mest, þá er hún sá son sinn tekinn
ok bundinn, barðan ok þorngjorðo skrýddan, hleginn ok hræktan
ok krossfestan, dauðan ok grafinn. Af því sómir henni vel það
er drottinn mælti í guðspjallinu: Martha, Martha áhyggjusamt 40
er þjer, ok hryggviz þú í morgum hlutum. Einge ifar um það,
at María mundi vilja at sonr hennar leystist úr ollum píslum ok
mundi hún vilja at guðdómr hans hlífði henni í freistni. Þess
líking er það, er Martha mælti við drottin: »Rækir þú ecki

drottinn það er systir mín lætr mig eina þjóna? mæl þú við
hana, at hún tæi mjer« ; svo sem María mælti þetta við son sinn
á tíð píslar hans: »Sýndu almátt guðdóms þíns, at þú leysir
manndóm þinn frá píslum, enn mig frá hryggleik.« Þetta hofum
vjer rætt um hlut Marthe. Enn hver má makligum orðum ræða 5
um hlut Maríe þann er guðs móðir hafði í sjer, ef slíkr er, sem
ek sagða? Enn allra hellzt af því, at betri er en ek sagða hlutr
Marthe í lífi guðs móður, sá er hvorke er lofaðr nje lastaðr af
drottni; þá skulum vjer af líkendum marka, hversu dýrðligr er
hlutr Maríe, sá er drottinn lofaði ok mælti: »María valldi sjer enn 10
bezsta einn hlut, þann er eigi mun frá henni takaz.« Vili þjer
heyra, hver sá var enn bezsti hlutr, er María valldi sjer? Andi
heilagr kom yfir hana ok kraptr ens hæsta skyggði yfir hana, ok
gat hún son af helgum anda; hvar fyrir mundi hún eigi skilja
um guð, þar er guð var með henni, ok guðs speki leyndiz í 15
henni, ok tók líkam af hennar holldi. Kristr er guðs kraptr ok
guðs speki sagði Páll postoli, ok eru í honum fólgnar allar hirzlur
speke ok vitru. Enn Kristr var með Maríu. Af því var guðs
kraptr ok guðs speki ok allar hirzlor speke ok vitro í Maríu.
Hún sat eigi at eins at fótum drottni helldr at höfði, ok heyrði 20
orð hans. Hún varðveitti orð eingla ok hirða ok austrvegs-
konunga ok sjálfs sonar síns oll í hjarta sínu. Einge mátti jafn-
algerliga bergja sœtleik guðs sem sjá. mær, því at hún fylldiz
af brunne miskunnar hans ok drack af. forsjo vilja hans, því at
með henni var sjálfr lífs brunnr, svo at af þeim brunni flýtr 25
algjorningr alls lífs. Martha starfaði í morgu, enn María undi við
eitt; því at eitt er nauðsyn það er alldregi endiz. Ein sjer
algerði guðs móðir hlut Marthe, ok ein sjer valldi hún enn bezsta
hlut Maríe. Hlutr Marthe er nú frá henni tekinn, en hlutr Maríe
mun alldri frá henni takaz. Nú er hún eigi áhyggiusaum at 30
þjóna honum sem sveini, því at allir einglar þjóna Kriste, sem
drottne. Nú þarf hún eigi at flýja á Egiptaland fyrir Heróde,
því at Kristr stje til himens upp, en Heródes fór til helvítis frá
auglite hans. Nú hryggiz hún eigi í morgum hlutum, þeim er
Gyðingar gerðu við son hennar, því at allir hlutir eru undir 35
orpnir honum. Nú mun son Maríe eigi verða af Gyðingum barðr
nje krossfestr, því at Kristr reis upp af dauða ok mun síðan
(aldregi) deyja. Nú er burt tekinn hlutr Marthe með sínum
fjolskylldum, en eptir er algjor enn bezsti hlutr Maríe sá er
alldregi mun af henni takaz, því at hún er nú upphafin yfir alla 40
engla, ok sjer hún nú guð, svo sem hann er, ok fagnar æ ok
æ með syni sínum um allar alldir allda. amen.

A. M. 624. 4to. bls. 112. sbr. 626. 4to. 1—4.

Þessa bœn hina helgu — pater noster — skipaði ok setti vorr herra Jesús Kristr ollom rjetttrúoðum monnum til formælis, sem postolarnir beiddu, svo mælandi[1]): Domine doce nos orare: »Heyrðu drottinn, kenn oss at biðjast fyrir«. Hann svaraði: »Farið eigi með langmælgi sem ábyrgðarmenn ok seigit svo: 5 Pater noster qui es in cœlis. Heyrðu faðir vor er í himenríki ert.

Í sjau bœnir er skipt þessi enne drottinligri bœn, ath vjer verðum makligir ath þiggja sjaufallda gipt heilags anda, ok vjer megum eignast sjau krapta, at fyrir þá sjeum vjer frelstir af sjau hofuðsyndum, ok komum vjer til sjaufalldra fagnaða. Sjau eru 10 hofuðsyndir nofnum greindar, þær sem eru upphaf allra illra hluta: Superbia, ira, tristicia, avaricia, gula, luxuria, invidia. Það er: ofmetnaðr, aufund, reiði, hryggð, eða leti góðra verka, ágirni, offylli, lostasemi. Þrír hinir fyrstu þessir höfuðlestir ræna, haufuðlaustr hinn fjórði ber mannenn harðlega ræntan; hinn fimmti 15 kastar út barðan manninn; enn sjetti svíkr mannenn útkastaðan, hinn sjauundi treðr manninn undir fótum. Það má svo skilja: Ofmetnaðrinn tekr frá manninum guð sjálfan, en ofund náung mannzins; reiðin rænir manninn sjálfum sjer, ok þá maðrinn er svo hormuliga ræntr, sá er eigi vildi mildliga gleðjaz af sínu eða 20 annars, með því at ekki sje eptir at hann meigi þaðan af fagna — verðr hann grimmlega barðr af hryggð ok leti góðra verka. Þessu næst spillist maðrinn af ágirni. Hún er svo sem útkastaðan barðan, þá er hún skyldar hann at leita huggunar fyrir utan í stundligum hlutum[2]) at týndum ok fyrirlátnum enum innra fagnaði. 25 Síðan verðr maðrinn blekktr af ofneyzlu fœzlu ok dryckjar. Þessi höfuðsynd, þá er hún finnr manninn mjög ástundanda veraldliga hluti — leiðir ok lockar manninn til stórra afbrigða, því at þá fellr maðr jafnan í lostasemi, ef hann er vanstilltr. Sá hofuðlaustr lýstr undir sig teygðan ok svikinn mann ok gjorir 30 fóttroðinn sem í þrældóm lagðan.

En fyrsta af þessum sjau bœnum er fyrr voru nefndar í drottinligri bœn — pater noster — er skipuð í mót ofmetnaði, þá er sagt er: Sanctificetur nomen tuum: Heyrðu drottinn minn: Helgizt nafn þitt. Þá biðjum vjer, at hann gefi oss at virða nafn 35 sitt ok vegsama, at fyrir lítelæti hverfum vjer aptr til guðs, er fyrir ofmetnað skildumz frá honum; fyrir þessa bœn veitist oss heilags anda gift, er kallaz spiritus timoris domini, það er andi hræzlu drottins. Fyrir drottinliga hræzlu eignumzt vjer kraft lítelætis, er græðir ofmetnað, at lítelátr maðr afli sjer til handa 40 himinríki, það er hann týndi fyrir ofmetnað. Þaðan segir svo í

[1]) A. M. 624: seigiandi.    [2]) hlutum bætt við eptir A. M. 626.

guðspjallino: Beati pauperes spiritum ètc. Sælir eru fátækir í anda, því at þeirra er himinríki.

Aunnur bœn er skipuð í mót ofund er svo segir: Adveniat regnum tuum. Til komi ríki þitt. Ríki guðs er hjálp ok heilsa mannanna; sá er svo biðr, hann biðr ollum sameigenliga hjálp ok 5 heilsu, ok lastar sá ofundina. Fyrir þessa bæn veitez oss heilags anda gift er kallaz spiritus pietatis mildleiks andi, uppkveykjandi hjarta vort til góðgirndar, at til þeirrar somu eignar megum vjer koma, sem vjer fýsumz at aðrir komi, það er jorð lifandi manna, eptir því sem seigir í guðspjallinu: Beati mites: sælir eru mjúk- 10 lyndir, því at þeir muno eignaz jorð lifandi manna, eptir því sem seigir í guðspiallinu, það er himinríki.

Hin þriðja bœn er skipuð í móti reiði, þá er sagt er: Fiat voluntas tua sicut in celo & in terra. Verði vili þinn á himne sem á jorðo. Ei vill sá þræta er svo biðr, helldr sýnir hann 15 sjer allt líka, sem guðlegum vilja líkar. Fyrir þá bæn veitiz oss heilags anda gift er kallast spiritus sciencie, það er vizsku andi, at hann komi til vors brjóstz ok læri hjarta vort, ok veiti heilsamliga viðrkomning, at vjer vitum at hvart illt sem þolom er vort syndagjald, en ef nockut gott finnzt með oss vitum fyrir 20 víst, at það er oss veitt fyrir eina saman miskunn guðs. Fyrir viðrkomning mýkiz reiði ok oll afþokkan; ok fyrir þennan krapt viðrkomningar komum vjer til sannrar gleði, eptir því sem seigir í guðspjallinu: Beati qui lugent, quoniam ipsi consolabuntur. Sælir eru þeir er sýta, því at þeir muno huggaz. 25

Fjórða bœn er skipuð í móti hryggð, eða leti góðra verka þá er svo er sagt: Panem nostrum cothidianum da nobis hodie: Gef oss í dag brauð vort dagligt. Skaðsamlig (er) hryggð, eða leiðendi sálarinnar með sút hugarins, þá er hugskot mannsins sýtir svo beiskliga, at það fýsizt eigi til andligra hluta ok eilífra 30 ok af því er siúkri sál nauðsynlig hin innri lækning, ok saðning. Hjer í mót gefr guð oss gift heilags anda er kallaz spiritus fortitudinis, það er andi styrktar, at hann reisi upp ondina til þess at hon styrkizst til girnðar hinnar innri saðningar. Þessi giof styrktar kveykir upp hjarta mannzins til þess at hann 35 hungrar til rjettlætis, til þess at það leiði til fullrar saðningar fagnaðarins. Þaðan af seigir drottinn í guðspiallinu: Beati qui esuriunt & sitiunt iustitiam quoniam ipsi saturabuntur. Sælir eru þeir, er hungra ok þyrstir til rjettlætis, því at þeir muno seðjazt.

Fimta bœn er skipuð í mót ágirnd, er svo segir: Et dimitte 40 nobis debita nostra sicut & nos dimittimus debitoribus nostris. Gef þú oss upp skuldir vorar, sem vjer gefum upp skuldonautum vorum. — Fyrir þessa bœn veitist oss heilax anda gipt, er kallazt spiritus consilii, það er andi ráðs, sá er oss lærir gersamliga at miskunna, at vjer megim miskunna öðrum, svo sem guð- 45

spiallit vottar: Beati misericordes quoniam ipsi misericordiam conse-
quentur. Sælir eru miskunnsamir, því at þeir muno miskunn eignazt.
Sjetta bœn er skipuð í mót ofneyzlu fœzlu ok drykkjar, er
svo segir: Et ne nos inducas in temptacionem. Leið oss eigi í
freistni. Fyrir þessa bœn veitizt oss heilags anda gipt, er kallazt 5
spiritus intelligentiæ, þat er andi skilningar, at hin iðri saðning
guðs orða hepti hina ytri beiðni holdsins, ok aungvir óleyfðir
hlutir megi oss sigra fyrir því sem sjálfr drottinn andsvarar í
mót andskotanum, þá er hann freistaði hans með flærðsamligri
áeggjan af hinu ytra brauði svo segjandi: Non in solo pane vivit 10
homo; eigi lifir maðr við eitt saman brauð, at hann sýndi
opinberliga. Því at þá hugskotið fœðizt saðning hins iðra brauðs
— það er guðs orð — þá geymir hann lítt, þó at hann þoli
um stund líkamligt hungr. Því gefr guð í mót ofneyzlu heilags
anda gipt, er nefnd var, at andi skilningar komandi til hjartans 15
hreinsi hræðilig myrkr hugskotsins vors ok fullgeri auga vors
innra manns svo ljósfullt ok skírt, at hann finnist fullkomliga
hreinn ok glöggskyggn at sjá birti sjálfs guðdómsins. Af vitjan
skilningar anda — fœðizt hreinleikr hreins hjarta, en hreint hjarta
ok skírt öðlazt sýn siálfs guðs, sem vottat er: Beati mundi corde 20
quoniam ipsi videbunt deum. Sælir eru þeir er hafa hreint hjarta
því at þeir munu sjá sjálfan guð.
Sjaunda bœn er sett í móti lostasemi, er vjer segjum svo:
Libera nos a malo. Leys þú oss frá öllu illu.
Guðs þræll miskunnsamliga grœddr biðr viðrkvæmiilga frelsi 25
at fá, ok fyrir lítillátliga bæn veitist honum heilags anda gipt, er
kallaz spiritus sapientiae, þat er andi spektar, sá er aptr skipar
frelsi týnt þeim er af laustonum var hertekinn. þessi heilags anda
gipt veitezt þá er hugskotið hefir átekið afsmekk hins innra
manns sœtleika, heimtist allt saman fyrir innan af himinríkis fýsi 30
fyrir sjálft sig, ok leysizt eigi þar nú til hinna ytri hluta fyrir
holdsins eptirlífi — því at þat hefir alla sína eign fyrir innan sig
til skemmtanar. því er það auðsýnt at hinn innri sœtleikr sezt í
móti hinni innri munuð ok eptirlífi, at því framar sem hugskotit
tekr at skilja þá hluti sem af guði eru, ok honum at líka, því 35
frjálsligar ok leyniligar hafnar það hinum ytrum hlutum, ok þat
friðar í sjálfum sjer, hvílizt síðan allt fyrir innan fyrir heilaga
ást, þá er þat beiðist aungra enna ytri hluta. Heilagr andi
spektar með þessum hætti átakandi hjarta mannsins með sínum
innra sœtleik stillir fyrir utan hita holdligrar girndar, ok skipar 40
frið fyrir sjálfan, þá er allt hugskotit safnazt saman til hins
innra fagnaðar, endrsemizt maðrinn fyllilega ok algerliga til guðs
líkneskju eptir því sem segir í guðspjallino: Beati pacifici quoniam
filii dei vocabuntur. Sælir eru friðsamir þeir munu kallast synir guðs.

**fyrra bl.** trú rétta þa ef off leıþer ınn tıl almͫ|neleg'ar c'ſtne. Hurþ fýr
1. dálkr   durū merke|r ſcýnſama mͫn. þa ef hraúſtlega ſtand|a at móte
vıllo mænnō. oc býrgıa þa fý|r utan c'ſtne goþſ í kennıngō
ſínō. G|ólfþıle kırkıo merker lıtıllata mͫn. þa | ef ſıc lǽgıa
í allre vırþıngo oc veıta | þvı meıra upphalld ællō lýþ. ſē 5
þeír | verþa meırr. under fotō troþner. Se- | to pallar kır.
merk⁷. varcunnlata mͫn. | þa ef heógıa meınō oſtýrcra nǫnga
í | varcunnlǽte ſíno. ſua ſē pallar veíta h|ǫgýnde ſıtıondō.
Tveır kırkıo vegge|r. merkıa tvınnan lýþ. comͫn tıl eın|nar
c'ſtne. annan af gýþıngō. en ann|an af heıþnō þıóþō. Brıoſt- 10
þıle ef ſātæ|nger báþa vegge. í eíno huſe. m⁷k⁷ dro|tten várn.
ef ſātǫnger tvínnan lýþ í | eínne trú. oc ef ꝥ. ſıálfr brıóſt
oc hlíf | ſkıolldr c'ſtne ſínnar. Á þeſſo brıóſt þı|le ero dýrr
ınn at ganga ı kırkıona. oᵒ | gluggar þeır eſ lýſa kırkıona.
þuı at d|rottenn ſıálfr lýſer alla þa. ef ınn gan|ga í trú hanſ. 15
Brıóſtþıle þat ef a mıþle | ef ſæ'nghúſſ oc kırkıo. m⁷k⁷ helgan
an|da. Þuı at ſva ſē vér gængō ınn fýr tr|ú c'ſtc'. í c'ſtnena.
ſva gængō vér oc ın|n í hına dýrþ fýr mıſcunnar dýrr h|eılagſ
anda. Oc ſva ſē c'ſtr ſātængþe t|va vegge. þat eſ tvınna
lýþa í eínne | trú. ſva ſē tǫnger heılagr ande þa ena | ſæmo 20
lýþe í eínne æ'ſt. A þeſſo brıóſtþ|ıle ero mıkıl dýrr. ſva at
ſía ma æ'll tı|þende í ſæ'nghúſ ýr kırkıo. þvı at hv|err eſ
ſıþr mıſcunnar dýrr heılagſ an|da ma líta hugſcotc' augō
marga hıne'|ca hlute. Fıorer hornſtauer kırkıo m⁷|kıa fıogor
goþſpıǫll. þvı at kenníngar | þeirra ero enar ſterxto ſteóþr 25
2. dálkr   allrar c'ſ|ne. Rǽfr kırkıo m⁷k⁷ þa mͫn eſ hugſcotc' | augo
ſín heſıa upp fᵛ ællō ıarþlegō h|lutō. tıl hıneſcᵛr dýrþar. oc
hhua þeír | ſva c'ſtnenne í beonō vıþ frǫıſtne ſem | rǽfret

hlíuer kırkıonne. vıþ élō. oc | fcúrō. Lángvıþır í kır-
kıonne. þat ero | áfar oc ftaflǽgıor ef ftýþıa. oc faman|
hallda bǽþe rǫftō. oc veggþılıō kır|kıonna*r*. þeír m⁷kıa
forráþf m̃n. þa eᵃ | fetter ero tıl ftıornar oc tıl ẹflíngar |
c¹ftnennar. fva fē abbatar ýuer mun|cō. eþa hǫfþíngıar 5
ýuer lýþ. þver | tre ef fcorþa ftaflǽgıor. oc upphall|da þeı
treóm ef áfa ftýþıa. m⁷kıa þa | m̃n í c¹ftnenne ef fẹtta
veralldar hǫ′|fþıngıa ı roþō fínō. en þeir efla m|unclıf. oc
helga ftaþe meþ auþeóvō | fínō.  Cluccor m⁷kıa kennem̄ þa
ef fa|grt hlıoþ geóra fýr goþe oc mǫnnō | ı beonō fınō oc 10
kenníngō. Croffar | oc róþor m⁷kıa meínlǽtef m̃n. þa eᵃ |
bera píflar marc c¹ftcᵃ a lícā fínō. þa | ef þeír meóþa fıc
í fǫftō. eþa í vǫcō. | En fva fē ver fegıom kırkıona m⁷kıa |
allan c¹ftenn lýþ. fva ma hón oc m⁷k|ıa fér hvern c¹ftenn
mann þann ef f|annlega georıfc muft⁷c heílagf an|da ígóþō 15
fıþō. Þuı at hverr maþr | fcal fmıþa andlega kırkıo í fér
eı|gı ýr trom ne fteínō. helldr ýr g|oþō vercō. þeffar kırkıe
fǫnghúS | ero beóner oc falmafǫngvar. Altera | m⁷k⁷ ǫ′ft en
alteref clǽþe m⁷kıa goþ v|erc ef ǫ′ft eıgo at fýlgıa.  Sva fē allar |
forner helgafc ýuer alltera fva he|lgafc oc þǽgıafc ǫll góþ verc í 20
ǫ′ft: | En fıa ǫ′ft fkıftefc í tvínn boþorþ: | þat ef ǽlfca goþf oc
nǫ′ngf. þa tvın|na ẹlfco m⁷kıa tvínn brıóftþıle kı|rkıo. et ýt^w
nǫ′ngf ǽlfco en et ıþra | goþf ẹlfco.  A eno ıþra brıóftþıle ero |
mıkıl dýrr í fǫ′nghúf. Þuı at hverıō | fýnefc þvı fíþr þrǫ′ng
gata goþf. fē ħ ẹlfcar | goþ framarr. Aeno ýt^w brıóftþıle ero 25
glug|ar. þvı at hóft ef boþorþ drottenf qᵃþ falma | fcáldet.
oc lýfer þat augo ór. þetta et hó|fa boþorþ fcýrþe fıálfr
drottenn framarr | oc mǽlte. þat ef boþorþ mıtt. at hverr |
ýþvarr ẹlfke annan.  Hurþ fýr durū m⁷|ker tungoftullíng.
fva fē dauıd mǽlte í | falme. Sett þu varþhalld munne 30
mínō | drottenn. oc hurþ at gǽta varra mínn|a.  Sva fē ħ
þetta mǽlte. Luc upp þu m|unn mınn þa ef betr gegner at
mǽla | an þegıa. en þu býrg ħ. þa ef bet^w eᵃ þ|agat. an
mǽlt. Ɛn má hurþ m⁷kıa fcyn|feme. þa ef cann greın goþra
hluta oc | ıllra. at vér lukē upp hıǫrto ór goþō | hlutō. en 35
11*

býrgē ute allar líotar hug|rẹnnıngar. Sýlloftoccar þeffar
kır|kıo mᵏkıa trú. þvı at ýuer þann gru|ndvoll. oc underſtocc
ſcolō ver ſmíþa | ǫll góþ vérc. at ver megē verþa goþ· | muſtᵉe.
Fıorer hornſteınar mᵏkıa ñora | hæ·uoþcoſto. þa eſ enar ſterxto
ſteóþr | ero annarra góþra verca. þat e· vıtra | oc réttlǽte. 5
ſtýrcþ. oc hoffeme. G|olfþıle mᵏk⁷ lıtıllǽte. oc hlýþne. oc |
þolenmeoþe. þa eſ eıgı ſcāmaſc at þ|ola lǽgíng oc vanrette
aſ mǫnnō. | Seto pallar mᵏkıa mıſcunnar verc | þau eſ veíta
huggon þuruoñdō. ſē | pallar hvıld ſıtıǫndō. Vegger mᵏk|ıa
æ·ll ſaman góþ vérc. oc allt nýt|ſālect ẹrueþe. þat eſ gort 10
eſ fýr æ·|ſt goþſ. oc næ·ngſ. Staflǽgıor eS | ſaman hallda
veggþılıō merkıa | ſtaþfeſte goþra verca. Rǽfr ýuer | veggıō
mᵏk⁷ væ·n. oc ahuga þann eſ | ver ſcolō haua upp tıl goþſ

4. dálkr  ýuer æ·l|lō goþō vércō. Áfar eſ ſtýþıa rǽfr | víþo mᵏkıa
bıþlúnd þa eſ ſtýþr v|æ·n ora at. eıgı þrıóte off at vétta | 15
mıſcunnar aſ goþe meþan v⁷ huō. | Þvertre eſ vegge ſtýþıa
at eıge f|alle þeır fýr of vıþre. mᵏkıa frıþ. oc | ſāþýcke. þat eſ
ſtýþr. oc ſātẹnger | ǫll goþ verc ór. ſva at þau falle eıgı |
fýr ofvıþre dıæuollegrar frẹıſtne. | Croffar. oc róþor mᵏkıa
lıcāſ meínlǽ|te. þat ero fǫſtor oc vǫcor. Cluccor mᵏ|kıa 20
kennıngar. þær eſ off véckıa tıl | goþra vérca. ſva ſē clucca
tıl tıþa. G|arþr of kırkıo mᵏk⁷ varþvẹıtcᵉlo þeſ|ſa allra goþra hlúta
eſ nu ero her ta|lþer. En þa megō ver vel varþveıta | þeffa
alla góþa hlute. eſ v⁷·hýggıō at | vercō þeírra eſ fýrer off
ero farner | or heıme. ſva at góþ deóme ſtýrke | off tıl 25
ẹftᵏglıkíngar. en ıll deóme v|are off vıþ ſýnþer. Þenna athuga |
mᵏk⁷ grǫftr líkama í kırkıogarþe: | En þat eſ vítanda. at allt
má andlega | mᵏkıaſc. oc fýllaſc í off. þat eſ tıl kírkıo |
buníngſ eþa þıónoſto þarf at haua. | eſ v⁷ huō ſva hrẹínlega
at ver ſē ve|rþer at callaſc goþſ muſtᵉe. Aſ þuı e· off | 30
nauþſýn góþ ſýftken. þa eſ v⁷ hæ·lldō k|ırkıodagſ helge. at v⁷
hreínſē brıóſt k|ırkıor órar. ſva at ekke ñnne goþ í mu|ſtᵉe
ſíno þvı eſ v⁷ erō ñáluer. þat eſ ђ ſtý|ggveſc vıþ. Oc ſva
ſē v⁷ vılıō ſýnafc fat|pruþer útan. oc hreíner á hæ·típar
de|ge. ſva ſcolō v⁷ oc ınnan þva ıþranar | tæ·rō ſýnþaflecca 35

af æ'nd várre. oc pr|ýþa hana góþō vercō. Oc fva fē v᷎
feó|þō off ıtarlegre feózlo oꝼ hæ'tíþer. fva | fcolō v᷎ oc feóþa
æ'nd óra hæ'tíþlegre | feózlo. Þat ero orþ goþf. Þvı at
ófeómt | eſ at lícār feóþeſc. oc clæþeſc. ıtarlega. | en enn
ıþre maþr fe oprúþr. oc mıffe 5
**ara bl.** eſ mer hafþe vıt᷎c᷎k. þa cō annarr en|gell á mót hǫnō. oc ·
**dálkr** mælte vıþ ħ. Ren|n þu aftr. oc feg fveıne þeffō at eýþ|aſc
mon ıorfalaborg. En allz þat eſ | víſt at englar fenda engla
tıl mann|a. þa eſ eıgı einfýnt at fa engell eſ | ıfaıa fpamanne
vıt᷎þeſc. være hǫlld|r eınn af logǫndō. an fendr af þeı | ýr 10
æþro fýlke. En þo vaf ħ maclega | callaþr eınn af logǫndō.
þvı at ħ frā|þe þeırra ēbætte þa eſ ħ b᷎ ǫlde á v|arrar fpa-
mannc᷎. oc brende fýnþer | af munne ħf. Sva fē englar
mego | engla fenda. þa mego oc fva þeır en|glar eſ fender
ero. taca nǭfn aꝼ hı|nō eſ þa fendo. eſ þeır fremıa hın|na 15
þıónofto. þo at þeır fe ýr æ'þro | fýlke fender. þat fannar
oc danıel | fpamaþr at fę́re fe englar fender í h|eı. en fleíre
loue goþ á hīnō. þvı at | ħ q᷎d fva at orþe. Þufund þufunda
þı|ónaþe goþe. oc tıo þufundō finna h|undraþ þufunda ftoþo
fýr hǫnō. an|nat eſ at þıona goþe. en annat eſ ſt|anda fýr 20
goþe. Þeır þıona goþe. eſ | fara þangat eſ ħ fender þa. En
þeır | ftanda fýr goþe eſ hverge hefiafc | fra augltte hanf.
oc of valt ero ſtaþꝼ|after ı navıfto hanf. Þufund þufund|a
þıonaþe hǫnō. en tıo þufundō fin|na hundraþ þufunda ftoþo
fýr hæ|nō. Þuı at fę́re ero fender ħıngat í | heı at fremıa 25
goþf þıonofto. en fie|re ftanda of valt ı auglıte ħf a hīne. |
En þeır eſ fender ero. coma hıngat | ı heı tıl fýflo finnar.
en þo mıffa þe|ır aldrege goþf dýrþar fýr augō fér. | þvı at
goþdómf mǫttr eſ allr í æ llō ft|ǫþō. oc mego af þvı hverge
**dálkr** þeff fend|er vefa eſ eıgı haue þeır goþ fýr aug|ō fér þo at 30
þeır fé í eınō ſtaþ fę́nn | En eıgı eſ englō dvǫl at fǫr finne.
þ|vı at þeır fara á eíno augabragþe | ·mıþle hımenf. oc ıarþar.
fva fkıot(t) | fē maþr má renna hug fínō. Oc f(r)|emıa þeır
fýflo fína ófýnelega. fv(a) | fē ero fialuer ófýneleger. En
þo (m)|ego englar vıt᷎fc mænnō fýneleg(a) | þa eſ þeír vılıa 35

vocǫndō eþa fouǫ|ndō í necqʳrre licālegre a fióno. þ|eirre ef
þeir taca í lofte. oc eýþ|efc fú afióna í lofte þa ef þeir fara
| til himenf. En til þeff vitᵚfc englar | fýnelega ftundō. at
vʳ fcýlē trúa | ófýnelegō cᵚfte þeirra. þvi at til | þeff geórafc
allar fýnelegar iar|teiner. at vʳ truē ófýnelegō. En | allz vʳ 5
hǫlldō i dag hǫtíþ þa. ef Mi|chael engell vitᵚþe at halda
fcýl|de. þa fcolō vʳ reóþa necqᵃt fcýr|ra of dýrþ þeffa engelf
at vᶥ vitē | hvert vʳ eigō trauft under hǫnō | ef vʳ viliō calla
a ħ off til arnaþar | orþf. þvi at helgar ritníngar fe|gia ħ a
margar lunder af goþe | umb frā of aþra engla vegfama|þan 10
oc fettan hæfþingia anna|rra engla. Sia engell heuer offt |
vitᵚtcᵃk fpamǫnnō. oc fýnda þ|eim óorþna hlute. oc þægþar
beó|ner þeirra fýr goþe. fva fē ħ m|ælte fiálfr. viþ daniel
fpamann | Ec em fa engell. ef feórec beón|er ýþrar goþe.
Þeffa engelf d|ýrþ fa ioan i hina fýn finne. oc | Mǽlte. 15
Engell ftóþ hia altare. oc | hafþe gollect reýkelfefker í |
hende. oc vaf hǫnō fellt mart | reykelfe. Þat ero beóner hei|
3. dálkr lagra. at ħ geórþe dýrlegan ílm | fýr gollego altare. þat ef
fýr aug|lite goþf. Af þvi fcolō vʳ offt calla | engla goþf til
fulltíngf off. þui at | þeir þǽgia beóner oc efla off a fi|(n)o 20
arnaþar orþe. Sia engell Mic|(ha)el ef fettr hæ'fþínge paradifar. |
oc heuér ħ vellde ýuer allar an|der réttlátᵚ. at leiþa þǽr i
parad|ifū fra quolō. Af þvi ef goþ beþe|nn i hveriō lícfæ'ngue.
at ħ fend|e Michaelē engel amót ændom | manna. at leiþa
þǽr til friþar fᵚ | vellde diæfla. Af þvi fcolō vʳ at | hýllafc 25
þenna engel í beónō. | oc í góþgeórníngō. at ħ fǽtte and|er
órar viþ goþ. meþ fíno fulltín|ge. Sia engell fcal coma a
enō | efftō dogō a mót antacrifte oc | drepa hann meþ elldíngo.
oc f|ýr fara vellde hanf þvi ef ħ ha|fþe aþr i gegn goþf vinō.
Af þ|vi biþiō vʳ þenna engel goþf. | at ħ arne off figrf af 30
goþe igeg|n óvinō órō. oc ftoþve fiandr ó|ra fýnelega oc
ófýnelega. Af | þvi ef off nauþfýn at dýrca h|elga engla i
beónō órō. oc calla | á þá til fulltíngf í allre freift|ne varre.
Þvi at vʳ megō eóng|o góþᵃ of afla. ne ýver freift|ne ftiga æn
goþf cᵚfte. oc eng|la fulltinge. Varþ hallz enge|ll ef fendr 35

hverıō manne tıl | fulltíngſ þa eſ ħ eſ ſkirþr. ſa | eſ mannenn
eſle tıl goþra h|lúta. oc hlıue víþ ıllo. En eſ | maþrenn
výcr efter teýgı|ngo fıándánſ. oc geórer ſýn|þer. þa hverfr
fra hǫnō varþ | hallz engell óglaþr. en engell | andſcotanſ
4. dálkr keōr í ſtaþ ħſ. ſa eſ | mannenn fýſer of valt tıl ſýnþa | oc 5
tıl galeýſeſ. En eſ goþſ mıſcu|nn gefr mannenō at ıþraſc
ſýnþa | af ǫllo hıarta. þa kéōr aftr varþ | hallz engell tıl
þeſſ mannc⁸ fagn|ande oc recr bra(u)t fra hǫnō and|ſcota
engel þann eſ ħ hafþe tæld|an. oc eſler ħ mannenn ı annat
ſınn | tıl endr bótar líſſ. En af þvı vıtᵒ|þoſc forþō ſýnelega 10
varþhallz en|glar helgō feþrō. oc ſpamǫnnō. | at v⁷ ſcýlē þvı
trua at oſſ ſýlgıa | oc varþhallz englar ſlıct et ſama|ſē þeı.
eſ v⁷ vılıō efter þeírra deó|mō lıua. Rennov⁷ oc þa oft
hug|órō tıl hīneſcʷ fagnaþa. oc fýſom|ſc af ǫllō hug tıl engla
dý'þar. en | mınnōſc þo at v⁷ erō mollſ oc | aſca. oc hreínſō 15
oſſ í tára brunne | af ſýnþa ſaǿre. Sa eſ lıtet lán he|uer
þıone ħ trulega goþe í lítle | láne. oc geue ǽþrō góþ deóme
| ſinna verca. at ħ ſe maclegr eor|endrechı goþſ. Sa eſ
mıkıt lán | heuer. veſe ħ ǫrr vıþ nænga ſína | af mıclo lane
at ħ mege verþa h|ǽuoþ ǽ'rr goþſ. Sýnō v⁷ góþ ſýſ|tken 20
\nǽngō orō cʷfta verc oc | veıtō upphallſ (o)ſtyrkıō meþ
v|árcunn. at v⁷ fyllē lıþ hīneſcrá | cʷfta. Stǫndō v⁷ hraúſtlega
ı geg|n freíſtne ſſanda. oc hǽuō allt | coſtgǽue tıl þeſſ at
fr'ra nænga | óra ſýnþō. at v⁷ megē glıkıaſc v|elldeſ englō.
Hreınſō v⁷ hıorto | ór. af ónýtō hugrennıngō. ſva | at eıgı 25
at eınſ lęıþretteſc ṿand|er m̃n. af órō deómō. hęlldr bat|ne
oc góþer. at v⁷ verþē glıker | hǽfþíngıō. oc drottnō. Hǽlldō
| v⁷ ıáfngırne í ǫllō hlutō. oc veſō.

A. M. 686. B. 4to. fyrri blaðstúfr. a.

ħ þar marg goþ v'c rıten þa' er kñgreɴ hafþı garr. þa
fellde gregorı⁹ tǽr.. ⁊ gecc tıl petrs kırkıo. ⁊ baþ fýr' kınō 30
at guþ tǫkı ǽnd ħs or pıſlō. þa vıtʷþez ħō engell guþs
⁊ ſagþı bǫn ħs heyrþa. ⁊ var ħ mıɴtr a at egī ſcýlldı
ħ optaʀ bıþıa fır' heınō maɴe darþō. Gregorı⁹ var p̅p̅

þrettan vetr ⁊ fex mænoþr ⁊ fimtan daga. en fiþ for
ħ af þessō héimi til guþs. ⁊ var grafiɴ i petrs kirk
hia þ' er hvila helg⁷ pavar. leo gelafi⁹ siplici⁹. ⁊ fimachvs

a fcipino. ⁊ kýrþi þegar veþret ⁊ gaf guþ þeī býr til
lands. þa er cuthbertus vacþi eina hv⁷ia nott meþ fe
hirþō. þa fa ħ ænd eins heilags býfcupf fara til
himīs meþ englō. ⁊ reýnðiz a þre ftundo vereþ hafa and
lat býfcupf fem cuthbertuf hafþi fet ænd ħs fara til hi
minf. en ħ gǫrþiz þa muncr þvi neft. ⁊ ox dag fra degi igoþō
v⁷kō. Vtlendr maþr necꝗr. kō of ðag. ⁊ laþaþi ħ þaɴ ⁊ fet-
ti borþ fýr⁷ ħ. eɴ er ħ for ept⁷ braþ ðifci i klæfa. þa var
geftriɴ horfiɴ

A. M. 655. 4to.  Fragm. XXI.

**1. bls.** enf ⁊ flocnaþi ellðriɴ þegar.  Siþ̄ var ħ til byfcups tekiɴ
fē uit˥þ var af guþi. ⁊ fýndi ħ byfcupf tign i keɴingō ⁊ iar
teinō. Vigt uatn felldi ħ hufbuanda nocqᵒʳ fiúcō. ⁊ uarþ haɴ
þegar heill. er ħ b⁷gþi þvi vatni. Eɴ gaf ħ heilso meýio nac
qᵃʀe. þa er ħ fmurþi ħa vigþu viþfmiorve. Eɴ hvarf ħ til fveīs
nocqᵒʳs fivcs. ⁊ varþ ħ þegar heill. en aɴan ungan maɴ nær
fva ðaþan gręðði ħ meþ eini faman bǫn ⁊ bletfan.  Spalecs
anda hafþi ħ. ⁊ viffi fir⁷ bæþi fitt anðlat ⁊ margᵂ aɴarra.
⁊ gecc þ̄ ept⁷er ħ fagþi. þa er cuthbert⁹ toc bana fott. þa
toc ħ vanheilan munc nocqᵒʳn til þionofto viþ fic. ⁊
toc fa heilfo eɴ fýrfta dag er ħ leiðði Cuthbertū til kir-
kio.  En Cuthb⁷t⁹ andaþiz i daþgon. eiɴi nott fir⁷ Bnðict⁹
Beneðictuf hafþi gamals maɴz (af fñ bñðicto).  meffo
fiþu a ungō alldri. oc lifþi ecki at heīs munoþō. ⁊ eig-
naþiz nafn fitt i goþō fiþū. þ̄t b̄nðict⁹ þvþiz bletfaþr. þa
er foft⁷ ħs felldi t°g af borþi. ⁊ braþt i fundr þ̄ er ħi var lét
þa gecc b̄nðict⁹ til bǫnar. ⁊ hafþi meþ s⁷ t°gs brotin. ⁊ gat
ħ þat af guþi at t°git var heilt fva at engi breftr
var a þvi.  Þa gecc .b. i einfeto ⁊ var þar þria vetr, fva
at muncr eiɴ viffi einfeto ħs fa er ħō fǫrþi fǫtflo.

unz ðrottin vitʷþi p̄ſti nacqᵃrō. hvar .b. var ı eınſeto.
Sıþ̄ fundo fehırþar ħ. ꝛ toc ħ þa at kýnaz alþýþo.
fıandı freıſtaþı ħs of dag ꝛ flo ı hug ħō rangrı fýSı
at fına kono þa er ħō hafþı forþō kun vʳıt.   En er
ħ var a faᷓr komın. þa velltız ħ ı klūgrı ꝛ þýrne bʳr
ꝛ hefndı sʳ þess er ħ gırnþı rangʷ hluta. ꝛ varþ ħ
allðregı ſıþ̄ fırʳ ſlıcrı freıſtnı.   Munkar or eıno mūc
lıvı baþo at ħ ſcýlldı vʳa abótı þ̄ra. ꝛ gǫrþe ħ. ſva
en er þeı þottı ħ sʳ ſtraᷓng boþor(þ) bıoþa. þa fýlduz þ̄r upp ıllſco
ı gegn ħō. ꝛ blendo eıtre drýcc ħs ı glęrkʳe. en er ħō var ðrýkr
ſa fǫrþr. þa gǫrþı croSmarc ýfer kʳeno aþr ħ tǫkı vıþ ꝛ ſpracc
þ̄ ıſunðr. ſē ħ hefþı ſteını aloſtıt. þa ſcılþı ħ velar þ̄ra ꝛ baþ
þa leıta sʳ aNarſ. abóta. en ħ for þaþan a braᷓt aptr tıl eınſe-
to ſıNar. þa kvomo margʹ tıl ħs þ̄r er guþı uılldu þıona.
ꝛ ſettı ħ tolf munclıf ſcamt fra eınſeto ſıNı.   Svartan fıan-
ða þaN er ħ ſa munc eıN ut leıþa or kırkıo þa er aþrer baᷓ
þo fýrʳ fer. þaN laᷓſt ħ meþ vendı ꝛ rac a braᷓt.   En mūcreN
var ſıþ̄ ſtaþfaſtr a bǫnō ſē aþrer. en gȧt ħ þat af guþı. at
vatn ſpratt upp ı bıargı þa er munca þraᷓt vatn ı nacqᵃ
ro mūclıvı.   Preſtr nacqᵃʀ aᷓfundaþı b̄ndıctū. ꝛ ſendı honō
eıtrblandıt braᷓþ tıl fǫtſlo. en ħ toc uıþ þvı. ꝛ vıſſı þo
at eıtr var ı braᷓþıno. en hʷfn var vanr at koma hvʳn
aptan. ꝛ taca fǫtſlo or hèndı b̄ndıct⁹. en ħ caſtaþı hıno
eıtrblandna braᷓþı fırʳ hrafnıN. ꝛ baþ ħ þar þvı nıþr
kaſta er alldregı fýndız. ꝛ gǫrþı hʷfnıN ſē b̄ndıct⁹ baᷓþ
En er p̄ſtrıN leıtaþı meīs b̄ndıcto ꝛ lerıſveınō ħs.   þa
fırþez b̄ndıct⁹ reıþı ħs. ꝛ for tıl ſtaþar þes er heıtır
monta caſſın.   En p̄ſtrıN toc bʷþan daᷓþa lıtlu ſıþaʀ.
En b̄ndıctuſ braᷓt nıþr blot ꝛ heıþnı þa er þar var
fırʳ ı baᷓ er ħ cō ꝛ ſnæýrı baᷓıar maᷓnū tıl tru. ok
ſettı ħ þar mıkıt munclıf.   Steın nocqᵒʳ var ſa er mᴺ
matto eıgı or ſtaþ velta aþr b̄ndıct⁹ bletſaþı ſteının
ꝛ varþ ħ þegar lettr. en ſcvrþgoþ fanz unðʳ ſteınınō
ꝛ var þvi kaſtat ı elldh⁹ munca.   En of nottına ſýn-
ðız munkō ſem elldr brýne af ſcýrþgoþıno ꝛ lo-

gaþi hufit allt. en b̄ndict⁊ baþ þa figna fic ⁊ q̇þ

**3. bls.** þa leit IHC hugreNigar þ̄ra ⁊ mælti. Hv'̇t rici mun eýþaz þ̄ er
fundr fcipt v'þr i fer. ⁊ mun falla hv't h^u a aNat. En ef fian-
diN er funðr fciptr i S⁊ fiælfō hv'fo mon þa ftanda rici ħs.
fē er fegit mic i belzebub reca diæfla fra oþō. eN ef ec    5
rec diæfla fra oþō i c͞fti heilags anda. þa mun kōa guþs
riki til ýþvar. Iartein fu er ðrottiN fýndi licālega geriz hv'n
ðag andlega i alþýþo livi. Þa er guþ fnýr til hogværif g'mō
hiærtū fva fē diæful oþō. En þ̄r taca guþf lof vatta er fýr
þægþo of c'ftz ðýrþ fva fē þ̄r v'i omala. Gýþingar læfto-    10
þo iartein⁊ d°ttiN° ⁊ q̇þo ħ iohreinō anda diæfla a bræt reca.
þ̄t offtopa meN lafta þolenmøþi litillat͞ þ̄ra er grileics
anda reca fra s⁊. ⁊ fegia þ̄r þa eigi fýr trv. hellðr fýr⁊ hvg
leýfi. eigi vilia hefnaz uiþ ovine fina. Sum⁊ bæþo ħ fýna
s⁊ tacn af hīmi. ⁊ gæto eigi. þ̄t þ̄r mego eigi fiNa hīnefca    15
hluti er eigi nýta s⁊ þ̄ er þ̄r heýra eþa fia gott a iærþo.
En ð°ttiN fýndi hv⁊ giæ'lð kōa muno fir' offtopa ⁊ ofætti m°.
Hv'̇t rici mun eýþaz funðr fcipt is⁊ fagþi ħ. ⁊ falla hv'̇t h^q
a aNat. Sundr fcipt rici eýþiz. þ̄t ofætti ricif maNa g'ir
þeI opt vegtion. þa fellr h^θ hv'̇t a aNat. er þ̄r hava illa    20
hugi a meþal fin. er i nand eroz. fva fē hiona hatr eþa
bua grettor. ef huf fellr a h^θ. þa brotnar hvartveggia.
þar er hvart mætti aNat ftyþia ef ftøþi. Sva g a oc o-
fatt⁊ nabuar hvar⁊ æþrō mein. þar er þ̄r mætte vel
ðuga hvar⁊ æþrō. ef þr v'i fatt⁊. Ef fiandi er fundr fci-    25
ptr i S'. hv'so ma þa ftanda rici ħ q̇þ ð°ttiN. Þa er fiande
fundrfciptr i S⁊. er offtope etfc igegn offtopa ⁊ recr
fiandi fianda a bræt. Þa er grīm⁊ meN raþaz fiær raþō
eþa vapnō vegaz. EN ðrotteN fýndi i þeI orþō er
iħ°.... þa er meN rako fianðr fra oþō. eþa    30

**4. bls.** hvat fu brætrecning ftoþar til andar heilso. Ef ec recc a b͞vt
diæfla i helgō anda. fagþi ħ. þa mun kōa til ýþvar rici guþ°.
Sa recr diæful a bræt i helgō anda. er fýr⁊ þolinmøþi ftigr ýv⁊
grimleic. ⁊ lænar goþo illt ovinō. þa kømr rici guþs þ̄er
eýþ⁊ rici fiandans. þ̄t þ̄ v'þr opt at offtopa meN fnuaz    35

þa til· friþar ꝉ iþraz illzko fiɴar. er þ͚r reýna hve mikit
a miþli er opſtopa þ͚ra fialfra. ꝉ þolinmoþi hīna er þeı
la͛noþo goþo illt.

IOħS feg͛ fva ı guþfpialli fino at ihc for hia fæ galilee. ꝉ
fylgþı ꞁ þra maɴa er fet ha͛fþo iartein͛ ħs. þær er ħ gerþe          5
yv͛ fiucō ma͛ɴō. eɴ þa uar fcamt til. paſca tıþar gýþiga.
þa for IHC til fiallz. ꝉ fat þar meþ lærıfveinō finō.  En
þa er ħ hof upp a͛gu fin. þa fa ħ hıɴ meſta hþs fia͛lþa
kōa til fin. ꝉ mælti viþ philippū.  Hvaþan megō v͛ b͚vþ
ka͛pa at fǫþa þeSa meɴ. en ħ villdı freıſta poſtola fıs          10
ı þeSo male. þ͚t ħ viSı fialfr hvat ħ munðı g͛a.  Phi-
lıppuf fuaraþı. þott tveı hundraþō peɴinga fe b͚vþ keý-
pt.  Þa mon þeı at litlu viɴaz.  þa mælti eıɴ af poſ-
tolō iħv. andreas broþer fimonıf petrı.  Er fveıɴ
eıɴ her. fa er hev͛ fim hleıva bvobra͛þs. ꝉ tva fıfca          15
en hvat ſtoþar þ͛. fva miclu liþı.  Þa mælti Ihc at
ma͛ɴō fcýllði fcipa ı fæti.  En þar var gras mikit a
velli þeı.  þar fettuz upp fim þufundır karla.  Þa
toc Ihc fı bra͛þhleıva. ꝉ tva fıfca. ꝉ blætfaþı. ꝉ fcıp
tı meþ uppfitıonðō fē ħ uilldı. en er all͛ ha͛fþo gno-          20
gt.  þa mælti Ihc viþ lærıfveına fina.  Samneþ er
þvı er þ͚r leıfþu. at eıgı fyrfarez. en þ͚r fa͛mnuþo
ꝉ fýllðo· tolf uanðla͛pa þes. bra͛þs er fī. þufunð͛ mᵃ
leıfþo af fim bvɢhleıvō. ꝉ oc þ͛ er gecc af tve(ımr fı)fcom.

¹)En er lýþr fa ıarteın þa er iħc geýrþı. þa mælto þeir fua. 25
Sıa er faɴlega fpamaþr fa er koma mon ı heım
Drottıɴ mælti uıþ gyþınga.  Hv͛r ýþvar megı avita mıc
of fýnþ. ec fegı ýþr fatt. af hvı t͛ıþer m͛ eıgı.  Sa er af
guþı er heýr͛ ħ orþ guþs.  En er megoþ af þvı eıgı heyra. at
er erot eıgı af guþı. þa fva͛roþo gýþıngar ħō ꝉ mælto.          30
Sıgnō v͛ os. þ͚t þu ert famarıtanuf. ꝉ dia͛ful oþr. iħc mælte
vıþ þa. eıgı hevı ec dıa͛ful. helldr ga͛fga ec fa͛þur mıɴ.

---

¹) A. M. 686. B. 4to. síðari blaðstúfr.

ħom<br>fiolðı

fitiavndō. Eɴ maria helti dýrligō̄ ſmýrſlō̄ yfer havfuþ iꝸv. ꝩ varþ
ilmr goþr i hufino. þa mavolopo um þ lærifveinar iꝸv. oc
mælto. fýr hvi feldi hō̄ eigi þetta hellðr ꝩ gævi þurfamavɴō̄.
IHC ſvaraþi. Fýr hvi teliþ er a hendr ꝸe. Gott v'c vaɴ hō̄
viþ mic. ꝩ ſmurþi licā miɴ til graptar. Hvargi ſē guþſpiall 5
þetta v'þr boþat um heị̄ iɴan. þa mun ſagt v'a hvat
fia kōna gorþi imining mina. of vallt havit er avma meɴ
meþ ýþr. en er munuþ eigi mic of vallt hava. en er lýþr

A. M. 671. b. Qv. bls. 3—6.

10
Vær hǫlldum i dag hinír kæraztu bróðr hatið allsvall-
danda guðs ok allra hans heilagra undir einne oc sameigin-
legre dýrkan. Eigv ver mz hinne meſto vanduirkt ok goðfýse
geýma. at þetta it helgazſta hatiðar halld métte honvm ſealfum
ok avllum hans astuínum þégilikt verða. mz þui at nu 15
skýlldumz vér eptir skipan anðligra feðra. ok forſtiora
krístninnar. þa lute at bǫta i ðýrkan þessaɴar hatiðar sem
áðr hefir afatt verit vm var hellgi hǫllð. i afbrigðum boðorða
Guðs. eða minne uanðuirkt. vaɴar ſkýlldu en[1]) vera étti. Ok
fýrir þui ſkolom vér nu mz sannre Guðs ast. ok einkann- 20
lígre aſtundan. hallda oſſ fra motgerðum við Guð. Eɴ fremia
Goð verk honum til dýrðar ok allre hímna hirð. Sékia
fiolmennt til heilagrar kirkiv. Lýða tiðum með miklum·athuga.
ok mz savnnum elſkhuga til almattigſ Guðſ. Bénír fram at
flýtea. lofa hann ok dýrka af øllum hug mz ſinum helgum. 25
Nu ſva ſem heilagr. papa leo ſegír i leſtínne. þa ſkolom
vér i upphafe þaɴ lofa. ok dýrka er alla heilaga hefir skapat.
ok allan heímíɴ hefír i finne ſtiorn ok uallde. Sa híɴ ſame
ſkapaðe oſſ mz ſínvm almétte. Sva ſem alla ſkepnu. béði
ſýnelega ok vſýnelega. ok ſiðan er vér høfðum fallít i eilífa 30
fýrdémíng. vm glép enna fýrstu manna. þa endrbétte hann
oſſ miſkunnſamlega. mz ſinum dreyra ok davða. hann ueitír
þeim[2]) líf ok heilfo varom likømum ok varðueitir. haɴ ler

---

[1]) í hdr. e[7]. [2]) í hdr. strykað undir það; á því að líkum að fleppa því.

oſſ féðe ok kléðe. ok aðra naᷓðſýnlega lute likamanſ. Eɴ þo
at hann hafe oſſ ueitt mart ok mikít. þa er þat oſamvirðe-
legra ﬂeira ok meira. er hann ſialfr heitr oſſ *fyrir*. ef uér
lifum rétiliga. ok þionum honum goðfuſliga. Þar néſt ſkulum
vér[1] lofa ok tigna ſæla Guðſ móður Maríam er rétiliga 5
kallaz Guðſ muſtere. ok herberge heilagſ anda. þui at af
hennar hreíno hollde tok eingetíɴ Guðſ ſunr. hiɴ helgazſta
sɪɴ likama. Eɴ leýſte allt mannkýn. fra eilifum daᷓða. þolande
likamſ daᷓða. a hinum heilaga kroſſe. ok þui haleitare dýrð.
ſem hon hefír aᷓðlaz i eilifo *riki* mz ſinum ſýne. eɴ allir 10
aðrir ɢuðſ helgír. þar ſem hon er upp hafit ýﬁr øll engla
fýlke. Rikiande eiliﬂega í háſᷓte með ſínvm Xp͠i. þeim mun
ma hon oſſ meire miſkuɴ þigia af allz ualldanda ɢuðe. mᴣ
ſinu árnaðar orðe. Vér ſkolum ok uirðulega uegſama a
þeſſum dýrðar dege. alla himinríkeſ engla er guði þiona. an 15
aﬂate. ok hanſ boð fýlla ok fremia i héime þeſſom. ok uéita
oſſ mz guðſ ſtýrk verndir ok uarðueizlu moti illzku ok um-
ſatum vhreinna anda. Sva ſkolom vér a þeſſom dege dýrka
heilaga høfuð feðr. er vér uitum verít hafa. Guði kᷓra frá
upphafe heimſbygðar. ok hann ſéalfr ſagðe þeim ſiɴ vilía 20
fýrir embætti ſinna engla.

Her næſt eigum ver at lofa guðſ ſpamenɴ. huerium er
hann ſialfr uirðiz at uéita ſua mikinn fagnað at hann ſagðí
þéim fýrir ok ſýndí hín æztu ſín ſtórmerki af holldgan ok
hingatburðe ſunar ſínſ. varſ herra iᷡu X͠·. ok lauſn mann- 25
kynſínſ. ſua ſem ſialﬁr ſpamenninner ſettu ј ſínar bókr.
Meðr þeſſum eigum ver émkannlega at vegſama guðſ poſtola
ok hanſ heilaga guðſpiallamenn ok lærifuéina er naðu at ſéa
ſéalfan lauſnara varn Iᷡm Xp͠m likamlegha. ok heýrðv[2]
hína hialpſamligſtu hanſ læríng ok predikan. af ſialﬀ hanſ 30
munní. ſem þeir ok þeirra eptírkomendr kenndu ſíðan ј
verolldinní eptir hanſ boðorðí. „      Her með ſkýlldumz ver
vírðulega at tigna heilaga pínínga vatta Kriſtz. þá er ſínu

---

[1] ſkulum vér: tvítekið í hdr.  [2] bætt við in marg. heyrðu.

blóðí hafa ut fteýpt fýrír aft varf herra ok hialpara Iƀu
Xp̃í. ok tıl truar ftýrkingar heılagrí krıftní. Sumír af þeffum
voru halfhǫgnír. fumır flegnır kuıkır fumır grýttır. fumum
fǫkt jfıó. eða j vǫtn. Sumír voru brenðír ok bælldír. ok
með ýmıfleghum pıflum drepnír ok deýddír ok öðluðuz fva 5
hímnefka fagnaðí. „ þeffum fýlgía bæðı at tíma ok
verðleık fælír 'ok heılagır guðf ıatarar. þéır fem nu hafa
eılífa ǫmbun j hímínRıkı fýrır fınn helgan lıfnat. ok hínar
rettaztu kenníngar er þeır fluttu framm j krıftnınní. Heılagar
meýıar eru her næft dýrkandí meðr hátíðar halldí þeffa dagf. 10
þær fem fýrır þí hafa eígnaz udauðlegan bruðguma a hímnum
at þær vılldu fyrır hanf fakır engan elfka dauðlegan bruð-
guma a íarðRıkı. at hǫfnaðum ok fýrırlıtnum líkamleghum
lýftíngum. Vtalegr fiolðe meýıanna for ok með fıgrí pıflar-
vóttıfínf af þeffu ftundlegha lıfí tıl eılífra ok uumræðılıgra 15
fagnaða. þeffum ǫllum guðf heılogum fem nu voru gréındír.
fkýlldumz ver at hallda þeffa hátıð með hınní meftu vırðíngu
eptır varu megní þeff vǫntandí ok af ollum hug æfkíandı at
fýrír þeırra bǫnír ok verðleıka. megım ver koma tıl eılífrar
áfýnar allzualldanda guðf.                                    20

Harða fǫgr ok híalpfamlıg er þeffı fkıpan heılagrar
krıftní. ftaðfeft af hínum hæftum hennar forftíorum. at tıl
dýrðar hímna konungí ok hanf aftvínum fe halldın á hueríu
aáre. eínkannlegh hátıð allrí hímna hırð. ok hınn næfta dagh
eptır gérız tíðır j heılagrí kırkıu fýrır falum allra þeırra 25
manna fem rett trúande hafa framfarıt. af þeffaRe verolldo.
ok bóna þurfo. Enn þat er rett trúat af fálum framfarınna
m(anna) eptır þı fem vattar heılog rıtnıng ok kennefeðr
krıftnennar hafa fkýrt. at allır þeır menn fem mz fannre
ıðran fýnda fınna. ok með guðf elfku hafa vıðfkılız þetta et 30
ftnndlega lıf fýR enn þeır hafe fullkomlega lukt fkrıptum
fínum ok ýfır botum fınna afbrıgða. Þa þola þér fálur
ftundlıgar pínur tıl hréınfanar eptır dꜹðann ok þeırra þeff
hattar pínur. mego lettaz ok fkıotara lýctaz fyrır meſſo
fongva. ok bę́na halld. ꜵlmoſo gerðír. ok oll ꜵnnur mıllde verk 35

þa᷑ ſem geraz af rett kriſtnum mónnum eptir rettri ſkipan
heilagrar kirkiu. fýrir þeirra manna ſálum ſem rett kriſtnir
hafa við ſkiliz heimín. Eɴ þeirra manna ſálur. ſem eigi ſa᷑r-
guðuz ı nockorum ſýnda fleckum eptir tekna heilaga ſkírn
ok ſva hinna. ſem eptir framða miſverka hafa fullkomlega 5
hréinſaz mz ſkriptum ok ýfirbotum við Guð. mzan þeir lifðu
her í líkama. eða ella hafa þeir ſtundlega pinu þolat eptir
ſitt líflat til algeɴar hreinſanar. ſva ſem fýʀ var ſagt. þa ſkolo
þeir þegar fara ı eilífan ok vvmreðilegan fagnat himinrikiſ.
Eɴ hinna ſálur ſem ı nockorre da᷑ðlegre ſýnd hafa dait 10
iðranar la᷑fir. þa fara þegar ı heluite eptir likamſ da᷑ðann.
Sva ſem ok þeirra ſalur ſem eigi hreinſuðuz við heilaga ſkirn
af hinne ga᷑mlo ſýnd ok hafa þeir þo eigi iafnar pinur. þeſſa
lute ſem nu voro ſagðir ſkolom ver faſtlega trva vtan allt ef.
ok ſva þat at allir menn ſkulo mz hinum ſa᷑mom likðmum upp riſa 15
a domſ dege. ok koma fýrir domſtol varſ herra iꝸu X'. ok
giallda þá guðe ſkýnſemd af ollum ſínum verkum. Skulu þa
uandir menn fara með eilifre fýrdéming ı endala᷑ſa pínu.
Enn rettlatir menn ı lif eilift. ok fullkomíɴ fagnat mz Guðe
ok helgum monnum. 20


A. M. 686 B. 4to. fremra blaðið.

na ſcal. fyr þer ſacar at þeı ſe latliga tilkent.
þa muno þr þo faraſc ıglǫpō ſinō   Eɴ ec mun heı
ta onð þ᷑ra at yðr ſęg᷇ gð. en ef ér keɴıt þeı optliga
ꝛ ſegıt þeı hvat þ᷑r ſcolo varaſc. eþ hvat g᷇a. en þ᷑r
gefı n̄ gā᷑ amıɴıngō ẏðrō. ꝛ gleymı eþ orǫkı eıgı þ. 25
er þ᷑r ro við varaðer. þa muno þ᷑r faraſc með męırı
ſęcð af ſynðō ſinō. Eɴ er hafet leyſta yðr unðan
ſęcðō við g᷇ð of þaɴ hlut. ꝛ heſter ꝸ þa ekkı maɴgıol
lden at yðr ⊤ þarf ꝛ n̄ alla a ęıɴeg at lęra eþ᷉ á miɴa.
þ᷑t opt kaɴ þ v᷇þa at ſu keɴıng ſtoþar ǫðrō. er ǫðrō ſto 30
ðar n̄. Sva ſē poll þ᷇ mꝇt við lęreſvęına ſina titū ꝛ
timotheū. þ mꝇt ꝸ við titū at ꝸ ſcyllðı avita með
rikı. en viþ timotheū mꝇt ꝸ at ꝸ ſcyllðı keɴa með

þolenmǫði ⁊ hogv'ę. Hvi fęt' þ er ħ ba̍ð oðrō at keɴa
með rıkı. en ǫðrō með hogv'ę ⁊ þolenmǫði. nema þ'
at tıt⁹ var hogv'r ⁊ míuclynðr. ⁊ młt ħ af þ' at ħ
fcyllðı keɴa með rıkı. at þa v'ı fıþr hǫgt at orǫkıa
ef með rıkı gıngı. En tımotheꝰ var rıclynðr. ⁊ hva•
í hugfcote. ⁊ młt ħ þ'. at ħ fcyllðı keɴa með hogv'e
rę ⁊ þolenmǫði. at þeɪ þurfte s₃ aptr at hallda. ⁊
at ftǫꝥva er acaflynðr var. at ñ vęitte ħ þa̍ aᴸla̍p
ı bręþı fıɴı. í baɴfetnıñgō. eþ forboðō. er gęıg fętte.
⁊ fęrðı ħ hęlðr hęla en grǫðði fıuca. þat v'ɪr fa ⁊ at
łıta er kenn'. tıl hv's þer ó falln' er tıl hłyða. at ñ
męłı ħ fyr þeɪ myrkt. er łıtla fcılnɪg hafa. ⁊ ñ
sva laŋgt faman. at torvęllt fe þeɪ er tıl hłyða
at muna eft' þ̃ er mellt er. Nu fcal fęgıa ýðr bo
ðorð þa̍. er fylgía eıga c'ſtnō dōe. ⁊ c'ſtn' m̄ˑv'þa fc
yllð' tıl at fylla. þa̍ en fǫ̃o. er ð°ʄɴ vaʀ fıalfr hef'
boðet ı g̃ðfpıǫllō. ⁊ quað þa̍ hv'ɴ v'þa at hafa. þ̃ra
er hıolp víllðı ǫþlaz. ⁊ hım̄rıkes fęlo. ⁊ s• hıtt með
2. bls.   við hvat ħ varaðı at ñ fcylldı g'a. Fyrſt fcal mr
ęlfca ð°ʄɴ gð fıɴ af ǫllō hug. ⁊ ollō craptı. en þar
nęſt ęlfca hv'ɴ c'ſteɴ maɴ ſē fıalfan fıc. Scal
mr ñ meɴ ðrepa. ne fǫra. ñ ſtela. ñ gırnafc̃ a a-
ɴars eıgın at rǫngo. ñ łıugvıtnı b'a. v'a við al
la meɴ goðr. þa er vel fara með fér. ⁊ þ̃ eıtt
við aɴan g'a. er maɴı þykı v'l gǫrt við fıc at
fva fe. Hırta łıca̍a fıɴ. ⁊ moðe ħ nacqvat ı męı
nlętō. at ħ v'þı óbeıðull tıl rangʷ hła. v'þa hor
vetna meıra gðs vılıa eɴ fıɴ. Elfca męıʀ foſ-
tor en cʷfer. beına fyr fatǫkıō. clęða nǫcða. vı-
tía fıvcʷ. ⁊ leıta þeɪ hogyɴða. gʷva ða̍ða. Hvg-
ga þa er hryɢv'r ó af harmı. Lęgía ñ hug a v'all-
ðar fcemton fcāęlega. fęlla s₃ oft fına þangat
tıl er gð er. reıðaz ñ. þa latı ħ bʷt farèt. ⁊ fe fcā
ręcr. v'ı ñ velıɴ ne ótrúr ı fcapı. męla ñ þar fa-
grt er maþ̃ hygr flatt fverıa ñ rangfǫrı. s₃ fcal

et faNa fẹgia avallt ef mᵣ veit. gᵢa ẹngō maNi
meíngǫrꝺ. en fyr gefa ǫꝺrō bᵂt þot aNaR miſ-
bioꝺi. giallꝺa ñ illt a moti illo. ẹlſca óvini fina
fyr guꝺs facar. vᵢa vel viꝺ vini fina ꝛ trulynꝺr.
mẹla vel viꝺ þaN at moti þot maNi fe bolvat.
þola vel mẹingᵗþᵗ. ꝛ hefna ñ. vᵢa ñ metnaꝺar mᵣ.
ꝛ ñ ofvnꝺſār. ñ of ꝺryckio maꝺr. ne acaflega ge-
R. ñ fvefnogr ne latr. ne ohlyꝺen. eþ᷉ mǫglonar ſār.
ne bacmall. eþ᷉. ñlaſſār. fela von fina alla unꝺᵗ guꝺi.
ꝛ þacca guꝺi þ᷉ allt. er maꝺr má gott gera. en faca
fialfan fic fyr þ᷉ allt er miſgǫrt vᵗþᵗ. Lata fᵗ ñ or hv-
g ganga anlaz ꝺǫgꞃ fitt. ne hẹlviteſ qᵃlar. vᵢa ñ ħ-
latr millꝺr ne fiolmologr allᵂ fizt heïſcmǫlǫgr. vᵢa
ñ þrẹteN ne þiorkoꝺrivgr. vᵢa optliga a bǫnō ꝛ elſca  ·

A. M. 686. 4to. B. aptara blaꝺiꝺ.

allᵗ cǭe til hotiꝺar þ᷉rar er nolgaꝺez. bẹꝺi órᵢ iorſolō.  15
ꝛ ǫllō nalẹgiō ſtǫꝺō eᵗnō mẹirō. at ħ viSi roꝺ þ᷉ra
hvat ór fcyllꝺi raꝺa. þ᷉ villꝺo allᵗ at lẹita under guꝺ
ráꝺs. En þa er b᷉cop gek til frettar viꝺ ꝺᵒtten at
vẹnío. þa varþ ñ dvǫl a þᵢ at allᵗ heyrꝺo ór ſǫng-
hᵢi roꝺ ysaiaf. Egrediet᷉ uᵢga. út mon ganga vǫndᵣ  20
af kyni ieſſa. ꝛ blómi af rótt ħſ mun upp ſtiga. ꝛ hvi-
laſc vfᵗ ħō anꝺi ꝺᵒteNſ. aNꝺi fpeke ꝛ fcilnīgar. Anꝺi
raꝺᵃ ꝛ ſtyrcꝺar. anꝺi vizco ꝛ millꝺi. ꝛ mun fylla ħ anꝺi
hrẹzlo ꝺᵒteNſ. þa baꞃꝺ abiathar b᷉cop. at alla af kyni
ꝺauiꝺſ calla þa er ocuangaþer vᵢẹ. at þer fcyllꝺi fǫ-  25
ra vǫnꝺo fina til altᵗa. ꝛ at þeS vǫnꝺr fcyllꝺi gᵒþa ta-
ca ꝛ a ofan vᵗþō fcyllꝺi fitía anꝺi ꝺᵒtñſ i ꝺvfo afiono.
hᵘz fía vᵢa sᵗ faftnanꝺi mẹyna. En ioſep var ór kyni
ꝺǫs. fa hafꝺi ko atta. ꝛ ħ atti fono. En honō fynꝺeſc
oſǫmelect meꝺ þᵢ at ħ atti fono. ꝛ þorꝺi ħ þᵢ ñ at ẹig-  30
na sᵗ vigꝺa mẹy. at aꞃꝺrō fǫronꝺō finō vǫNꝺō. ħ eiN
fal fiN vǫnꝺ. En meꝺ þvi. at engi varꝺ vitᵒn. þa lẹi-
tar eN b᷉cop raꝺſ til gꝺs. Guꝺ fvaraꝺi. fa eiN hẹfer

'ñ ſıɴ vǫnð fǫrðan. er meyna ſcal faſtna. En þa var
Ioſep frā leıdr með vǫnð ſıɴ. ꝛ ſasc blomı a vǫnðı ħſ.
ꝛ ðufa ſítíandı a or hīnō cōm. þa varð ǫllō a꞊ðſǫt
hv'r mǫyna ſcyllðı ſer faſtna. þa feʀ Ioſep ı beth-
leēſ b̃. ꝛ bıoſc vıð bruðcɑ꞊pe. En marıa u'go dn̄ı for       5
með ǫðrō vıı. mǫyıō ıānollð°m ſınō tıl frendlıðſ
ſínſ ı galıleā. þa var ſendr angłs gab'el. á eɴı fyr-
ſto tıð heſcomo marıe í galıleā af gðı tıl ħar. ꝛ q°ð-
ðı ħa blıðlega. ꝛ młt. heıl þu marıa fyll mıſc̃ɴar.
dñſ er meþ þ⁷. blezoð ertu f⫶maʀ ǫllō ᵭₘ. þ̃t þu faɴt      10
mıſcñ Guðs. ꝛ valþer þer hrǫ́ınlıve. ꝛ fyr þa ſǫc er-
ttu maclec er fundın ert ón ranglǫte. ꝛ on ſynðō
mundu ſon ala. ꝛ mun ſa callaz· ſoɴr gðſ. En maʀıa
fv'aþı. V⁷þı m⁷ ept⸴ orðō þınō. En ıosep fór af gyþıgałð ı Ga
lılea tıl bruðcɑ꞊pſ ſınſ. þa varð ħ vaʀ vıð at h° var      15
hafaɴðı. ꝛ hugðı ħ at ſcılıa vıð hā. En þa vıt⫶þez hō
angłs dn̄ı ı ſvefnı. ꝛ młt. h(eyr þu IOſep ſo)ɴr ððſ.       hrǫ-
þz ñ þu at varðveıta coſt cono þınar maʀıe. þ̃t þ̄
er með heɴe er. er af helgō anða gǫtıt. Hon
mon ſon ala. ꝛ mon callaz nafn ħſ ıħc. En ıoſep            20
ept⸴ boðı ǫngelſēs varðvǫıtte rað marıe feſtar-
cono ſıɴar hrǫınlıga. en a enō IX. manaðe hafna-
reɴar. þa cō ıoſep með feſtarkō ſıɴı ı bethleē. En
er þaıı voro þar. þa v° fyllð⁷ dagar. at h° ǫłı ſon ſıɴ. ꝛ
oɴor rǫc þau ſē guðſpıoll ſegıa. Bıðıō nu ena heł-        25
go mey marıe þa er ǫðlaðezc at geta ð⫶tñ. ꝛ maɴ
grǫðera heſſenſ. late s⁷ ſoma avallt oS at tǫía
ſınō vegſemðō. ꝛ hreınſa oS f⫶ loftō með mıllðı
heılag⫶ bǫna ſına.' ꝛ ollō hłvtō goðō at fylgſa.
naē v⁷ hana ſía ꝛ ſaman lofa með ollō helgō i hı-        30
mınrıkı of allar allð⁷ v⁷allða. am̃.
þeī ðege. ꝛ a þ̄re ſtundo dagſ ſē adam hafðı mıſ-
gort ꝛ þa꞊ eva í paradıſ. ꝛ b°tet boðorð gðs. ꝛ
etet ǫplı þ̄ er guð hafðı baɴat þeı.· ꝛ fyr þǫr ſacar var
hımınrıke byrgt bǫþı fyr þeı. ꝛ ǫllō átboga þ̄ra. ſǫn-       35

síðari bls.

dı gð dᵒteɴ ęngell fıɴ Gab¹el tıl fyndar vıð ᴍᴀʀɪe
með þ¹ ęyrendı at fegıa hennı p̃ at guð fıalfr kauf
ħa tıl moðor s⁷. ꓶ hᵒ fcyldı v⁷þa hafandı at gðs fynı
en p̃ ęyreɴdı baɼ angɫs hęɴı a þeSō dęgı. er nu hǫlldō
v⁷. Hᵒ var þa eıɴ faman í hufı er angɫs cō at fegıa hę-     5
ɴı þeSı ftormᶦkı. Angɫs qˮðði ħa vel. ꓶ mɫt sᵃ. Aue
ᴍᴀʀɪa fvll mıfcñar. ðᵒtñ er með þér. blezoð ertu
ū fˮm of aðrar konor. ꓶ lofaðr er avǫxtr q¹ðar þínf.


**A. M. 686. B. 4to. blaðstúfr, fyrri bls.**

vıft vılnaz þeS at gþ mune honō þ lata v⁷ þa at necq̃ʀe lícɴ.
En þo | at hvoro. er ñ hafcalₐⁱft meþ̃ Sᵃ feʀ fˮm. at fa er     10
vę́ɴe koftreɴ. at | taka ñ corpᵍ dñɪ. Sva fē mel⁷ of þat
Ilarıᵍ b̃cop. er mʳ er lęnge aɴdvaⁱne p̃rar þıonofto fęger ħ.
þa er ꓶ hę́ttlect at ħ v⁷þe aɴdvane hę̄ᶦlfo. | ꓶ hıalpar. Sva
męl⁷ ꓶ ₐⁱgᵉtınᵍ b̃. lıcar m⁷ lıtellęte yðvart. þ̃ ᵇer ér erot |
hᵇððer of hag yðvarɴ. ꓶ oezk at taka corpᵍ dñı. en meðan     15
ér taket ñ | þa lıcar mᶠ ñ. Af þ¹ mel⁷ ħ fva. at ħ q̃þr. fᶠ
lıca. ꓶ þo ñ lıca. at ħ vę́ıt glǫⁱgt tvęɴàr abyrgþ⁷ a þ¹ raþe.
Enða mon ęıgı mega vıþ dylıaz. at abyrg|ðen mon mıckıl
v⁷a. þ̃t v⁷ᶠ ftō ñ fıallðan þₐⁱ en fǫmo ðǫme fē pᶠeɴ fıa

     síðari bls. ·

os. a necq̃ʀɴ veg ı munoþlıfe. eþ̃ ı ofate. ı agırne rangᵃ. eþ̃     20
ı gᶦmlęıc. | í ofmetnaðe. eþ̃ ı ofuɴð. eþ̃ í orþō ıllō. Bıðıð
nu þess eıɴcō a þese tíð|at gð ðroteɴ ęfle os tıl þes. at fva
megē v⁷ hallða uppˮfo tıð cᶦftz lₐⁱ | fn⁷a varf. er v⁷ naē ǫll ·
fegen ħ at lıta á uppᶦfo tıð uaʀe. ꓶ þaþ̃ fra | fē v⁷ eı ꓶ eı
með honō í hínefco rıke. þar er ħ fıalfr hefᶠ vęll|ðe með     25
guðe fęðr almotkō. ꓶ meþ hęlgō aɴða lıv⁷ ꓶ rıker of al|lar
allðer allða.

     (S)ía er hotıðar ðagr er | hallðıɴ af upfıgnıg ðrotēɴf
várf Iˮ Xᶜ. oc eígo allᶠ cᶦftn⁷ m̃. lof | gþ̃s fˮm fǫra. ꓶ þangat
hvg orō eptᶠ at reɴa. er ı dag fte up Iˮ. Xᶜ.     30

A. M. 655. 4to. fragm. XXVI. fyrra bl.

(rætt) lætef. Sa ær uar í guðs áfíóno oc ætlaðe fer æige
nakquat at uera glíkr guðe. æn *hann* lægðe fik fialfan oc
tók líkam þrelz gærr í glickíng manna. oc fundiɴ at búnínge
fæm maþr oc gerþitz hlýþinn allt til bana kroS. En æf guðs
vellðe þrængðez í flíko litelléte. fýr hui drambar mannlig 5
oftýrkð í necqværiom hlut.

Tóm dýrð mæler. Gerþu gott þat ær þú mátt oc fýn
aʌllom þat gott ær þú gærer at þú kallez goþr af aʌllom. oc
fýnetz heilagr oc gaʌfogr af maʌnnom ok uinr guðs. oc man
þa mannge þik fýr líta, næ þær hafna hælldr mano aller þic 10
at fkýlldo vægfama.

Hrætzla drottenf fvaʀar: æf þú gær*ir* nacqʌat gott ·gær
þu æigi fýr framlíðanda veg hældr æilífom veg oc læýn fæm
þú mátt þui ær þu gærer. æn æf þú mátt æige aʌllo læýna
þá fæ þó í hugnom vili at læýna. oc værðr þá ænge dirfþ 15
af fýníngo oc æige fýnð at fýna ftundom þat ær þú vil(der)
avallt læýnt hafa. Sua mattv fylla gagnftaðlæg atqueþe
drottenf þar ær hann mælte fva: þa ær þv gerer aʌlmufo
gæðe vite æige hin vinftre haʌnd þin hvat hin hægre gær*er*.
at aʌlmvfa þin fæ i læýndom lvtom oc faðær þinn fa ær fær 20
i læýndom ftað man gial*l*da þær. Ænn mælte hann. Lýfæ
hóf ýðvart fýrer maʌnnom at þæir fíái verk ýðor góð ok
dýrke faʌðor ýðvarn þann ær á himnom ær. Varatztv viþ þat
at æige fnúitz þat atqvæðe til þín ær mælt ær við fkrópa
menn. Aull verk fín gæra þæir til þæS at þæir vægfamætz 25
af maʌnnom. Satt fæge æk ýðr, tóko þæir þat lof ær þeir
ælfkoðo. Hýgg at þú þær í aʌllom lvtom þæim ær þú gærer
at æige dramber þú í mætnaðe. því at þú hæýrðer drotten
mæla við þá ær dýrkoðvz af iartæinom. Sa æk anfkota falla
fua fæm ældeng af himne. 30

Glikíng góðf ver*c*f mælir. Þui at þú gær*er* ækce góðf í
leýndom lvtom. fægðo þik vtan væra góðan, þott þu bæiðez
þæS æige innan at æige ver*þer* þú kenndr ok rækþr af aʌllom.

síðara bl.

næ later himenrike. hælldr kappgiarner oc alfs mæn i goþo
uærke.

Ounaþfæom ræikon mælir. Æf þú truer guð uæra
huarvætna. Fýr hui varðuæiter þv æinn ftað fua rækelega
þann ær þó ær þar mart illt gært. Æn fér æigi hælldr i 5
annan ftað þan ær betri ær.

Vnaðfæme fuarar. Gvð er huarvætna fæm þv fannar.
þa ær æigi fia ftaðr fýrlatande ær þu bæiþez at flýia þui at
guð ær i þæim ftað. Æn þu munt fuara. Bætra ftaðar
læita æk. oc mun æk betra finna. Æn æk fvara. Væitz þu 10
at æigi munþv bætra ftaþ finna næ flikan. fæm þv hæfir
hœýrt at diæfull reþ fik fra æþa hinn fýrfte maþr. Minntztu
at hinn fýrfte ængell fæll af himne ok hinn fýrfte .Y. var
rækenn ór paradifv ok kom niðr i vtlægð þæSa hæimf.
Hýgþu oc at því at lóþ forþom var hæilagr mæþan hann var 15
mæþ illom mannom i fodomif borg. Æn ær hann mifgerþe
þa ær hann kom þaðan i bravt oc varð téldr i æruglæik
ftaðar þeirra. Oýnðe ræikanar ðrægr necqværia mænn fra
andlego verke þa ær ftaþfafter varo i einom ftað oc bindr þa
i iarþlegom fýftlom oc þrængir þeim i hina herfelegfto hlute 20
i gægn orþom poftolanf. ær þætta mælti. Engi a þæirra at
binda fik i veralldlego ftarfe ær gvðs ridare ær, æf hann vill
þæim lika, ær hann fal fik a hende. Ænn mælte hann.
Værþet þær alldræge a mille bona hælldr gæret þær gvþe
þacker i æollom lutom. Oruilnon mæler. Margar fýnðer ok 25
ftorar oc þungar oc otallegar gærþer þv oc læ(i)ðrætter þu
ænn æige atfærð þina til hinf bætra. hælldr ærtu bunðen
oc hallden ávallt i illre vænio fæm þu fer fialfr. þu læitar
viþ upp at rífa, æn þægar fcriþnar þu unðer fýnþa býrþe.
Hvat mantu þa gera ær þu væitz uifa pining fýr liðna lute. 30
æn æi kæmr ýfer bót fýr nýlega. Se þu at því þa at æige
týner þv þæSa hæimf munoþom at þeýge mattu æignatz an-
narf liff fagnaþe.

Travft ok van fvarar. Æf um fýnþer fkal ræþa. þá feþu
dauíd ær fækr varð at hórdóme oc manndrápe. oc varð 35

hann læýſtr meþ guþſ mıſkunn frá helvíteſ dıúþe. Sæ þu
ok Manaſen ær allra fýnþogra manna var ſaᷓrgatzr oc hvarf
hann þó tıl líff frá daᷓþa fýr ıþron. Se þú oc Maríam
ınagðalenam er ſaᷓrguþ var af ótallegom laᷓſtom ſaᷓrlıveſſ. æn
hon rann tıl brunnz mıſkunnar áhýggıo full oc dæyggþe fætr 5
drottenſ meþ tárom ok þærðe með háre ſíno oc kyſte fᷤtr
hanſ oc ſmurþe mæþ ſmýrſom oc náþe hon hræín(ſon)

A. M. 241. Fol. pag. 33. col. b.

Drottıñ IHC XPC ſa eᷓ komt ı þeña heím fyrᷓ varar
ſakᷓ ſýnðvgra maña. Af faðmí faᷓður tıl þes at leýſa ós af
fynð aᷓðáms. þᷓt ek veít ᷓ ek trví at eg fýrᷓ· réttvıſra maña 10
ſakᷓ. Hellðr ſynðvgᷤ maña vıllðᷓ þv a ıorðv bva. Heýr þv
mig ðrottíñ ſýnðvgan ᷓ glæpa ſvllan ᷓ ovᷓþvgan ᷓ vrækín ᷓ
meínſaman. þᷓ ıatı ek allar ſynðᷓ mínᷓ ᷓ alla lutı ılla þa
ſem ek heſı vñıt ı þᷓom heímí af mínᷠ eıgínlıgᷠ vılía ı atſᷓþ
míñí ı orðı ᷓ vᷓkı í ranglıgᷠ hvgreñíngvm. ſᷓ þᷓta allt ſaman 15
beıðvmz ek líknᷓ af þᷓ faðír allz vallðanðı. Sýnðgvðvmz (ek)
vıllıtvmz ek. Eñ þo at hvaro néıtta ek þer eᷓg ᷓ eᷓg ſᷓ lét
ek þıg ᷓ eᷓg baðek tıl añaᴙa gvða. Drottıñ fýrgeſníngar
beıþvmz ek af þᷓ þvı at ek veít ᷓ trví at þv ert mıllðr faðᷓ.
Drottıɴ ıhc xpc. þıg lofa ek ᷓ þık mıkla ek ᷓ þıg ðýrðka ek 20
hın heılaga þreñíng. þᷓ vıñ ek þakkᷓ ı ollᷠ ſ(añ)leıka mınᷠ.
þᷓt ek heſı eᷓg ı aᷓðrᷠ ſtað van nema mȝ þᷓ ðrottıñ mıñ. ᷓ
ſlý ek tıl ðýrðᷓ heılagᷤr kkıo þıñár. (ᷓ tıl fota helgᷠ mᷜ
þınᷠ fell ek ᷓ) beıðvmz ek fyrgeſnıngᷓ tıl þın hneıgıōz ek ᷓ
bıð ek þıg ðrottıɴ at þv gᷓır mık vᷓþvgan at vɴa mᷓ ſýnðvgom 25
ſañrar truar ᷓ rettᷤr ſᷓ ſakır þıɴᷓ mıklu mıſkuɴᷓ ᷓ mıllðı allt
tᷓenða dagᷓ míns. a þᷓrrı tıð ſem onð mín vᷓþr vppnvmín
af lıkam mínᷜ. Le mᷓ ðᷓttíɴ míɴ rétt vıt retta trú. ᷓ rettan
trvleıkᷤ. látt þv þᷓ ſóma at vɴa mᷓ allz vallðanðe gvð ıhc
xᵽc. at ek mega mȝ ollo híarta ýſᷓ bæta allar ſýnðᷓ mínar 30
Drottíɴ gvð allz vallðanðe. heýr þv mıg ᷓ frels onð mína af
hıno neðra helvítí. ·Drottíɴ gvð allz vallð. varðveıt mıg fra
eılífum ðaᷓða. Drottıɴ gvð allz vallð. frels mıg frá oſlaᷓk-

kviligvm elldi. Drottin gvð mín allzv̄. varðveit mig fra hinō
frvmgetna anðfkota. Drottín G. allz vallð. frels mig fra
dœpligō mœðkom helvítís. Gvð allz v̄. varðveit mig af allre
ogn. Gvð allz v̄. varðveit mig af hondom ovína miña fýnðligra
꒐ ofýnílig". Gvð allz v̄. frelf mig af kvœlum omillðra. Gvð 5
allz v̄. varðveit mig af ollū illum lutum. Gvð allz v̄. lát þ'
foma at v'þveita onð mina af hino neðra myrkri. þ̄t ı þ' er
trv mín ıhc. xpc. þ̄t ek em v'k handa þiña. f' lít mig ē̃g.
(Bıð ek hına helgv g" moð" ðrottıns mıns Iᶜ Xᶜ). Bıð ek
fiora ꒐ xx. allðraþa meñ þa er hv'n ðag bıðıa til þin ꒐ þig 10
lofa. Bıð ek alla engla þina. Bıð ek alla hof"feðr ꒐ fpa m̄
þına. Til hneigiōz ek allra pła ꒐ piflar vatta ꒐ allra ıatara
꒐ allra meýıa þiña. Sva at fœno bıðek alla helga m̄ þına ꒐
alla valþa m̄ þına kalla ek mer til hialpar aþ̄rı fkıalfanðı tıþ
er onð mın fkılz v¹ lıkam mın. Þıg bıð ek aftfamlıga hiñ 15
helge mıkael ýf' engıll e'. vellðe hef' at veita v'tokv falum.
at þv v'þız at taka við fálu míne þa er hon -v'þr fra færð
lıkam mínom ꒐ varðveıt ꝥe fra vellðe vvina. at hon megı ı
gegnv̄ komaz ðýʀ helvitıs ꒐ gœtur mýrkra. at ē̃g meinı heñı
dýr hıt oarga eða dreki fa er vanr e' at taka anð' til helvitıs 20
꒐ leıða til eılıf" kvala. (þıg bıð ek ð'ttın miñ gvð allzvalldande
at þv fenð' hın helga engıl m' til hıalpar. Ok þíg bænı ek
hın. h. Petr pħ. hofþ̄. pła. er tokt vellðı hım rıkıs lukla at
opna hımnefkt hlıð). at þv vırðız vp at luka f' m' ðýʀ para-
ðıfar. Drottınn ıhc xpc fvn heılag"r Marıe. bæn fellı ek til 25
þín at þv hv'fir til andar miñar milldi þına ꒐ mifkvn. þuı at
(hıa) þ' e' van mín. ð'ttın mín ıꝦc xpc mifkvna m' lœfnarı
hefs þ̄a. bıð ek þig at þa e' ek v'þ klanðaþr at ek fe ē̃g
fra hrvnðın anðlıtı þınv. þ̄t ē̃g oðlvmz ek líf ne fýr gefþıng
nema þv vırðız at vna m' þ(es) ðrottın ıꝦc Xᶜ. Hıalp þv hın 30
helga þrenıng. Heýr þv mıg ðrottın. þv e't at vıfv gvð mın
fañr. ꒐ lıfánðı. þv e't fað' miñ heılagr. þv e't G. mın millðr.
þv e't kgr mın hın gœfgaztı. þv e't kenımaðr mın at eılífv.
þv e't mifkvn mín hın mıkla. þv e't meiftarı mın hın hæfı-
lıgztı. þv e't lækn' mın hın matkaztı. þv e't aftvınr mın hın 35

fegrztı. þv eʼt braʼð mıtt lıfanða. þu eʼt forn mın hín flekk
laʼfazta. þv eʼt laʼfn mín algeyr. þv eʼt van mın oorðın⸍ tıðar.
þv eʼt oll famþýkt mín. þv eʼt varðveızla mın hın goða. .þıg
bıð ek. t' þın hneıgıomz ek. þıg bænı ek at_ek megı með
þ⁷ ḡga ꝶ tıl þín koma ꝶ með þ⁷ hvılaz ꝶ t' þín vpp rıfa. 5
Heýr þv mıg ðrottın af v'þleıkv̄ ðav̄ eſtⁱ því fem þv fórt
feðrū varū at þv fnýr reıðı þına af · m⁷ vefolum þrælı þınō.
yf⁷ engıll mıcʜael. ýf⁷ enḡ gabrıel. ýf⁷ engıll rapʜael. (Allⁱ
englⁱ allır hofvðfeðr ꝶ fpátı. Allⁱ poftulⁱ allır píflar vattⁱ.
Allır ıatarar ꝶ allar helgar meyıar ꝶ allır hımnefkⁱ kˮ ptⁱ 10
ftanðe m⁷· tıl hıalpar ꝶ tıl· bıargar v' ðrottín mín ıħm Xᵐ.
Heılagⁱ · gvðfpıalla m̄. Maıʜeuf. Marcⁱⁱ. Lucas Ioħs ꝶ allt
heılagt hýfkı g∙ bıðı ꝶ bæne fⁱ m⁷). Drottıñ mıñ ıħc Xᶜ. af
leırı fkapaðır þv mık. eñ· beínv̄ ꝶ fınom famtengðⁱ þv mıg.
þv ðrottın fⁱ fakⁱ þınar mıllðı. varðveıt mıg. frıðr fe hⁱ. Gvð 15
fe hⁱ. Drottıñ mıñ heýrðo bæn mína. ꝶ kall mıtt kome tıl
þín þⁱt ek hefı fýnðgazt ꝶ ılla lutı hefı ek gⁱt fⁱ þ⁷ ꝶ þınō
aʼgv̄. þⁱt vtal eⁱ fynða mına. Nv bıð ek mıfkvnⁱ af þⁱ haleıtr
kr ꝶ ðⁱttın ıħc Xᶜ. fⁱ fynð⁷ mınar. fⁱ. vrækt fⁱ hegoma ðyrð.
fⁱ hollðlıga gırnð. fⁱ faʼrgvn lıkama mıns. fⁱ bakmælgı. fⁱ 20
offvefngı. fⁱ ðraʼma fynðlıga. fyrⁱ rangar hvgrennıgar. fⁱ horðom
ꝶ maɴ gırnı. ꝶ fⁱ þvı eⁱ ek kom feınt tıl gᵘ embættıs. Sekr
fýnvmz ek fakⁱ fynða mıña. ēg ma ek nefna ne fıa allar
ıllzkur mınar ñe ranglætı. þo leýnı ek ēg. Almattıgr gvð
eılıfr mıfkvnna m⁷ fýnðvgvm. truı ek þvı at þv eⁱt ꝛoıllðr 25
faðⁱ. Hellðr v'þız þv at fⁱ gefa mⁱ þ̃. fem ek hefı mıfgⁱt.
Hıalpı mⁱ þıɴ fætı mıllðleıkr fýʀ eɴ mık fvelgı helvıtıs kıøptr.
ꝶ fýʀ eɴ lutr vvınar míns kome ýf⁷ mıg. Rett þv m⁷ honð
þına ꝶ fyn m⁷ líos a þ̄re hræzlu tıð eñ onð mın eⁱ fra færð
líkam mınv̄. Mıllðr ꝶ almattıgr gvð hıñ goðgıarnaftı faðⁱ ꝶ 30
hınn mıfkvñfamaztı þıg lofa ek hafa algⁱva fýrgefnıng. þ⁷ vın
ek þakkⁱ eⁱ mıg gⁱðı heılan um dagıñ. bıoð þv mıg ofkaððan
vera vm nottına. Lát mıg ðrottın mín af þíɴı heılagrı ðýrð
tıl þín koma. þıg at elfkà. þıg at lofa. þ⁷ at þıona. þ⁷ at vɴa
v̄ alla daga lıff míns. Drottıɴ þ⁷ fel ek a henðı fál mína. 35

Mıſkvɴa mʲ ðrottıɴ. mıſkvɴa mʲ ðýrðar ꝁr ſa er eʲt eıɴ ꝛ
ſañr gvð ga⸝ſvgr ꝛ réttvís. I þm̄ ꝛ með þm̄ eʲv all⸝ lutʲ
g⸝vır. Heýr þv mıg ðrotı mıɴ bıðıandı þıg ſva ſem þv
heýrðʲ petrvm a ſıa. pa⸝lum ı ba⸝nðō. Væg þv onð mıñı.
Væg þv ıllzkv mıñı ꝛ ollū ſýnðō mınv̄ ıɧc xpc. ðrottíɴ mıñ 5
ıɧc xpc ſettv ſ⸝ mıg hlıfar þınar. þa eʲ ſıanðıɴ grípr tıl ſıña
vapna mʲ at ſkeðıa. Þv mıllðr ðrottíɴ ef ſef ſ⸝ þʲ eɴ hıartað
vakʲ. (Engıll þıɴ ðrottıɴ míɴ varþveıtı mıg ſva vm dag ſem
vm nótt). Guð allz valldañdı ſend mʲ anda þıɴ goðan ꝛ
rettan. ſa eʲ onð mına ꝛ lıkam varðveıtʲ. Sýnðgvðvmz ek ı 10
laga brotū Gˢ ı orðū ꝛ uʲkum ꝛ ı hvgreɴıngv̄. Margʳ eʲo
ſynðʲ mínar. Oræḱıɴ em ek vm gʲ vʲk. Mıſkvnaþv mʲ
ðrottıñ mıñ allzvallðanðı gvð gef mʲ ſatt lıtıllætı ꝛ ſaña trv
ꝛ yſʲbót hogværrı ꝛ þolínmæðı ꝛ goða ſtaðfeſtı. Lýſı mıg eɴ
helgı anðı ꝛ ſ⸝ gefı mʲ allz vallðanðı allar ſýnðʲ mınar. hʲ ꝛ 15
aſ komıɴí tıð. per ınfınıta ſecula ſeculorum aᵒ nem

Hinn heilagi Jeronimus þa er hann sagði: sive comedo &c.
hvart sem ek etr eða dreck, segir hann, eðr geri ek nockot
annat, þa þickir mer æ sem sa hinn ogorligi luðr lioðe at minum
eyrum, sem segir: standit upp dauðir menn ok komit til dóms.
Latum oss aldri or minni líða þenna hræðiliga dóm, ok látum 5
nockot gott ok nytsamligt vera í vorum lifnaði ok framferðom þat
sem guði mætti a þeim degi líka, er hverr skal dœmaz eptir
sinum verknaði ok verðleikum ok vandir menn skulu fara i eilifan
eld ok kvalir með fjandanum ok hans englum. en rettlatir menn
skolo oðlaz æuiligan himinríkis fagnat. Siðazta þat, sem oss er 10
merkjanda af guðspjallsins orðum at sinni, eru þau orð sem
hirðingjarnir toloðo sin í millum: Forum j Bethleem ok siam þat
orð sem gert er ok drottinn sýnde oss. Ef uær gevum gaum
hvat Bethleem hefir at þýða þa megum vndirstanda skynsamligha
sok, hví guðs son vilde þar fæðaz. Bethleem merkir þetta domus 15
panis. Bethleem hefir sva gott at þýða sem brauðs hús. Siam
hversu rettliga guðs son fœddiz í brauðshúsi. Hann sjalfr segir
af ser í guðspjallinu: Ego sum panis vivus, qui de celo descendit.
si quis &c. Ek er liuanda brauð þat sem ouan kom af himnum.
ef nockorr etr af þessu brauði, sa skal liua æuinliga. Megum 20
ver understanda meðr öllu oss tilheyra orð hirðingjanna þessi
somu sem ek talaða fýrir yðr í upphaui minnar tolu. ok af því,
kæruztu, hugleiðum gloggt hvat þau haua at merkia, eða hvern
kennidóm þau sýna oss. Hvat hefir Bethleem brauðs hús at
merkja utan heilaga kirkju; (í þessu brauðs húsi er guðs son 25
Jesús Kristr framlagiðr oss til fœðu á heilogu alltari í brauðs
líkingh, þetta brauðit segir ek, sem af krapti guðlegra orða
helgaz í hverri messu, væri oss harðla tilfýsiliga sjánda). Hvert
er þetta orð sem gert er vtan guðs son Jesús Kristr, sem hinn
heilagi Johannes skriuar af: In principio erat verbum & verbum 30
erat apud deum & deus erat verbum. Í upphafi var orð ok orðit
var með guðe ok orðit var guð. Framleiðist segir hann af þessu

sama orðe: Verbum caro factum est & habitavit in nobis. Orðit
er gert kiot ok byggði meðr oss. Þat varð a þann tíma er[1])
af orðum engilsins Gabriels ok samþyct meyjarinnar var guðs son
getinn af krapti heilags anda.  j hreinnar jungfrú Maríu kuiðe.
Forum uer nú at því í heilaga kirkju, ok siam her guðs son á  5
heilugu altari.  þann tíma er guðs son Jesús Kristr át hinn síðazta
nattuerð fyrir píning sína með lærisveinum sínum, þa tok hann
brauð ok blezaði ok braut ok gaf þeim (ok) sagði til þeirra
takit ok etit her af allir; þetta er mitt holld.  Er sua kroptogr
mattr þeirra orða sem lausnari varr talaði þa yfir brauðinu ok  10
uíninu at hvern tíma er prestrinn segir þau somu orð með til-
skipoðum hætti yfir hostia eðr kaleknum, snaraz brauðit í guðs
hold ok vínit í guðs bloð með svo undarligum ok óumræðiligum
hætti guðligs kraptz.  at a heilogu alltari er sa sami sannr ok
allr guð sem fœddiz af jungfrú Maríu. ok dó a krossinum helga  15
líkamliga at mannligri nattúru, ok þar er hans sala samtengð
manndóminum ok guðdóminum.  Væri oss umhugsanda at standa
sem rækilegast hja heilagri messu, því at hverr sem meðr rettri
trú stendr hja þessu guðs embætti, þa verðr honum sem hann
bergi guðs líkama.  Hinn heilagi Augustinus segir sua: crede. &  20
manducasti: Trú þú, segir hann, ok etr þú þa.  En nú þó at
mannlig skýnsemd geti eigi undir staðit, hverso brauðit ok vínit
vendaz um í guðs hold ok blóð.  þá trúum þó staðfastliga utan
nockorn grun eðr allan efa þat sua vera.  Hinn heilagi Gregoríus
segir: Fides non habet meritum c̄ humana ratio probat experi-  25
mentum.  Sú trú hefir engan verðleik sem mannlig skynsemd fær
próvat.  Síam nú at því með skynsemðaraugunum ok trú vorri
guðs son Jesúm Kristum á heilugu altari, at vær megim sia
hann í himinríkiss gleði ok kenna sjálfan hann sua sem hann er
eptir því sem hinn heilagi Pall segir.  Videmus nunc per spe-  30
culum & in ænigmate, videbimus facie & ad faciem sicut est.  Nú
siam uer guð sua sem í skuggsjón ok með gatu, enn þa skulum
vær sjá andliti til andlitz sua sem hann er.  Nú geui þat guð
allz ualldande at uer trúim sua a hann ok geymim uara trú með
góðum verkum at uer megim forðaz æuinligar heluítiss pínur, ok  35
þiggja óendiliga himinríkiss gleði með sialfum honum ok ollum
helgum.  Þessa gleði veiti oss ollum faðir himinríkiss, qui est
deus benedictus in secula seculorum. amen.

til þess at uer sem nalægri þa heldr en aðr guðs miskunn þa  40
skulum uer kennaz við afbrot var ok auðmýkia oss í guðs augliti.
þa segit sva eftir sem ek segir fyrir: Ek syndogr maðr gef mik

---

[1]) i hdr. ef.

ǵuði allz ualldanda skylldvgan ok uarri frv sancte marie ok
ollum guðs helgum monnum fyrir allar mínar syndir. því at ek
hefir margfallega brotit móti mínum skapara, bœði í orðum ok í
uerkum ok í hugsan rangri ok í gleýmsku, því at ek hefir mart
þat gert, sem ek skylde latið hafa mart þat latið sem ek skylde 5
gert hafa. Biðr ek vara frv sanctum maríam ok alla guðs
heilaga menn at þeir se biðiandi fyrir mer til míns skapara, at
hann geui mer retta iðran ok yuirbót minna synda ok gere mik
uerðugan at þiggja hans náðir ok miskunn þessa heims èn annars
heims æuiligan fagnat; þat geui oss öllum Jesús Kristr q¹ eᶜ de⁹ 10
i s. s. amen.


## A. M. 672 a. bls. 112.

Drottinn sagði lærisveinum sínum dœmisögu þessa, ok mælti:
Búmaðr sáði akr sinn, ok þá er hann sáði, þá fell sumt sáð niðr
hjá götu ok var þar troðit ok átu þat fuglar himins, en sumt fell
niðr yfir stein ok þornaði þat þá er þat rann upp, því at þat 15
hafði eigi vætu; en sumt fell niðr á milli þyrna, ok skáru þyrnar
þat, þá er þeir uxu upp hjá því, en sumt fell niðr á góða jörð
ok rann upp með c fölldum ávexti. þá kallaði Jesús er hann
hafði þetta mælt: Sá er hefir eyru at heyra, heyri hann. þá
spurðu lærisveinar hvað sjá dœmisaga merkti; en hann svaraði 20
þeim: Yðr er gefit at vita tákn ríkis guðs, en öðrum at heyra
dœmisögur, svo at þeir skili eigi þó at þeir sjái eða heyri. Sáð
þetta er orð guðs; en þat er niðrfell hjá götu merkir þá er
heyra orð guðs, en síðan kemr djöfullinn ok tekr orð af hverjum
þeirra, at þeir hjálpist eigi, þótt þeir trúi. En þat er niðr 25
fell yfir stein merkir þá er heyra orð guðs með fagnaði, en þeir
hafa eigi rætr, því at þeir trúa um stund, en þeir hverfa frá trú
til freistingar. En þat er niðr fell á milli þorna merkir þá er
heyra orð guðs, en þrengjast svo af áhyggjum ok auðœfum ok
munuðum heims þessa, svo at þeir fœra eigi fyrir þat fórn eða 30
ávöxt; en þat, er niðr fell á góða jörð, merkir þá, er með góðu
hjarta heyra guðs orð, ok fœra ávöxt í þolinmœði.


## A. M. 624. 4to. bls. 1—14.

guð í minningu, berum hann í samvizku at vær sæmem hann
hvervetna nærverandi; því at mannsins hugr er af því guðs
líkneskja, er hann er til þess færr ath taka við honum. ok hann 35
má hans hluttaki (vera). Eigi er fyrir því hugr vorr guðs
líkneski at hann muni sik ok elskar ok skilr, nema fyrir því at
hann má minnast skilja ok elska af hverjum hann er gjorr. En

meðan hugrinn gjorir þetta, þá gjoriz hann vitr sjálfr, því at
eçki vætta er líkara hinnu hæstu vizku en skynsamr hugr, que
per memoriam intelligenciam & voluntatem in illa trinitate inaffa-
biliter consístit, sá sem er staðfastlega er með minni skilning ok
vilja í hinni útaululegre heilagri þrenning. En hugrinn má eigi 5
vera í þessari heilagri þrenning, nema hann muni hana undir-
standandi ok elski; minnizt hann þá guðs sins eptir hvers líkneski
hann er gjorr skile hugrinn hann ok elski ok dýrki með
hverjum hann má jafnan vera sæll. Sæl er sú sál, með hverri
guð finnr ser hvílld, ok í hvers búð hann hvílizt. Sæl er sál, er 10
segia má: Et qui creavit me requievit in tabernaculo meo: ok er
mik skapaði hann hvíldizt í minni buð. sannliga. guð má eigi
neita þessi sál himinríkis (hvílld)¹). Fyrir því gleymum ver þá ok
fyrirlátum sjálfa oss, ok leitum ver guðs í þeim ytrum hlutum er
hann er með sjálfum oss, ef ver vilium vera með honum? hann 15
er með oss ok í oss, enn þó enn er þat með rettri trú, þartil er
ver auðlumst at sjá hann með bjartri sýn. Novimus redemptorem,
inquit apostolus, habitare Christum per fidem in cordibus nostris.
Apostolus Paulus segir: Ver vitum ok kennum lausnara vorn
herra Ism. Xpm. búa²) með rettri trú í hjortum vorum; því at 20
Kristr er í·rettri trú, en trú í hjortum vorum, en hugr í hjortum
en hjarta í brjósti. Með trú minnist ek á guð skapara minn,
segir sanctus Bernardus; dýrka ek ok lýt ek mínum lausnara,
bið ek míns heilsara ok hjálpara. Trú ek at sjá hann í aullum
skepnum, en hafa hann í·sjálfum mer; ok þat, sem í aullum 25
þessum hlutum er ótaululegra glaðara ok sælla, at kenna hann í
sjálfum ser; því·at þetta at kenna föður ok son með helgum
anda er endalaust líf, ok fullkomin sæla, hin hæstalyst. Oculus
non vidit, nec audivit auris, nec in cor hominis ascendit, quanta
claritas, quanta svauitas & quanta jocunditas maneat nos in illa 30
visione, quum deum facie ad faciem videbimus, qui est lux illu-
minatorum, requies exercitatorum, patria redeuncium, vita viventium,
corona vincentium. Auga eigi sá, ok eigi heyrði eyra, ok eigi
uppste upp í manns hjarta, hversu mikill sœtleiki, hversu mikill
skærleiki, hversu mikil kæti bíðr vor í þeirri blezuðu sýn, þá er 35
ver skolum sjá guðs anliti við anliti, hann, er ljós er aullum
lýstum mönnum, hvild þeirra er mœðu hafa haft ok starf í góðum
verkum, hann er fauðurleifð þeirra sem aptr venda af þessari
veraulld; hann er líf aullum œvenliga lifondum; hann er sigr-
korona aullum þeim, er sigrat hafa þessa veraulld, þat er³) 40
ónýter allar veralldar fýster. Svo finn ek í vorum hug segir
scs Bernardus nokkura licneskju hinnar hæstu þrenningar; til

<hr>

¹) i hdr. vantar orðið hvild.  ²) i hdr. sva.  ³) i hdr. þ' e'o.

þessar hæstu þrenningar hennar at minnast, hana at sjá ok elska,
þá skal ek hana kenna, ok vita ok til hennar fara allt sem ek
lifi, at ek megi hana muna til hennar lysta ok hana elska. Mens
imago dei est in qua sunt hæc tria: memoria, intelligentia &
voluntas: memorie tribuimus omne quod scimus, etiam si non inde 5
cogitamus; intelligencie tribuimus omne quod verum cogitando in-
venimus, quod etiam memorie commendamus; per memoriam patri
similes sumus, per intelligenciam filio; spiritui sancto niltam simile
in nobis est quam voluntas vel amor sive dilectio. Hugr er guðs
anliti; í þeim hug eru þessir þrír hlutir: minni, skilning ok vili; 10
minni kennum ver ok gefum allt þat er ver vitum, en þó ver
hugsum eigi þar um; skilning kennum ver allt þat, er ver finnum
satt hugsandi, þat sem ver gefum jafnvel til minnis. Með minni
erum ver líkir almáttkum fauður, með skilning guðs syni. Heil-
augum anda er ekki svo líkt í oss, sem vili eða elskugi eða lyst. 15
Sá, er hæstr er af þessum þrimr hlutum, þat er vili. Ástsemd
er guðs giof, svo at engi er betri þessari guðs giof; því at
elskugi sá er af guði er, ok guð er, segest heilagr andi ein-
kannlega, af hverium guðs kærleiki er vel dreifðr ok þurtulega
út steyptr í vorum hjörtum; með þeim helgum anda býr í oss 20
oll heilvg þrenning.

Secundum exteriorem hominem de parentibus illis venio, qui
me fecerunt ante dampnatum quam natum; peccatores in suo pec-
cato genuerunt, & de peccato nutrierunt, miseri miserum in hanc
'lucis miseriam induxerunt. Nichil ex eis habeo nisi miseriam & 25
peccatum, & corruptibile hoc corpus quod gesto. Svo mikit sem
heyrir til hins ytra manns, þá kemr ek af þeim feðginum, er mik
gjorðu fyrr bolvaðan en fœddan; þau syndug fœddu mik syndugan
í sinni synd, ok ólu mik upp af synd; leiddu vesul mik veslan
til veralldar þessa ljóss, af þeim hefi ek ekki nema vesauld ok 30
synd, ok þenna breyska líkam sem ek berum. til þeirra skypdi[1]) ek er
heðan gengu· út með líkams dauða. Meðan ek se þeirra graurt,
þá finn ek ekki vætta í þeim, nema ausku maðka[2]) ok daun;
ok þat sem ek er, þat voro þeir, ok þat sem þeir voru, þat
verðr ek, ok þat sem þeir eru nú. En hvat er ek: maðr af votri 35
jorðu, því at ek var í getnaðar efni getinn af manneskju sáðe,
þar eptir sú froða skauput vaxandi nokkura stund: af henni er
gjort kjot: síðan grátandi ok vælandi er ek gefinn í útlegð
þessarrar veralldar. Ek se nú myrkr; fullr með rangindum ok
háðungum þá ok þá mun ek fœrast skjótlega fyrir harðan 40
dómara, ok skal ek þar gjora skil ok reikning af aullum mínum
athœfum. Vei er mer manni svo veslum þann tíma er sá dóma-

---

1) bætt inni eptir ágizkun.    2) í hdr. stendr mauðkum.

dagr kemr, ok bækurnar verða opnar, í hverium allar mínar
fýstir ok hugsanir skulu upp teliast fyrir guði; þá mun ek standa
hræddr ok angrfullr í domi fyrir guði niðrdrepnu hofði fyrir
skemmdar sakir illrar samvizku: Utpote commemorans scelerum
commissa meorum & cum dicetur de me. Se her mann ok aull 5
hans athœfi, þá mun ek leiða fyrir augu mer allar mínar syndir,
því at þat verðr með nokkurum guðlegum krapti ok styrk, at
hverium einum kallast aptr til áminningar aull sín athœfi góð ok
ill, ok með ásýn hugarins ok skoðan sjást þau ok sýnast með
furðulegum skjótleika, at vizkan rægi eða veri samvizkuna, ok 10
svo dæmast allir saman ok hver einn.

    Iudicium faciet factorum quisque suorum
      cunctaque cunctorum cunctis arcana patebunt.

því at svo segia versarnir:[1]) hver einn mun gjora dom sinna
verka, ok allir allra manna leyndir hlutir skulu tjást, ok vera 15
fyrir aullum opnir. því at þat sem nú skaummumst ver at ganga
við í vorum skrifta gang, þat skal þá opinberazt ollum monnum,
ok allt þat sem ver klauppum nú um vorar syndir ok látumst
eigi vita hjer þessa heims, allt skal þat upp brenna í hinum
heime annars heims pindar loge.                        20

    Ignis ubique ferox ruptis regnabit habenis

quantoque diucius deus nos exspectat ut ememdemus tanto di-
striccius judicabit si neglexerimus. því at sva sem versenn seger:
Svelgjandi eldr mun ríkja hvervetna um þessa veraulld at
slitnum tíúgleðrum, þat er með sjálfs síns vilja, utan nokkura 25
mótstauðu; ok sva miklu lengr sem guð bíðr vor, at ver
bætum vorar syndir, því aullu harðara skal hann dœma, ef ver
gleymum.

    Fyrir hvat fýsumst ver at hafa þessa heims lífe í hverium
ver syngumst svo miklu meir sem ver lifum leingr. Sva miklu 30
leingra sem lífit er, sva miklu fleiri er syndin. Því at hvern dag
vaxa illir hlutir vorir, ok takazt í braut góðir; iðulega skiptizt
maðrinn um reiðulega ok gagnverðulega hluti, ok veit eigi nær
hann skal deyja; því at svo sem skínandi stjarna rennr upp
skjótlega, ok þverr þegar á leið, ok svo sem gneisti af eldi 35
stauckvizt skjótt ok verðr at ausku:

    Sic cito finitam datur istam cernere vitam

svo gefzt skjótt at sjá endalykt þessa lífs[2]); því at meðan maðrinn
dvelz gjarna ok kátlega í veraulldenne ok etlar sik skulu leingi
lifa, ok skipar maurgum hlutum gjörandi um langar stundir — 40
þá gripz hann í dauðanum ok fer brutt af líkamanum utan
forsjó. En þó at hvoru skilzt sálin af líkamanum með mikilli

---

[1]) í hdr. At ś s̄ versamir.    [2]) í hdr. þetta líf.

hræzlu ok mörgum sorgum. Veniunt enim angeli assumere eam, ut perducant eam ante tribunal iudicis metuendi. því at guðs englar skolu koma ok taka hana, (þat er mannsins sál) ok fœra hana fyrir dómstól hins ógorlega dómara; ok þá minnizt hún á sín ill verk ok hin verstu athœfi sín, er hún gjörði dag ok nótt; 5 þá skelfr hún með hræzlu ok leitar at flýja undan þeim, ok beiðizt fresta sva segjandi: Date mihi vel unius diei spacium. Tunc quasi loquentia simul eius opera dicent. Tu nos egisti, opera tua sumus. Non te deseremus, sed semper tecum erimus; tecum pergemus ad judicem: Gefit (mer ef) þer vilit eigi meira 10 en eins dags frest eða rúm. Þá skulu henni svara svo athœfi hennar sem þau tala við oss oll saman: þú gerðir oss, ver erum þín verk; eigi munum ver þik lausan láta nú; jafnan skulum ver með þer vera, ok með þer skulum ver fara til dómara. Lýtin jafnvel skulu hana rægja með maurgum ok marg- 15 faulldum sau(kum). Maurg falsvitni munu þau finna móti henni, þó at hana skorti eigi hin er sonn ero til hennar tapanar. — Dæmones vero terribili vultu, & horibili aspectu eam terrebunt, ingentique furore eam persequentur & comprehendent eam tam terribiliter volentes eam retinere, quam horribiliter possidere, nisi 20 sit qui eripiat. . En djoflarnir munu hreða hana með hræðulegu anliti, ok ógurlegri ásýn, ok með ótaululegri œði munu þeir hana grípa, ok reka sva hræðilega viljandi halda henni ok eiga hana, nema sá se til er hana frelsi ok leysi af þeirra valdi. Þá er sálin finnandi aptrlukt augun ok munn ok aullum líkamsins vitum, 25 um hver hún var vön út at ganga at skemmta ser í þessum ytrum hlutum, þá vendir hún aptr til sín, ok ser sik eina saman ok naukta, ok meðan hún er skelfd ok slegin með ótaululegri ógn, þá þreytizt hún af vantrausti ok órvílnan ok fellr í ser undir sjálfa sik. ok fyrir því at hún fyrirlætr guðs ástsemd, fyrir 30 veraldar elskuga ok kiotsens lostasemi, þá mun hún fyrir látast af guði í tíma svo mikillar nauðsynjar ok gefast djöflum í vald at pínast í helvíti.

Sic anima peccatoris etc. Svo gripzt af dauðanum syndugs manns sál á þeim degi, er hana varir eigi. ok í þann tíma er 35 hún veit eigi þá skilzt hún frá líkamanum ok fer full með vesaulld skjálfandi ok hræðandizt, ok meðan hún hefir aungva vernd þá sem hún megi tjá fyrir sínar syndir, ok skammazt hún ok óttazt at sýnazt fyrir guði, ok hún hræðizt jafnvel með ótaululegri hræzlu, ok elltizt með margfaulldum bruna ok hita 40 sinna hugskota með atkomenne sundrleysing kjotsens at brutt teknum aullum hennar hjálpum, þá hugsar hún ekki annat ok hann (er hana) skal dœma, ok hverjum hún skal nálgazt, ok eptir lítinn tíma finnr hún þat sem alldri (kann at) skiptazt utan enda. Hún hugsar at saunnu, hversu harðr hinn eilífi dómare (kemr ok) hverja skynsemd síns lífs eða lifnaðar hún skal setja fyrir grimmleik svo mikillar rettvísi. Því at ef at hún sá við aullum sínum ónýtum verkum, þeim sem hún vissi ok mátti skilja, þá hræðizt hún þó at hvaru at bera fyrir svo harðan dómara 5 þau sín verk, er hún skilr eigi í sjálfri sjer. Óttenn vex á alla vega, meðan sálin hugsar, at hún mátti ongum kosti fara veg þessa heims lífis fyrir utan synd ok þat er eigi at saunnau utan nokkura afgjorð at hún lifði hjer loflega, ef hún dœmizt utan guðs millðleika. Því at hver má hugsa hversu marga illa hluti 10 vjer gjorum um allar stundir þessa heims tíma ok hversu mikla góða hluti vjer gleymum at gjora. Því at svo sem iðn ills athœfis er synd, svo er ok synd at iðna eigi gott; því at þat er sann- lega þungt fall, at meðan vjer gjorum eigi góða hluti, ok eigi hugsum vjer goð athœfi, nema vjer látum vort hjarta vafra um 15 hegómlega hluti, ok nytsemdarlausa. Þat er ok jafnvel harðl(a torvelld)legt at þjóna ok hallda uppi jarðlegum mœðum[1] ok erindi fyrir utan syndir; fyrir því má engi sjálfan sik fullkomlega skilja ok taka á aullum sínum athœfum; nema maðrenn útómr ok áhyggjufullr i maurgum hugskotum er sjálfum sjer með nokkur- 20 um hætti ókunnigr, svo viti hann eigi allskostar allt þat er hann ber ok þolír þessa heims. Fyrir því skelfist hann með meiri hræzlu í því sem hans sál neyðist ok þreyngist úr líkamanum. Því at þó at hann muni sik alldri hafa gjórt þá hluti, sem hann vissi ranga vera, þá hræðist hann þó þá hluti sem hann veit eigi. 25

## Cap. III. De dignitate animae & vilitate corporis.

Heyr þú sál merkt með guðs andliti, fríð gjor ok fögur með hans líking fest af guði svo sem hin sœlasta festarmær ok hreinasta, með rettri trú heiman gjor af garði með anda, þat er með auðœfum heilags anda; frjálsut frá þínum andlegum óvinum með blóði Jesú Krists; þúert skiput með himneskum englum; 30 vorðen vel ok tilfalleñ ævenlegrár sælu; arftaki himneskrar gæzku, hluttaki sannrar skynsemdar. Hvat hefir þú at gjora, eða hver er þinn lifnaðr með syndafullu ok breysku kjoti? Hvar fyrir þolir þú þessar píslir nema fyrir kjotet; annara syndir kennast þer, ok vítast til athæfa; ok aull þín rettindi virðast 35 þer eigi meira, en svo sem hit saurgasta klæði þeirrar konu sem hefir klæðasótt, ok þú sjálf ert vorðen at aungu, ok svo ertu virð ok ætlut, sem þú værir alls ekki. eða hegóme. Kjotit er ekki annat, þat sem þer er svo mikill felagskapr við en froða

---

[1] í hdr. mæð'.

breysk vorðen at kjote.  Klætt er kjotet í fyrstu með fríðleika,
en um síðir verðr þat vesællt ok rotnar ellds matr ok maðka. ok
ef þú hyggr gjorla at, hvat út geagr um munn ok nasir, ok um
aull aunnur líkamsvit ok vatn rásir, þá sáttu alldri fúlari myki
ok háðulegri.  Ef þú villt telja upp allar hollsens vesaldir, hversu 5
líkaminn se klyfjaðr með syndunum, netjaðr ok vafðr í maurgum
lýtum, kláðafullr af saurgum fýstum; heptr ok halldinn með
maurgum píslum, saurgaðr með morgum háðungum, framlútr jafnan
til ills, ok til hvers lýtis niðrhrapandi, ok ef þú telr þetta allt
at hyggjandi giörla, þá muntu finna hann fullan með allri 10
skemmd ok svívirðing; fyrir þrjózku sakir er maðrinn giorr ok
orðenn líkr hegóma; því at hann dró af hörundino fýstar lýti,
með hveriu hann er halldenn hertekenn; ok beygist hann marga
leið til þess at hann ann hegóma, ok vinnr rangindi.  Hygg at
þú hinn breyski maðr, segir scs. Bernardus, til hvers vors, hvat 15
þú vart fyrir uppruna, ok hvat þú ert af uppruna ok allt til
niðrfalls, eða dauða, ok hvat þú. verðr eptir þetta líf.  Sannlega
var tími, þá er þú vart eigi: ertu gjorr af herfilegu efni, ok
vafðr í hinu herfilegustu klæði.  Þú vart fæddr ok alinn í móður-
legum kviði með sjúku ok sauruglegu blóði.  Kyrtill þinn var 20
þat skinn, eða sú hinna, er fyrst vefst um barnit í móðurkviði.
svo klæddr ok svo búenn kom þú til vor.  því ertu eigi minnigr
hversu svívirðilegt se þitt upphaf ok þinn upprune.

    Forma, favor populi, fervor juvenilis opesque
        subripuere tibi noscere quid sit homo:          25
Fríðleike lof ok eptirlæti fólks; bernslegr hite ok auðœfi, þau
tóku braut í frá þjer, at kenna hvað maðrinn er — því at
maðrinn er eigi annat, en fúl froða, mykjar sekkr ok maðka matr.

    Post hominem vermis, post vermem fætor & horror
        Sic in non hominem vertitur omnis homo.        30
Eptir manninn maðkr, eptir maðkinn daun ok saur; svo vendist
hver sem einn maðr til þess er hann verðr ekki at manni.

    Fyrir hví stærist þú breyskr maðr? ver at hyggjandi at þú
vart háðuleg froða ok samanhlaupit blóð í móðurkviði; þar eptir
vartu út í vesaldir ok syndir þessa heims lífis; síðan skalltu 35
verða maðkr ok maðka matr í þinni grauf.  Fyrir hví stærist þú
aska ok mold, hvers getnaðr er lastr ok lýti, at fæðast er
vesaulld, at lifa písl at deyja þreyngsl? hví feitir þú þik ok býr,
eða prýðir þitt kjot með dýrum ok stórfengnum vistum ok klæðum,
þat holld ok hörund, er eptir fá daga skulu maðkar slíta í gröf, 40
en þína sál býr þú eigi með góðum verkum ne prýðir, er ofrandi
er guði ok einglum í himnum? Hví vanvirðir þú þína sál ok
færir fyrir hana þitt kjot?  At frúen gjörist ambáttin, en am-
báttin frúin, þat er mikill ósiðr.  Sannlega oll þessi veraulld má

eigi virðast við einn sál til verðs, því at guð villde eigi gefa
sina aund fyrir alla veraulld, hverja er hann þó gaf fyrir mannsins
sál. Því er hit hæsta verð sálarinnar, at hún mátti eigi leysast
af helvíti, nema með blóði Jesú Krists. Hvat umskipti skaltu þá
gefa fyrir þína sál, þú er hana gefr fyrir alls ekki? Fór eigi 5
niðr guðs son fyrir hana af himneskum sætum, þó at hann væri
í sæti síns blezaða foður, at frjálsa hana af djofuls vallde. ok
meðan hann heyrði hana vera bundna með synda reipum ok þá
ok þá gefandi djoflum, at hún skylldi dæmast til ævenlegs
helvítis bruna, þá gret Jesús Kristr hana, er hún kunni eigi at 10
gráta sik sjálf. Ok eigi at eins gret hann, nema jafnvel þoldi
hann sik vera drepinn, at hann leysti hana eptir með hinu dýra
verði síns blóðs. Se nú þá dauðlegr maðr, slík fórn gefst fyrir
þik! Kenn þú mer hversu virðuleg þín sál er, ok hversu þung
hennar sár voru, fyrir hver er nauðsynlegt var at særast vorum 15
herra Jesúm Kristum. Ef eigi være sár til dauða, ok til ævenlegs
dauða sálenne, þá dó alldri fyrir þeirra lekning ok hjálp guðs
sonr. Vanvirð eigi þú þá eign ok auðœfi þinnar sálar, hverri
er þú sjer svo mikla vorkunn veitast af svo mikilli dýrð. Hann
steypti út sín tár, ok gret fyrir þik; þvo þú ok hvílu þinnar 20
samvizku hverja nótt með hjarta trega ok iðulegum tárum; hann
hellti út sitt blóð fyrir þik; steyp þú ok út þínu blóði hvers-
daglega með þinni líkams písl; ok ef þú mátt eigi einusinni þola
harðan dauða fyrir Krist, þá þole með nokkoru linari ok lengri
písl fyrir guð. Hygg eigi at, hvat líkaminn vill, nema hvat 25
andinn megi, því at þá verðr maðr enn dýrðlegri, er hann vendir
aptr til síns guðs, svo þó at hann ber með óvinenn úr líkamnum
ok hreinsar allt þat sem saurugt er af sínum líkam. En þú
segir: »þessi ræða er haurð, ek má eigi flýja veraulldina ok hata
mitt kjot. Seg mer: hverir eru elskarar eða veralldar elskhuga 30
menn, þeir sem með oss voru fyrir fáar stundir? Ekki vætta
leifðist af þeim, nema aska ok maðkar. Hygg at gjorla hvat
þeir eru, eða hvat þeir voru. Menn voru þeir sem þú; átu ok
drukku lágu ok leiddu sína daga þessa heims í gjálífi, ok til
helvítis niðr á einu augabragði. Hjer skipast þeirra kjot mauðkum 35
til matar, en hinnveg sálen œvenlegum elldi. þar til er þeir saman
bundnir annat sinne með aumlegum fjolda venjast í eilífum bruna
allir þeir er felagar voru í líkum syndum ok laustum, því at ein
písl heptir þá alla ok bindr í sinni vesold, hverja er einn elskugi
vefr saman í laustum. Hvat dugði þeim tóm ok hegómleg dýrð. 40
lítil gleði veralldar valld ok líkams losti, svikleg auðœfi mikil
hirð ok maurg hjón, eða þjónustu menn ok ill fýst: Hvar er nú
þeirra hlátr? hvar er gaman, hvar er hrósan, hvar er þeirra
hælni? Af svo mikilli gleði hversu mikil ógleði er eptir kom

eptir svo mikit lostalífe? Hygg at hversu þung vesauld fylgir af
þeirri er fyrr var há. fellu þeir til mikillar tapanar ok mikilla
písla. En hvat sem þeim barst at, þá má þik slíkt sama henda,
því at þú ert maðr breyskr, maðr af molldu leir af leire. þú ert
af jorðu ok þú lifir af jorðu, ok þú skalt aptr hverfa til jarðar, 5
þá er hinn efsti dagr kemr sá er skjótlega mun koma ok dælla
at hann verði í dag. þat er víst at þú skalt deyja, en þat er
eigi víst nær, eða hversu, eða hvar, því at dauði bíðr þín
hvervetna, ok þú jafnvel, ef þú ert vitr maðr, munttu bíða hans
hvervetna vel viðr búinn. Ef þú fylgir kjotinu, þat er kjotsins 10
vilja, þá muntu kveljast með vesauld í kjotinu. Ef þú gleðst
óloflega í þínu haurundi, þá skaltu pínast í því sama haurundi. Ef
þú leitar þer fríðara klæða, þá mun skrovast undir þer mol
etandi þik annars heims fyrir þinn klæða búnað ok þín ábreizla
skulu verða maðkar eyðandi þínum líkam, því at guðs rettvísi 15
má eigi annat dœma, nema þat sem vor verk eru verðug. Ok
fyrir því, at sá hreinlífis maðr, er meir elskar verauldina, en guð,
þenna heim en sitt klaustr, ofát ok ofdrykkju en faustu ok hóf-
saman lifnað, saurlífi en hreinlífi — hann fylgir djoflinum, ok
gengr með honum í eilífa písl. En hvat væntir þú, hvílík sorg 20
verðr þá, hvílíkr grátr, hversu mikil ógleði þann tíma er ómilldir
ok vondir menn skiljast af rettvísra manna felagsskap, ok af
guðs augsýn, ok þeir verða gefnir í fjandanna vald, ok skulu
ganga með þeim í eilífan eld, ok þeir verða þar utan enda í
grát ok andvarpan. Hvatlegt er þeir voru eru útlægðir langt i 25
frá hinu sæla paradísar fauðurlandi ok skulu pínast œvenlega í
helvíti; þeir skulu alldri sjá ljós ok alldri munu þeir auðlast
hvilld, nema um ótaululega maurg þúshundruð þúsundraða vetra
eru þeir pínandi í helvíti, ok alldri þaðan leysandi, þar sem
hvorki er at sá mœðist nokkut sinni er pínir ok hann deyr alldri 30
er pínist. því at svo neytir upp þar eldrinn at hann varðveitir
jafnan þó at hvoru manninn til brunans; svo gjorast píslernar at
þær endrnýjast jafnan; en eptir hœfi lýtissens eða lastarens þoler
hver sem einn helvítis písl, ok þeir sem eru í laustum þeir
samtengiast ok pínast með sjer líkum. Þar skal ekki vætta annat 35
heyrast, nema grátr ok snauktan ok andvarpan, þytr sorgar ok
tanna gnístan þar mun ekki sjást nema maðkar ok tröllsleg
andliti þeirra engla er manninn kvelja ok pína ok hin hræðilegasta
djoflanna skauð. Grimmir maðkar skulu eta ok slíta innstu hluti
hjartans 40

Vermes crudeles mordebunt intima cordis
   hinc dolor, inde pavor, gemitus, stupor & timor horrens.
Heðan af verðr sorg, ok hræðsla, andvarpan, furða ok ógorlegr
ótti. Vesler menn skulu brenna í œvenlegum elldi utan enda ok

enn lengr, ef svo má segja. Þeir skulu brenna ok pínast í sínu
kjoti með elldi, en í sínum anda með þeirra samvizku magt.
Þat verðr óbærileg sorg, svo mikill daunn at engu má við jafna,
ok ógurleg hræzla; dauði bæði líkams ok sálar utan von synda
aflausnar ok miskunnar. Svo skulu þó at hvoru syndugir menn 5
deyja, at þeir lifi jafnan; svo lifa at þeir deyi jafnan; svo fer
syndugs manns sál ellegar at hún pínast í helvíti fyrir syndir
sínar, eða hún skipast í paradís fyrir góða verðlæika. Kjósum
nú annat hvart af tveimr ellegar at pínast með ómilldum monnum
ok vondum jafnan, eða gleðjast œvenlega með heilogum. Sannlega 10
er skipat fyrir oss gott ok illt, dauði ok líf, til þess at ver
rettum hond vora til hvors sem ver viljum. Nú ef píslirnar
hræða oss eigi at snúast frá illum hlutum, verði þá svo vel at
góðar ambanir bjóði oss ok lokki til góðra hluta.


De præmio patriæ cœlestis.

Aumbun góðra verka vorra verðr annars heims, at sjá guð, 15
vera með guði, lifa með guði, ok vera í guði, er verðr aller
hlutir í aullum, at hafa þann guð, sem er hæsta gott, ok þar sem
er hit hæsta gott, þar er hin mesta sæla, hin hæsta kæti, sætt
frelsi fullkominn sœtleiki, œvenleg ró ok oruggr eilífleikr: þar er
saunn gleði, full vizka, hver ein fegrð ok hver ein sæla. 20

    Est ibi pax, pietas, bonitas, lux, virtus, honestas,
    Gaudia, lætitiæ, dulcedo, vita perennis,
    Gloria, laus, requies, amor & concordia dulcis.

Þar er friðr, milldleiki, góðleiki, ljós, dyggð, sœmd; þar er
margskyns skemmtan, gleði, sœtleiki, líf eilíflect; þar er dýrð lof, 25
hvílld, elskugi, ok sæl samsætt. Þar verðr sá sæll með guði, er
eigi verðr fundin synd í hans samvizku, ok hann skal sjá hann.
þat er guð, eptir sínum vilja ok hafa eptir losta ok njóta, eða
neyta eptir kœti. Hann þessi syndalauss maðr skal styrkjast í
œvenleik, skína í sannleika, gleðjast í góðleika. Svo skal hann 30
œvenleik æ verandi, svo skal hann hafa skjótleika kennandi guð,
ok í sælu jafnan hvilandist[1]). Hann skal verða at saunnu, þessi
hinn góði maðr granni ok bæjar maðr þess heilaga kaupstaðar,
hvers bæjar menn eru englar, guð almáttigr er musteri þessa
kaupstaðar, hans eilífr son Jesús Kristr er skin ok ljós þessa 35
kaupstaðar, heilagr andi er þar fullkominn kærleiki. Ó hó hinn
himneski kaupstaðr, oruggt heimile, aullu halldandi með ser, þat
sem til lystir, þar sem fólkit utan muðlan hvíler ok friðsamer í

---

[1]) Sicut habebit permanendi æternitatem, sic cognoscendi facilitatem, & requiescendi
felicitatem.

byggjaramenn enga nauðsyn hafandi! Ó hversu dýrðlegir hlutir
eru sagðir frá þer guðs kaupstaðr; svo er íbygging í þer,
sem allra manna gleðjandist Allir kœtast í gleði, allir hafa
skemmtan ok gleði af guði, hvers ásýn er milld, frítt andliti
sœt rœða. Guð hann er lystilegr at sjá, fagr at hafa, sœtr at  5
njóta; hann þekkist at einu með sjálfum ser, ok fyrir sjálfs síns
sakir er hann öllum yfrinn til verðleika; hann nœgist öllum til
ombunar, ok ekki vætta leitast annat fyrir utan hann; því at
allt finnst í honum hvetvetna þat sem fýsist. Jafnan lystir alla
á hann at sjá, jafnan at hafa, jafnan í honum at kœtast, ok 10
hans at njóta. Í honum skírist mannsins skilning, ok hreinsast
fýst at kenna sannindi, ok þat er mannsens allt gott, þat er at
segja, at kenna ok elska sinn skapara.

En þat er æreng at hafa þosta til beiskleika lýta ok lasta,
at fylgja skipbroti þessarrar veralldar, at þola ógœfu þessa niðr- 15
fallanda lífs, at bera ok þola þrældóm ómillds grimmleika, ok
fljúga eigi helldr ok skunda til heilagra manna sælu, til engla
felagsskaps, til hátíðar himneskrar gleði, ok til kæti andlegs lífs,
at ver megim inn ganga til guðs vallds, ok sjá hin miklu auðœfi
hans gœzku. Þar skulum ver vera í ró ok í náðum, ok þar 20
skulum ver sjá hversu sœtr er vor herra, ok hversu mikill fjolldi
er hans sœtleika; ver skulum sjá dýrðar fríðleika, heilagra manna
skin, ok sœmd konunglegs vallds. Þar munum ver kenna föðurens
valld, sonarens hoskleika, hina góðviljuztu milldi heilax anda, ok
svo haufum ver viðrkenning hinnar hæstu þrenningar. Ver sjáum 25
nú líkami með líkam, ok jafnvel sjáum ver með anda líkamanna
líkneskjur. En þá skulum ver sjá sannleikenn sjálfan með
hreinne ok skærri hugarens ásýn. Ó hin sæla sýn at sjá guð í
sjálfum ser, sjá hann í oss ok oss í honum, með sælli kæti ok
kátri sælo. Allt þat er ver munum fýsast, þat skulum ver allt 30
hafa þar, ok ekki framar fýsast. Ok hvat sem ver munum sjá,
skulum ver elska selir með þeim sjálfum elskuga, sælir af sæt-
leika elskugans, ok með hinum sæta ilm himneskrar sýnar. Þessi
verðr hæð þeirrar sælu, því at skírr guðdómr skal skiljast ok
sýnast fullkomlega í sínum reinleika. En sá guðdómrinn, er nú 35
má af engum vorum nálgast, eða takast, hann skal þá takast af
oss, ok guð skal þá sýnast ok elskast af oss fullkomlega; ok
þessi sýn ok lostasemi, fyllandi ok seðjandi allt mannsins hjarta
verðr þá oss fullkvæmd þeirrar sælu.

## Staðir úr heilagri ritningu, sem koma fyrir þýddir í brotum þessum.

| | | | |
|---|---|---|---|
| Esajas. 53,6. | bls. 1,9-11. | 1. Jóh. 2,27. | bls. 31,13-14. |
| Ordskv. 14,12. | bls. 1,11-12. | 1. Mós. 4,7. | bls.31,17.LXX. |
| Jóh. 14,6. | bls. 1,17 18. | Hebr. 12,29. | bls. 32,3-4. |
| Matth. 11,28. | bls. 1,19-20. | Lúk. 12,49. | bls. 32,5-6. |
| Rómv. 10,12 og } | } bls. 1,20-24. | Lúk, 24,32. | bls. 32,19-21. |
| Gal. 3,28. | | 5. Mos. 33,2. | bls. 32,26-27. |
| Titus. 1.16. | bls. 19,10. | Matth. 10,16. | bls. 33,1. |
| Jakob. 2,26. | bls. 19,11. | 1. Kor. 14,20. | bls. 33,4-5. |
| Job. 40,18. | bls. 19,13-14. | 1. Jóh. 1,8. | bls. 33,21-22. |
| Mark. 16,14-20. | bls. 22.4-16. | Job. 26,13. | bls. 33,29. |
| Post. saga. 1,4. | bls. 22,24-25. | 1. Kor. 12,8-11. | bls. 33,31-34,1. |
| Post. s. 1 9. | bls. 22,25-27. | Dav. sálm. 32,6. | bls. 34,2-3. |
| 1. Kor. 15,36. | bls. 23.11. | Post. saga. 5,29. | bls. 34,15. |
| Matth. 10,5. | bls. 23,21. | - - 4,9-10. | bls. 34,16-19. |
| 1. Jóh. 2,4. | bls. 23,30-31. | 1. Joh. 4,20. | bls. 36,22-23. |
| Matth. 7,22-23. | bls. 25,3-7. | Lúk. 16,19-31. | bls. 36,31-37,21. |
| Post. sag. 7,55. | bls. 26,18-19. | Esajas. 56,10. | bls. 38,25-26. |
| Post. sag. 1,9-10. | bls. 26,33-27,3. | Matth. 8,11. | bls. 39,6-8. |
| 1. Mós. 3,19. | bls. 27,14. | Predik. 6,7. | bls. 39,19-20. |
| Job. 28,7. | bls. 27,16. | Dav. sálm. 72,28. | bls. 39,31-32. |
| Dav. sálm. 8,2. | bls. 27,18-19. | Jóh. 5,46. | bls. 40,9-10. |
| - - 67,19. | bls. 27.19-21. | 2. Mos. 32,6. | bls. 42,28-29. |
| 1. Cor. 12,8. | bls. 27,23-26. | 2. Kor. 8,14. | bls. 47,20-21. |
| Habbak. 3,11. | bls. 27,27. | Matth. 25,45. | bls. 47,22-23. |
| Lofkvæði. 2,8. | bls. 27,33-28,1. | Lúk. 14,16-24. | bls.47,28 48,12. |
| Jóh. 14,28-31. | bls. 28,21-29,8. | Dav. sálm. 33,9. | bls. 48,23. |
| 1. Jóh. 4,8. | bls. 29,15. | Jeremías. 17,9. | bls. 49,6-7. |
| Matth. 28,20. | bls. 30,20. | 1. Kor. 10,11. | bls. 49,12-13. |
| Rómv. 8,26. | bls. 30,31. | 1. Kor. 1,27. | bls. 51,27-28. |

| | | | |
|---|---|---|---|
| 2. Sam. 1,11. | bls. 144,33. | Jóh. 13,34. | bls. 163,28-29. |
| Jóh. 1,9 & 16. | bls. 145,2-4. | Dav. Sálm. 141,8. | bls. 163,30-31. |
| 1. Kor. 6,17. | bls. 149 21-22. | Zak. 7,8. | bls. 165,6-7. |
| Rómv. 11,34. | bls. 149,24. | Dan. 7,10. | bls. 165,18-20. |
| 1. Kor. 2,11-12. | bls. 149,27-31. | Opinb. 5,9. | bls. 166,15-17. |
| 1. Kor. 2,9. | bls. 149,31-33. | Lúk. 11,17-20. | bls. 170,2-7. |
| Rómv. 11,33. | bls. 149,35. | Jóh. 6,1-14. | bls. 171,4-26. |
| Dav. sálm. 119,13. | bls. 150,2. | Jóh. 8,48-49. | bls. 171,27-33. |
| Mark. 16,1-7. | bls. 151,1-13. | Matth. 26,6-13. | bls. 172,1-9. |
| Lofkvæðið. 2,6. | bls. 151,25-26. | Tit. 2,15. | bls. 175,32. |
| Matth. 28,2. | bls. 152,8-9. | 2. Tim. 4,2. | bls. 175,33. |
| Efes. 5,8. | bls. 152,17. | Esajas. 11,1-3. | bls. 177,20-24. |
| Matth. 27,52. | bls. 153,8-9. | Filipp. 2,6-8. | bls. 180,1-4. |
| Lúk. 10,38-42. | bls. 154,4-18. | Matth. 6,2-4. | bls. 180,18-21. |
| Lúk. 1,34. | bls. 156,5. | Matth. 5,16, | bls. 180,21-23. |
| Lúk. 1,38. | bls. 156,15. | Lúk. 10,18. | bls. 180,29-30. |
| Lúk. 11,1 og Matth. 6,5, | bls. 159,4-6. | 2. Tim. 2,4. | bls. 181,21 23. |
| Matth. 5,3. | bls. 160,1 | 1. þessal. 5,17-18. | bls. 181,24-25. |
| Matth. 5,5. | bls. 160,10-11. | Jóh. 6,35. | bls. 186,19-20. |
| Matth. 5,4. | bls. 160,25. | Jóh. 1,1. | bls. 186,32-33. |
| Matth. 5,6. | bls. 160,38-39. | 1. Kor. 13,12. | bls. 187,31-33. |
| Matth. 5,7. | bls. 161,1-2. | Lúk. 8,5-15. | bls. 188,12-33. |
| Matth. 5,8. | bls. 161,21-22. | Predik. 24,12. | bls. 189,11-12. |
| Matth. 5,9. | bls. 161,45. | Efes. 3,17. | bls. 189,19-20. |
| Dav. sálm. 19,9. | bls. 163,27-28. | Dav. sálm. 86,2. | bls. 198,1-2. |

**það sem áður hefr verið prentað úr brotum þessum.**

| | | | |
|---|---|---|---|
| 2,20 — 4,2. | í Sýnisbók Konr. Gíslasonar. | 468—469. | bls. |
| 22,3—28,20. | Sýnisbók. | 459 — 467. | - |
| 126,27—127,10. | Sýnisbók. | 458,11-26 | - |
| 136,31—137,19. | Sýnisbók. | 457—458,10 | - |
| 87—150. | Heilagra manna sögur I.[1] | | |
| 165,6—167,28. | Gammel norsk Homiliebog. | 214—217. | - |
| 162—165,5. | Samanber. Homilíubók. W. | 100,7—102,21 | - |

---

[1] 
| | | | |
|---|---|---|---|
| 87—102,30. | Hms. 219,35— 232,4. | 124,25—128,6. | Hms. 248,5—250,32. |
| 102,34—113,6. | Hms. 198,1 - 207,4. | 128,7—136,11. | Hms. 235,17—241,34. |
| 113,7—120,21. | Hms 213,34 — 219,35. | 136,12—143,2. | Hms. 242,26 — 248,5. |
| 120,22—124,24. | Hms. 232,5—235,17. | 143,5—150. | Hms. 207,4—213,33. |

Ágústínus f. 353 † 429. biskup í Hippo regius í Norðr-Afriku; einn af höfuðkennendum kristninnar og allra þeirra fremstur að mannviti.

Benediktus hinn helgi f. 480 † 543. Stofnaði Benediktsmúnka reglu; æfisaga hans eptir Gregor páfa hinn mikla í 2. bók Diall. Messudagur hans 21. d. marzm.

Bernharður hinn helgi ábóti í Clairvaux fœddr 1091 † 1153. Tekinn í tölu sannhelgra manna 1173. mesti skörungur kristninnar á sinni öld. honum allra manna lítillátustum lutu páfar, keisarar og allt stórmenni veraldar. Af ritum hans, sem bæði eru mörg og merkileg, eigum vjer á íslenzku þýddan sálminn Jesu dulcis memoria, og rhytmica oratio ad unum quodlíbet membrorum Christi patientis & a cruce pendentis, og í Medit. Storum patrum eða Paradísar lykli bæði bœnir, og ræðu um lífsferil frelsarans.

Cuthbertus biskup í Lindisfarne † 20. marz 686, sannhelgur maður tignaður um England, Skotland og víða á Norðurlöndum. Beda venerabilis hefir skrifað æfisögu hans. Auk þeirrar er mergð til af æfisögum hans: Tvær prentaðar í Miscellanea biographica 1838. Surtees Society. Og Reginaldi Durtelmensis de virt. beati Cuthberti libellus. 1835. Surt. Soc. messudagur hans 20. marz.

Gregorius mikli páfi kennifaðir kristninnar fœddr c. 540 † 604 sannhelgur maður. Messudagur hans 12. d. marzm.

Hieronymus prestur, frægur kennari og rithöfundur, mjög fróður, bezti þýðari ritningarinnar á vesturlöndum. f. 331 † 420.

Isidorus Hispalensis. biskup í Hispalis (Sevilla á Spáni). † þar 536. Hefir ritað ákaflega margt, og margbreytt. margt af því þýtt á aðrar tungur á miðöldunum. sumt og á íslenzku.

Prosper Aquitanus tryggur og harðsnúinn fylgismaður kenninga Ágústíns; hann var, að því er fróðir menn ætla, alla æfi leikmaður, en ritaði mjög mörg guðfræðisrit, mest á móti kenningum Pelagiusar. † 455.

## Athugasemdir, leiðrjettingar og prentvillur.

---

Fyrst þarf að afsaka þá ónákvæmni, að stundum er bandið:
[7] í A. M. 677 í margtöluendingu nafna og einkunna og persónuendingu
sagna leyst í *er* einkum framan af, en þar sem þær endingar
koma fyrir skrifaðar fullum stöfum, þar eru þær optar skrifaðar
*ır*; þó kemur fyrir, einkum á 6 fremstu blöðunum í því handriti
að endingin er skrifuð fullum stöfum *er*.

Þágufall eintölunnar af heimr 'er víða í prentuðu bókinni
hemi; ber það til þess, að á þeim stöðum hefir í handr. staðið
hēı, þarsem þolfall ávallt er skrifað heI.

Á 3,17 stendur bardaga í hdr. er barðaga. 4,21: liofe l. liofe.
4,27: þeır mono at foŋo l. þar mono *eı* at foŋo. 5,19: atferd l. atferð.
5,23: þa l. þa *er*. 9,7: fyrlıtler á aðvera fyrlıtner sbr. Frp. 219
9,9: ofynıligrı; í hdr. stendur osynılıg[1]. en í frumritinu er invisi-
bilia; ætti því líkast til að vera osynılıgır.

11,17: logaŋa. þannig stendur í handritinu, en er sjálfsagt
misritað fyrir laganna. sbr. Frump. 219. bls.

11,18: hanraða hugscot. svo sem sjá má í frumritsgreininni
hjer á undan, þá svara þessi orð til mens anceps. í orðabók
Cleasbys og Guðbrandar Vigfússonar er þetta hanraða dregið af
handraði: drawer in a chest; en það er varla efamál, að ætlan
herra Konráðs prófessors Gíslasonar mun rjettari, að þetta orð er
að vísu af handraði, en ekki af því orði í sinni afleiddu hirzlu-
merkingu, heldr í upphaflegu þýðingunni = handhraði. Herra Jón
Þorkelsson rektor í Reykjavík hefir í athugasemdum, er hann
góðfúslega hefir gert við 3 fyrstu arkirnar í bók þessari, og sent
mjer, getið þess til að hjer sje misritað og standi *hanraða* fyrir
*vanráða*.

11,27: fyndır l. fynðır. 11,29: tratt l. traЧtt.

11,28: *eılıga*, þannig í hdr. en misritað að líkindum fyrir
omıllda; í frumritinu stendur: Sicut non impediunt ab aeterna vita

justum quaedam peccata venialia, sine quibus haec vita non ducitur. sic ad salutem aeternam nihil prosunt impio aliqua bona opera, sine quibus difficillime vita cujuslibet pessimi hominis invenitur.

13,5: erfiðfamlic lif; þannig stendur í hdr. en þetta er að líkindum ritvilla fyr r erfiðfamlict.

13,7: men. í hdr. stendur mn, mætti því lesa það mann.

13,9: í hdr. hefir fyrir drottnar upphafl. staðið þionar. síðan verið krotað ofan í það drott og svo drot skrifað f. ofan línuna.

13,10: retlatom. upphaflega skrifað ranglatom en rang strykað út og ret skrifað fyrir ofan línuna.

16,3: Biartr oc ofotlinr stigr á aðvera brattr; í frumr:
Arduus atque arctus fert ad cœlestia collis.

20,24: því órvori verþom ver ðomfðegi; þannig í hdr. en á ef til vill að bæta við á: a ðomsðegi; svo ætlar Jón rektor í ath. sínum. 21,9-10: En lifandi—móþi. hjer vantar aptan af 2. línunni á 14. bls. sem svarar sex stafa rúmi, og fyrsta orðið í 3. línu er mjög óvisst hvað er; en berter er það ekki; heldur væri að það gæti verið. ꝺ veit[7] eða ꝺ vett[7], eða ꝺ vent[7] með n og t dregnu saman í eitt. og er hjer því verr úr að ráða, að þýðingin hverfur talsvert frá frumritinu: er þannig segir: Sed cinis attenditur & in carnem redire posse desperatur, & divinæ rationis virtus comprehendi quasi ex ratione quæritur.

21,23-27: þannig í frumritinu: Cum ergo dubitans animus de résurrectionis potentia rationem quærit earum rerum ei quæstiones inferendae sunt, quæ et incessanter fiunt, & tamen ratione comprehendi nequaquam possunt: ut dum non valet ex visione rei penetrare quod conspicit, de promissione divinae potentiae credat quod audit.

23,7: og ath. neðanmáls; eptir lengdinni á því sem slitið er úr línunni er sjálfsagt rjettara að fylla það sem vantar, svo sem gert er í Sýnisbókinni: þvi at hann hefir nacqvana glicig; ia er glöggt,

30,4: elfcar l. elfcar. 33,16: honnom l. honom. 37,14: annar; þannig í hdr. en á sjálfsagt að vera annara.

41,26-27: þa gerþi—valaþa í frumr.: ex visione pauperis non miserenti diviti cumulum damnationis intulit, svo að auðsjeð er að eptir øxlig vantar fvrðømigar.

45,11: ðvrþr. samanb. Frump. 76. bls.

45,20: fvna = fvnia. samanb. Frump. 57. bls.

45,26: verþr = verþ. samanb. Frump. 76. bls.

49,7; fyndi l. fyndi. 49,24: verþ = verþr. Frump. 75 bls.

50,6: géfa; í hdr. géifa. 50,18: meirr; í hdr. m''r = meirr.

51,3: baþfc. í hdr. upphafl. skrifað talþifc, en t breytt í b og l og i púnktað út.

51,19: laþaþi; í hdr. stendur laþaþ[7].

51,21: fumır; í hdr. líkara faꞬmⁿ.

52,6-7: en þa hugþi. vantar líkl. hann.

55,18: ıarþlıga; í hdr. ıarlıga.

55,18: eptir heims á að standa ²) — og á þar við athuga; semdin neðanmáls.

55,24: Fagnı fva fem eıgı fagnı, stendur í hdr. en á sjálfsagt að vera: Fagnar fva fem eıgı fagnı = gaudet vero sed tamquam non gaudeat.

55,29: fa ef hevır alla naꞬþfynlıga til atvixo; þannig í hdr. en á líkl. að vera: fa ef hevır alla hlutı naꞬþf.

56,15: oc føtr fva heılar. þannig í hdr. en tveir deplar yfir hvoru um sig oc-føtr fva-heılar er sýnir að svo heilar sje vísað fram fyrir føtr.

56,27: engua l. engva.

57: Út undan guðspjallsupphafinu stendur út á spázíu krotað með yngri hendi. 3 fvn

15 ca

57,9: fagnıð er með mer. í hdr. mð mⁿ = mрð mér.

57,17: cıngo. þannig í hdr. en k milli lína fkrifað upp undan c-inu.

58,3: faꞬþı; í hdr. stendur faꞬ' en á líkl. að lesa úr því faꞬþa; eignarfall margtölu er stýrist af hundrat.

58,18: gırtıfc. þannig í hdr. = gırntıfc.

59,29: oc ero þo avallt ı vercom. þannig í hdr. en vantar retlatır eða því um líkt; í frumritinu: & recti semper in opere perseverant.

60,1: fixar. í hdr. finw. 60,17: þer í hdr. þ⁷ = þeır.

60,27: Hjer byrjar það er stendr í Stokkhb. bls. 88.

61,1: fcapaþır. í hdr. stendur fpapaþ⁷, fem auðvıtað er ritvilla.

65,28: ıþrafc fvnþa þannig í hdr. en með tveimur deplum yfir hvoru um sig, svo að lesa hefði átt fvnþa ıþrafc.

66,22: þýkıa l. þvkıa. 67,11 og 1: athugasemd neðanmáls en hann callar off. út á spázíu stendur leggur af 1 + į ꞁ = ltır oc, en rifið framan af spázíunni; er því líkast til að átt hafl að standa: eltır oc callar ofs: sed ecoe adhuc post tergum sequitur & monet. 68,36: af Gvþf l. af Gvþı. 68,27: yþvarf l. ýþvarf.

69 efst á blaði: út undan guðspjallinu stendur í handritinu krotað út á spázíu X fv

ðg

19 c

70,24: muft&re l. muft&re. 71,17: offta l. offta.

71,23: meırı. í hdr. m'e á því að vera meıre.

74,7-8: En hverr megı þvı tróftafc at fıandıx moꞑı fıxa (engı) fin verc a honom. hjer er horfið frá frumritinu er segir: sed cur hoc de perversa solummodo anima dicimus, cum ad electos quoque egredientes veniant, & suum in illis si prævaleant aliquid requirant.

75,9: man l. ma. 75,16: þvı at verþom; ætti að vera: þvı at ver verþom. 76,2: tıl muɲklıff l. ı muɲklıf.

76,23: maNz. í hdr. stendur ꟽꝼ.

77,30: þvı at fa var vanþı forþom at nonı oc mattı þat þa retlıga calla hvart fem vıldı dogorþ eþa nottorþ; í frumr.: quia cum ad horam nonam apud antiquos quotidie prandium fieret, ipsum quoque prandium coena voeabatur.

78,6: Úr þessu ber því broti, sem eptir er af þessari ræðu mikið til saman við Stokkhólmsb. bls. 162,17—163. Sú ræða er öll að innganginum fráteknum þýðing á 38. homilíu Gregors.

78,13: konoɲı þeım brvllaᷓp þannig í hdr. en ætti að vera: konoɲı þeım er brvllaᷓp. 79,22: fvnþograr konó. í hdr. stendr ko fvnþograr með tveimur deplum yfir hvoru um sig. 80,23.: ðrambaþ l. ðrambaþı. 80,28: lata fynþga cono l. fynþga cono lata.

83,26: laᷓfnara l. laᷓfnera í hdr. laᷓfn'a. 83 neðanm. hrᶒftlo l. hrᶒftlo.

84,5: fyrir framan fā sem er skýrt í hdr. eru þrjár stafamyndir; í fiall eru að eins llin skýr. fremstu stafirnir gætu verið hø, leiðrjett úr fia. Staðurinn úr spádómsb. Esaj. 2,2 er þannig á lat.: Erit in novissimis diebus præparatus mons domus domini in vertice montium.

86,16: hefı (ec) comıt. ec vantar í hdr.

88,6: hvılðı l. hvılðı. 88,30: bafa l. hafa.

89,8: eıtt l. eıt. 90,25: ᶒtléþı l. ᶒtlᶒþı.

91,8: En l. Eɴ. 91,26: nott fa hann l. nott þa fa hann.

93,25: oc farveg l. or farveg. 93,26: vera má að 1 (oc) hafi staðið í hdr. á unðan fpıltı. en það er máð út. ætti þá að standa: ǫ fu vaf opt von at gaɲa or farveg fínom oc fpıltı.

94,32: þar hefir neðanmáls skipzt á um 4. og 5. tölul.

96,7: þat ef hon l. þat er hon. 101,32: ef l. er.

97,28: bnerı; þetta er eina dœmi þess að bn byrji atkvæði í íslenzku; en þetta orð kemur fyrir í guðspjallaþýðingu Úlfíla biskups Lúk. 6,1. bnauan í sömu þýðingu.

104,6: fcrıpt l. fcrıptır. 106,19: hefıa l. móþa.

111,14: gofogr l. gaᷓfogr. 112,4: frøffa. orð þetta finnst ekki í neinni orðabók, og er mjer að öllu leyti ókunnugt. það sem hjer stendur: En fra þeım ðegı — ór þvı lıcnefcı, er þannig í frumritinu: qui ex illo die nil persuasionis ulterius á nigro jam puerulo pertulit, sed ad orationis studium immobilis permansit, sicque antiquus hostis dominari non ausus est in ejus cogitatione ac si ipse percussus fuisset ex verbere.

114,5: ılfzca l. ılzca. 118,12: føftlo l. føtflo.

122,12: cẏni l. cẏni.   125,26: eiri l. eini.

125,30: vantar eptir ſyndiſc: honom þa eſ hann var.

128,6: retlẹh l. retlẹti.   131,11: óngom l. øngom.

134,10: þvi l. af þvi. 161,25: viðrkvæmiilga l. viðrkvæmiliga.

153,17-20: Hjer er ringlað af því að fellt hefir verið úr, líkast til af þeim er skrifað hefir; í frumr. er: qui si de cruce tunc descenderet, nimirum insultantĭbus cedens, virtutem nobis patientiæ non demonstraret. Sed exspectavit paullulum, toleravit opprobria, irrisiones sustinuit, servavit patientiam, distulit admirationem, & qui de cruce descendere noluit de sepulchro surrexit.

167,18: eor|endrechi l. eor|enðreche.

Hvi ma eigi oc þa þa lið mꜳri hyuaꝼc oc þa ðr
enn rœlo heilag oꝛ en ꝼꝛ mono ei ac ꝉꜳja vela
vgꝺi mꝺ oc marg er dyrꝼꝛia eiga þar eilifa

**Þ**o ac gvð heꝼui eþ heꝼua lau          er oꝼ er.
ꝼeuꝛo oꝛ illar ac ꝼerꝺ. þa gꝛruꝼc ꝩ eigi ac heldr
pill þa aþa bund ꝼe ꝯ ꝼeþi reidi ꝼma aheꝼꝺꝛꝥ.
helldr doꝛaꝯ a reidr þ er reu er oc ꝼeiþar mꝺ rec
ꝼo vilꞵa oc ꝼyn ꝼua hꝝ ꝛa hꝝꝼueꝛa oꝼu ac þꜵei
ꝼe ac ꝛ illo oꝼ ꝼe ꝼyr vꞇan ꝯꝼ ꝼcꞇpon.

**S**a euy heꝛ goþa ꝼoilꝛg er goeir þ er ꝯ ꝼoilꝛ ac rec
ꞇa ac ꝝa ꝼcal en ellꜳgꝛ er eigi ꝼoilꝛꝛꝥ ef eigi ꝼul
gꝛa oꝛken god þvi lio ꞇe er ꝼpeꝼþen an hꝛeꝼꝼlo gvꝺ
en þar er ꝼua uꝩ rꝛa ac hꝛeꝼꝼla oꝛeꝼ er uphaꝼ
allar ꝼpeꝼþar en þa miꝼꝼir allz ef uphaꝼꝼ muꝼꝼir

**M**agꝺ helgꝺ oꝛ er þ geꞇ þeꝼla heꝼ þegar
ac ꝩa þo vid aꝛꝶa heꞇꝛ euy ꝛꝛ ꝼꝛ and en þ
vꝺr þeꝛ oꝛ er eig eꝛꝺ ꝼallvalꞇꝛa heꞇꝛ oc eigi
loꞇa ꝼic mꝝþa ne einꝛ gꝛꝛuꝺ ꝼcꜳgꝛgꝛ ꝯꞇꜳ ꝛa
ꝼa hvgꝺ ꝛhꞇꝛu þo ac licꜳꝛa liꝼꞇe ꝼe arcꝛþo ꝛa
agvꝺ euy oo ꝯ elꞇoa oc aꝯ euy gꝛꝛuꝼc ꝼyꝛaꞇ
ꝼꝝ er vel hvꝺr ꝼyr ꝥ hꝩi          ei goþa.

**H**ꝯ ꝼcal gꝺꝛ heꞇa oc hꝩ heu ꝩ ꝼcylꞇ eꝼua þa heꞇ
ꝛa ꝯ ꝼiolꝼꝝ ꝯ oc efꝛꝛ. þ heu gꝛð oc þ er mꜳꝺ
ꝛꝛy ꝼꝺldr ac gꞃallda hꝝ En ꝼua ꝼe ac þ er hꝩ
gꝛꝛda hu þu ꝼeale ꝼꝛa oc hꝩꝛꝺ þo ꝼoal ꝼꝛa þa
er iaꝼn ꝼꝺylꞇ ac hꝩꝛꝛa ꝼyꝛ þ euy oc hꝛ þu ꝼoal ꝼꝺ
raꝼꝛa hꝛꝛꝛa ac ꝼerꝼ ꝛhꝩꝺꝛ oc ꝛꝼanꝼꝛꞇ rec
mꝛꝛ mꝩ oc hoþꝛꝛa þꝩn ac ꝼyr vꝶa þa hlꝝꝛꝛ
raꞇa eꝯa ꝯcoꝛꝛꝼ mꝛꝛꝯ þou god ꝼe oolꞇð.

**T**ꞩer eꝛo reꞇꞇar ombonar oꝛgꞷ þa er
goþa ꝩꝺr goꞇꞇ lꜵꝛaꞇ en oꝛgꞷ þa er illꞇ cꝝ
ꝼyꝛ illꞇ. Ꞃꞇ in þriꝺia ombon er ꝼꝩ er heꞇꝛ mꜳ
ꝼꝛꝝ gꝛoꝼ ꝼꝩ ꝺꝛ þa er iꝼꞇꝛꝛꝝꝛ ꝩꝺr ꝼyr geꝼu ꜳꞇ
ꝛꝩilla en veꞇ rꞇ goþa: enda ꝺꝺr vꝺ þaꝛ caꝼꞇ

En er dráp[
eta hluti [
da hviuic[
sialfir þvl[
5 valdi. B[
goto ivki[
vero laþaſ[
v reckſ er[
litr. þ at[
10 ꝍ. er bran[
er ħ hugr[
en ec ſveld[
hugþi at[
ꝺ namþ hal[
15 þ ſciotata[
fœnri ſog[
þina ſiuer[
gaf hꜵ a[
þa cꝍ ħ at[
20 ga er þ fir[
er ſlekiadi[
ſortere ꝫ fo[
ga ſer at a[
hvr ſunþog[
25 ꝍſo. En ꝺꝺ[
leþ þa t[
uhondꝍ ꝫꝍ[
at ꝺꝛkio ꝫ ħ[
guþ drꜳlat[
30 lekitaſ þ at[
fvlgia vald[
valdſ v t[
Rina. Marg[
þi fvldi [

En er dráblat vildo ń cõa þa s litillat valþ. þ at pals ṁ. si
era hluti heś þessa valþi gvþ en h̄ ṛyrchi stercia. En þ e
da hviiicir calaþ v r nõt ar gvþ. ɏ como. Halaśy lanŧ ca
sialfir þvkiasc ostyrkva. En þ ero valaþ ɏ sva se stỿrkt
valaþi. Blund ero þ er ń hafa specþar hos. en þ halt er ń ha
goto ivki. Hacas vanheilla ṁk ostyrcleic vka þia. En s̃ ie
v̄zo labaþ ɏ vildo ń cõa. s̃ v ɏ svnþ́g labaþ ɏ como. dráblat ɏ
v̄ rech. en litillat svnþ́g valþ. þa velr gvþ helzt er heiriu
lttr. þ at sialfr heś vanþi ɏ vansi leiþ õ opt t at huga. h̄
õ. er brat fœ þ saþ sinõ ɏ evddi avrõ sinõ þa toc h̄ at s̃ at i
er h̄ hugrabi ɏ mt h̄ s̃. Marg̃ vc mey hafa gnogt braþ. ħi fol
en ec svelt h̄. Eigi meiri h̄ snuasc t at huga. ef h̄ hugþi ń.
hugþi at hvś h̄ musti iandligõ hṁ. er h̄ tvndi iarþligri eigo
ɏ lamþ́ balt ɏ blind v calaþ ɏ como. þ at þ er ihẽ ero fvr litñ
þ sciotara œþ gvþ se þ hafa h̄ ħra vinabsálict. s̃ er sagt i
fvrnri sogo er bioþ þer hiobo er amalechite heita. þa la ept s
þia siver agoto hungr̃ ɏ þvrstr ɏ hurso þ s̃. En dð sau h̄ þer
ɏ gaf hõ at ɏ dryk ɏ stvrcþisc h̄ þeg ɏ gæþisc h̄ siþá h̄togi dð
þa cõ h̄ at þar er amalechite soto at drykio ɏ hefndr h̄ þa þes i
ga er þ fvr leto h̄ siucã. Amalechite þyþisc slekianði lyþr. h̄
er slekiaði lyþr nẽa hug iarþlig õ. þ er þesa heś sielo hyoia va
sœleic ɏ fognoð. þa hiar sia slekianð lyþ er elscendr iarþlig hta v
ga sér at averti anara scaþa. En þ fvr leto siucã soein agoto þ
hvr svnþogr vþr litils virðr af þesa heś õ. ef h̄ þryttr at valda
õsõ. En dð veti hõ at iðkia. þ at ðtiu velr opt þa er heiri vei
leiþ þa t suñ mildi er ligia. s̃ se siuk agoto ɏ mego ń fvlgia h̄
uhondõ ɏ gur h̄ þa htoga sina þ ero keṁ õ. En sa sau amalechit
at ðkio ɏ hio þa mþ súþi dðs. þ at keṁ ṁ vega mþ ẽpti œþ
gvþ dráblata heś unendr. Svein sa es fvr latus var agoto ðþ
lekitas þ at þ stiga opt yf valliga hugi ikeṁgõ er fvr moto
fvlgia valdar õ iheis farsielõ. hevrõ v ɏ þa hvar þuŋ mt sipã e
valaþ v t noþ þ leiðs. Gœt er se þu batir ðtiu ɏer eŋ tõt rũ
Rina. Marg v slier kalaþ t gvþ noþþar af giþiqa lyþ. en sa õ s
lþi fvldi eigi att rũ i huse hineses fagnaþar ɏɏ gøk fiolþi g

par m̅. at þ́ saciím rllo groſám. ɉ bındı ſamã ıbundıa ɉ
Cæſiurþar m̅. ero englar. þ́ bında ıll g̅ſ ıbundın þacſ
glıca glıcõ ıſlõ. aꝺ bralaꞇ breyı meþ ȯnablg̅ȯ.er
ſꝗꝛlıſõ. ſeıǥarıĩ mþ́ ſeıꝗıenõ. ſleꝗ mþ́ ſleꝗıõ. ɉ aꞇꞇ
Gnoꝗ ſcyníeım cõ amor ſp̅rıꝗo mıḣı. en huı geꝗñ
er necᷓꝛıar anꝺ v́þa ſ́ ſe̅ rııſꞇernar þ́ lıcavmõ. ɉrıı
eſ þ́er cõa apꞇꝛ at aꝗarı onꝺ vaſ boþıꞇ þ́ lıcam. aꞇle
Eſ reꞇ er vırꞇ peꞇꝛ. þa eſ þ́ keꝗꝛꝗ en ñ mıſꞇagı. Guþ mıſe
qͣꝛıar anꝺ na apꞇꝛ at hrſa ꞇ lıᷓſ.at þ́er ſe helvıꞇıſpıı
g̅l eſ þ́er ꞇþo ñ aþ́ þ́ eſ þ́er hoþo. þ PETRO
Peꞇꝛ̅ꝗ her eınſeꞇo mꞇr necõꝛ. erıcaþ ȯe hıbıa heꞇ̅ꝗ.e
þa roc ꞇ̅ ſoꞇ ɉpoꞇı andaþ va necᷓꝛıa ſꞇund. En onꝺ ꞇ̅ꝗ cõ.
ɉꝗıꞇıc ſeꞇ haſa helvıꞇıſ pıﬅ ɉ necᷓꝛıa þeſa heiſ meꝗraþ̅ꝛ
ᷓn eſ þ́ vaſﬅalꝼr leıꝺr aꞇ eldınõ. þa vırraþıſc hoﬅ engıɫ ɉle
ꞇ̅õ ılloꝗã ɉ rıı. vıþ́.ꞇ̅. Hvꞇ̅ apꞇꝛ þu mı. ɉ hvꝗ aꞇ vanlıꝗa ꞇ
lıſa ſıþã. þa roc peꞇꝛ̅ꝗ aꞇ lıſna. ɉ œnoþo lıﬁ ꞇ̅ſ. eſ ꞇ̅ vaſ cal
ɉſagþı ꞇ̅ þa hluꞇı eſ oſ onꝺ ꞇ̅ꝗ gͣrþuıſo ɉ vaſ ſ́ mııcıꞇ men
þã ıvocõ. oc ıſoﬅõ aꞇ aꞇ ſerþ ꞇ̅ꝗ vaꞇabı þ́ aꞇ ꞇ̅ haſpı ſeꞇ þ́
ɉ œrþıꞇ ꞇ̅ȯr. þ́ at almaꞇıgr guþ verꞇı ꞇ̅õ þ́ ıꝺaſþenõ aꞇ ꞇ̅ı
ﬅreꝺ daþa ſıþã. En þ́rıa ꝯ hvœrro ero.haþ́ eꞇ ñ barna. vıþ́ ꞇ
þvı aꞇ goſog ꝯ macᷓꝛ her ﬅepharı STEPHS ſındar aꝗaꝛ
en ꞇ̅ roc ſoꞇ þa eſ ꞇ̅ var ııuıela garþ́ ɉ andaþıſc. en lıc
apeꞇ ȯgı þ́ at kıﬅo ſ culꝺ aꞇ ꞇ̅õ gͣea. Onꝺ ꞇ̅ſ var leıꝺ ꞇ̅ þ́
ɉ ſa ꞇ̅ þ́er ogñ er ꞇ̅ haſpı ſuı ñ ꞇ̅aꞇ.en eſ ꞇ̅ þͣr leıꝺr ſͣı
m. domanduı .Pıgı baþ er þeſa hıgaꞇ leıþa. helꝺr ﬅepꞇ̅
eſ þeſo eſ nalᷓg ar buѕþ. þa vaſ ſıa ﬅepꞇ̅. apꞇꝛ leıꝺr.en ﬅep
do aþͣı ﬅrudo ɉ vaꞇabı anꝺlaꞇ ſıuþıuſ þ́ œr hınõ ꝟ ſaꝗ hlı
ﬅepꞇ̅.andaþıſc. ıþrı ɉ mandaþ́ eracaﬅıgaﬅ eıꝺr rͣa b.ꞇ
ſundoſc aruar ﬂuga ȯe loſꞇı añ. þa vaſ ɉ onꝺ rıbarıa rı
lıcoma ſınõ. ɉ v̅ ꞇ̅õ ſuıꝺ aꝗaꝛꝗ heıꞇ hluꞇ̅ ɉcõ apꞇꝛ ſıþã
ſagþı ſua ar ꞇ̅ ſa ȯ mıela .ɉa eſ brͣ vaſ v́v́. ɉ œ þ́rıa

en er þeir þottu at ǫ strǫng boðar brioða. þa skylldu þeir upp
i gegn þeim ǫblendr ... deyia þs i glerkirkiu. og er þeim var dr
ca sagði. þa gaspi cros mare yfir þeim aþr þ ... við ...
þ i ... Er þ hefþi ... alastar. þa sagði þ velar þra ...
þa letra s ... abóta. en þ for þaþan abrot aptr til ...
... sinar. þa kvomo marg til þs þr er gaspi ...
... þ tolf munelif ... fra einsetu ... Svartan ...
da þarf er þ ... en ... leiþa ... kirkiu þa er aprer
þo ... ser. þau laut þ ... voaðr ... abrot. en ...
var ... abgyno se aþrer. en gat þ þat at g...
... sprett upp ibiargi þa er mona þrot vatn ...
... Prestr ... afundaþi ... i ...
... blandit braþ til ... en þ ... við þui ...
at ... var ibtroþino. en ... vaur at kot ...
... fyrllo ... hendi ... en þ ...
... blandna braþi fri hrafurny i baþ þ þar þui ...
... er ... i ... hænuy se ...
en er þrny ... ... i...
... ... þs i ... til ... þes ...
... en þrny ... þan ... litlu ...
en ... brot ... bloð i ... þa er þar
... i ... en þ ... ... til ...
... þ þar ... munelif. S... ... var ...
... eigi ... veita aþo ... ...
... þ þrgar ... en ... ... ...

við hvat þ varaði at ñ skylldi ga. fyrst skal m
ellsca þry gð siy af ollō hug. ⁊ ollō crapta. en þ
nest ellca húy ẻter may sē sialfan sic Skal
m ñ mey drepa. ne skra. ñ stela. ñ girna ða
yars eigin at ryngo. ñ liugvitm þa. ⁊a við
⁊a mey goðr. þa er vel fara með ser. ⁊ þett
við ayan ga. er mayn þyki vil gort við sic
sva se. hirta licaa siy. ⁊ m oðe h nacqvat i m
nlgtã. at þ ũþi obeidul til rang htã. vþa h
verna merra gðs villa ey siy. ellca meir p
til en ẻfer. bema fyr ratykio. cleða mpeða
ria sivc. ⁊leita þei hogynða. ⁊va dava. hug
ga þa er hyyoby ó at harmi. lggia ñ hug a þa

---

er mer hafþe viták. þa cõ annarr en
gell á mot hgnõ. oc mælte við k. Ren
n þu aft, oc seg sveine þellõ at eyþ
asc mon iorsalaborg. En allr þat er
vist at englar senda engla til mann
a þaeseigi einsynt at sa engell er
ifaia spamanne viþþeso være helld
r einn af logyndõ. an sendr af þei
⁊r oðro fylke. En þo var þ maclega
callaðr einn af logyndõ. þviat þ frã
þe þeirra æbetre þaes þ b elðea v
arrát spamannc. oc brende fynþer
af munne hs. Sva se englar meyo
engla senda. þa meyo oc sva þeir en
glar er sender ero taca nofn af hi